บทเรียนจากหนังสือ 1โครินธ์

เล่มที่1

ดร.แจร็อก ลี

URIM BOOKS

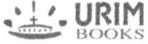

บทเรียนจากหนังสือ 1 โครินธ์: เล่มที่ 1 โดย ดร. แจร็อก ลี
จัดพิมพ์โดย อูริมบุคส์ (ตัวแทน: เจียมซุน วิน)
235-3, คูโร-ดอง 3, คูโร-กุ, โซล เกาหลีใต้
www.urimbook.com

ห้ามจัดพิมพ์หนังสือเล่มนี้หรือส่วนหนึ่งส่วนใดของหนังสือเล่มนี้ซ้ำ หรือเก็บไว้ในระบบเพื่อนำกลับมาใช้
ใหม่ หรือถ่ายทอดด้วยรูปแบบอื่นใด หรือโดยเครื่องมืออิเลกทรอนิกส์ เครื่องกล การถ่ายสำเนา การบันทึกหรือด้วยวิธีการหนึ่งใดเหล่านี้โดยมิได้รับอนุญาตจากผู้จัดพิมพ์อย่างเป็นลายลักษณ์อักษร

ข้ออ้างอิงพระคัมภีร์ที่ใช้ในหนังสือเล่มนี้นำมาจากพระคริสตธรรมคัมภีร์ไทยฉบับ 1971จัดพิมพ์โดยสมาคมพระคริสตธรรมไทยและพระคัมภีร์ภาษาไทยฉบับ KJV จัดพิมพ์โดย BibleGateway.com

สงวนลิขสิทธิ์ © 2010 โดย ดร.แจร็อก ลี

ISBN:89-7557-060-6
ได้รับอนุญาตให้แปลเป็นภาษาอังกฤษโดยดร.คูยัง ซุง
ได้รับอนุญาตให้แปลเป็นภาษาไทยโดยดร.ดานิเอล แสงวิชัย

ก่อนหน้านี้จัดพิมพ์เป็นภาษาเกาหลีโดยอูริมบุคส์ในปี 2008
จัดพิมพ์ครั้งแรกเมื่อมีนาคม 2010

บทบรรณาธิการโดยดร.เจียมซุน วิน
ออกแบบโดยแผนกบรรณาธิการของอูริมบุคส์
จัดพิมพ์โดย ....
ข้อมูลเพิ่มเติมโปรดติดต่อ urimbook@hotmail.com

บทเรียนจากหนังสือ 1โครินธ์

เล่มที่ 1

อารัมภบท

คู่มือฝ่ายร่างกายและฝ่ายวิญญาณสำหรับผู้เชื่อ

ผู้คนที่ดำเนินชีวิตอยู่ในโลกยุคใหม่อาจเดินหลงทางหรือมีความขัดแย้งภายในตนเองเนื่องจากความสับสนในเรื่องค่านิยม สิ่งนี้ไม่ได้เกิดขึ้นกับคนที่ไม่เชื่อเท่านั้น แต่เราอาจพบกับปัญหาต่าง ๆ ในขณะที่เราดำเนินชีวิตอยู่ในความเชื่อด้วยเช่นกัน ปัญหาเหล่านั้นอาจรวมถึงการไม่ลงรอยกัน การมีความคิดเห็นแตกต่างกัน การดำเนินชีวิตตามกฎหมาย การแต่งงาน และการหย่าร้าง

ผีมารซาตานทดลองผู้เชื่ออย่างต่อเนื่องเพื่อชักนำเขาให้ดำเนินชีวิตอยู่นอกพระคำของพระเจ้า ดังนั้นผู้คนที่พยายามจะดำเนินชีวิตด้วยพระคำของพระเจ้าอาจมีคำถามเกี่ยวกับพระคำและการนำพระคำนั้นมาประยุกต์ใช้เพื่อแก้ปัญหาต่าง ๆ

นี่เป็นกรณีที่เกิดขึ้นกับคริสตจักรในเมืองโครินธ์ โครินธ์ในสมัยของเปาโลเป็นเมืองที่คราครั้งไปด้วยผู้คนจำนวนมากซึ่งมาจากวัฒนธรรมที่แตกต่างกันและมีเบื้องหลังทางชาติพันธุ์ที่หลากหลาย ผู้คนมีระดับชนชั้นทางสังคมอย่างชัดเจนและประชากรที่นี่

นกราบไหว้บูชาเทพเจ้าหลายองค์ นอกจากนั้นโครินธ์ยังมีความเสื่อมถอยทางด้านศีลธรรมอย่างมากด้วยเช่นกัน

ในการดำเนินชีวิตอยู่ภายใต้สภาพการณ์เช่นนั้นผู้เชื่อในคริสตจักรโครินธ์มีความขัดแย้งและปัญหามากมาย นอกจากนี้ เนื่องจากคริสตจักรถูกก่อขึ้นได้ไม่นานผู้เชื่อจึงมีความยากลำบากหลายอย่างในการดำเนินชีวิตในความเชื่อของตน เพื่อช่วยให้คนเหล่านั้นสามารถดำเนินชีวิตคริสเตียนที่เติบโตเป็นผู้ใหญ่ อัครทูตเปาโลจึงให้คำตอบจากพระคัมภีร์สำหรับปัญหาและคำถามมากมายเหล่านั้น

คำตอบเหล่านี้และวิธีการแก้ปัญหาหลายอย่างที่สามารถเกิดขึ้นกับชีวิตของเราในยุคปัจจุบันได้ถูกบันทึกไว้ในจดหมายฉบับแรกของเปาโลที่ส่งไปยังคริสตจักรแห่งเมืองโครินธ์ซึ่งเป็นที่รู้จักในชื่อของหนังสือ 1 โครินธ์ ในสังคมที่สลับซับซ้อนของยุคปัจจุบัน การที่เราเรียนรู้และเข้าใจเนื้อหาของหนังสือเล่มนี้อย่างถ่องแท้จึงเป็นสิ่งที่สำคัญอย่างยิ่ง

หนังสือเรื่อง "บทเรียนจากหนังสือ 1 โครินธ์" เล่มนี้อธิบายถึงวิธีการที่จะเข้าใจและประพฤติตามประเด็นต่าง ๆ ที่เกี่ยวข้องกับความขัดแย้ง การประกาศพระกิตติคุณ การแต่งงาน การกราบไหว้รูปเคารพ และของประทานฝ่ายวิญญาณ ท่านจะสามารถดำเนินชีวิตคริสเต

ยนอย่างมีฤทธิ์อำนาจถ้าท่านค้นพบวิธีการที่ถูกต้องด้วยการทำความเข้าใจปัญหาของท่านโดยผ่านพระคำของพระเจ้า

ผมขอขอบคุณผู้อำนวยการแผนกบรรณาธิการของอูริมบุคส์ ดร.เจียมซุน วินและเจ้าหน้าที่ของท่านและผมอธิษฐานในพระนามของพระเยซูคริสต์องค์พระผู้เป็นเจ้าเพื่อผู้อ่านทุกท่านจะเข้าใจน้ำพระทัยของพระเจ้าอย่างชัดเจนและทำตามน้ำพระทัยนั้นเพื่อท่านจะได้รับพระพรจากพระเจ้าอย่างบริบูรณ์

ดร.แจร็อก ลี

สารบัญ

อารัมภบท
ภาพรวมของจดหมายฝากถึงคริสตจักรเมืองโครินธ์เล่มที่ 1

บทที่ 1
เปาโลเป็นอัครทูตในการจัดเตรียมของพระเจ้า · 1

1. อัครทูตและผู้รับใช้ของพระเจ้า
2. ความรอดผ่านทางพระเจ้าตรีเอกานุภาพ
3. ขอให้ท่านเห็นพร้อมกัน
4. อวดอ้างในองค์พระผู้เป็นเจ้า

บทที่ 2
พระปัญญาของพระเจ้า · 49

1. การสำแดงฤทธิ์อำนาจผ่านทางพระวิญญาณ
2. หนทางแห่งกางเขน พระปัญญาของพระเจ้า
3. การเข้าใจพระคุณของพระเจ้าผ่านทางพระวิญญาณบริสุทธิ์
4. การแยกแยะสิ่งที่อยู่ฝ่ายวิญญาณด้วยพระวิญญาณ

บทที่ 3
เราเป็นวิหารของพระเจ้า · 83

1. คริสตจักรโครินธ์อยู่ฝ่ายเนื้อหนัง
2. พระเจ้าทรงทำให้เติบโต
3. นายช่างผู้ชำนาญ
4. การงานของแต่ละคน
5. การทำลายวิหารของพระเจ้า
6. ปัญญาฝ่ายโลกเป็นสิ่งโง่เขลา

บทที่ 4
จงทำตามแบบอย่างของข้าพเจ้า · 123

1. ข้อกำหนดของผู้รับใช้ที่เป็นผู้อารักขา
2. มนุษย์เป็นคนชอบธรรมได้อย่างไร
3. อย่าละเมิดพระคำ
4. จงทำตามแบบอย่างของข้าพเจ้า
5. ฤทธิ์อำนาจและความสามารถโดยแผ่นดินของ พระเจ้า

สารบัญ

บทที่ 5
บทเรียนเกี่ยวกับการล่วงประเวณี · 161

1. วิธีการดำเนินการกับการผิดประเวณี
2. จงกำจัดเชื้อเก่า
3. อย่าคบค้าสมาคมกับคนล่วงประเวณี

บทที่ 6
การฟ้องร้องในหมู่ผู้เชื่อ · 191

1. ปัญหาในท่ามกลางสมาชิกคริสตจักร
2. ธรรมิกชนจะพิพากษาโลก
3. เพื่อให้เขาได้อาย
4. บาปที่นำไปสู่ความตาย
5. เราควรอยู่เพื่ออะไร
6. ความหมายฝ่ายวิญญาณของหญิงแพศยา

บทที่ 7

การแต่งงาน · 221

1. ชีวิตการแต่งงานที่พึงปรารถนา
2. ความหมายฝ่ายวิญญาณของคำว่า "อย่าปฏิเสธการอยู่ร่วมกัน"
3. "ข้าพเจ้าปรารถนาที่จะให้ทุกคนเป็นเหมือนข้าพเจ้า"
4. การหย่าร้าง
5. ตามขนาดแห่งความเชื่อ
6. ความแตกต่างระหว่าง "การประพฤติภายนอก" กับ "การรักษาพระบัญญัติ"
7. เป็นการดีที่ผู้ชายควรจะอยู่อย่างที่เขาเป็นอยู่เดียวนี้
8. กรณีของพ่อแม่ที่มีบุตรสาวเป็นหญิงพรหมจารี หรือกรณีของแม่ม่ายและพ่อม่าย

ภาพรวมของจดหมายฝากถึงคริสตจักร เมืองโครินธ์เล่มที่ 1

1. ผู้เขียนหนังสือ 1 โครินธ์

ผู้เขียนหนังสือจดหมายฝากถึงคริสตจักรโครินธ์ฉบับที่ 1 คืออัครเปาโล ก่อนเชื่อในพระเยซูคริสต์ท่านมีชื่อว่าเซาโล ท่านเกิดที่เมืองทาร์ซัสแห่งซิลิเซียและได้รับการศึกษาภายใต้กามาลิเอลผู้เป็นปรมาจารย์ทางด้านธรรมบัญญัติที่ได้รับความเคารพยกย่องอย่างสูงจากสาธารณชน

เนื่องจากท่านได้รับการศึกษาภายใต้อาจารย์ที่ดีที่สุดในเวลานั้น เซาโลจึงมีความรู้ในด้านปรัชญาอย่างเป็นเลิศ ท่านรักพระเจ้าอย่างมากและท่านรักษาพระบัญญัติอย่างเคร่งครัด บางคนอาจพูดว่าท่านเป็น “ชาติฮีบรูที่เกิดจากชาวฮีบรู” เปาโลมาจากชนชั้นสูงและท่านเป็นพลเมืองของโรมและมีความเป็นพลเมืองของจักรภพโรมอย่างเต็มสมบูรณ์ด้วยเช่นกัน

ก่อนที่ท่านจะพบพระเยซูองค์พระผู้เป็นเจ้า เซาโลเคยข่มเหงผู้เชื่อในองค์พระผู้เป็นเจ้า ท่านคิดว่าผู้เชื่อในพระเยซูคืออันตรายที่คุ

กคามศาสนายิวและเป็นผู้นำในการข่มเหงและการจับกุมคนเหล่านันจำคุก

ท่านพบกับพระเยซูคริสต์องค์พระผู้เป็นเจ้าบนเส้นทางไปสู่เมืองดามัสกัส ท่านเดินทางไปทีนันพร้อมกับเอกสารทางการของมหาปุโรหิตเพือจับกุมพวกผู้เชือและผู้ติดตามพระเยซู เพราะพระเจ้าทรงทราบถึงความรักทีเซาโลมีต่อพระองค์ พระองค์จึงทรงเลือกสรรท่านไว้เพือทำให้ท่านเป็นอัครทูต พระเจ้าทรงแยกท่านไว้ต่างหากตังแต่ปฐมกาลเพราะพระองค์ทรงทราบว่าเซาโลจะกลับใจและกลายคนทีสัตย์ซือต่อพระเยซูองค์พระผู้เป็นเจ้าถ้าท่านได้พบกับพระองค์

เซาโลกลายเป็นที่รู้จักในชื่อของ “เปาโล” ท่านทำงานอย่างสัตย์ซือในฐานะ “อัครทูตสำหรับคนต่างชาติ” แม้ท่านต้องพบกับความตาย ท่านได้วางรากฐานให้กับการเผยแพร่พระกิตติคุณไปจนถึงสุดปลายแผ่นดินโลกโดยผ่านการเดินทางเพือแพร่ธรรมของท่านสามเทียวและได้ก่อตังคริสตจักรจำนวนมากในแถบเอเชียน้อยและกรีซ

จากช่วงเวลาทีท่านพบกับองค์พระผู้เป็นเจ้า อัครทูตเปาโลได้อุทิศตนเองให้กับองค์พระผู้เป็นเจ้าด้วยชีวิตของท่านและทำหน้าทีของท่านในฐานะผู้รับใช้ของพระเจ้าและอัครทูตอย่างครบถ้วนสมบูรณ์

2. เมืองโครินธ์

โครินธ์เป็นเมืองขนาดใหญ่ทีอยู่ทางตอนใต้ของประเทศกรีซ ในสมัยของเปาโลโครินธ์อยู่ภายใต้การปกครองของจักรภพโรม เมืองโครินธ์อยู่ติดกันทังสามด้าน ได้แก่ ด้านทิศตะวันออก

ด้านทิศตะวันตก และด้านทิศใต้ เพือนบ้านทางทิศเหนือของโครินธ์คือเอเชียและโรมอยู่ทางทิศตะวันตก ทีตังของโครินธ์ทำให้เมืองนีเป็นศูนย์กลางของการค้าขายระหว่างเอเชียกับโรม

โครินธ์เป็นเมืองท่าพาณิชย์ทีมีความมังคังและพลุกพล่านไปด้วยเจ้าหน้าทีของรัฐบาล ทหาร พ่อค้า ประชาชน และนักเดินเรือทีมาจากพืนทีต่าง ๆ ในจักรภพโรม กิจกรรมต่าง ๆ ของผู้คนทีไม่เชือในพระเจ้าถูกจัดขึนทีเมืองนีอยู่บ่อยครังและโครินธ์มีชือเสียงในเรืองการก่อสร้างและศิลปะด้วยเช่นกัน วัฒนธรรมทางด้านกามารมณ์ถูกพัฒนาขึนตามธรรมชาติและผู้คนมีความเสือมทรามทางด้านศาสนาและศีลธรรม

ในเมืองนีมีวิหารของพระต่างชาติมากกว่า 30 แห่งซึงรวมถึงวิหารของพระอโฟร์ไดท์หรือพระวีนัส ผู้คนประกอบพิธีกรรมในวิหารแห่งนีก่อนทีเขาออกไปทำการค้า เมืองนีมีความเสือมทรามทางด้านศีลธรรมมากแม้แต่รอบ ๆ วิหารของพระวีนัสเองก็มีโสเภณีอยู่มากกว่าหนึงพันคน

3. ความสัมพันธ์ระหว่างคริสตจักรในเมืองโครินธ์กับอัครทูตเปาโล

ในราวปีค.ศ. 50 อัครทูตเปาโลประกาศพระกิตติคุณอยู่ในเมืองโครินธ์พร้อมกับสิลาสและทิโมธีในช่วงการเดินทางของท่านเพือแพร่ธรรมเทียวทีสองและก่อตังคริสตจักร ท่านอาศัยอยู่ในบ้านของอาควิลลาและปริสสิลลาพร้อมกับประกาศพระกิตติคุณในขณะทีกำลังเย็บเต็นท์

ครังแรกท่านประกาศกับชาวยิวในธรรมศาลา แต่เพราะการต่อต้านจากพวกยิวท่านจึงอาศัยอยู่ทีนันเป็นเวลาหนึงปีครึงทีบ้า

นของติตัส ยุสทัสในขณะที่ท่านกำลังวางรากฐานของคริสตจักร ผู้เชื่อส่วนใหญ่เป็นชาวต่างชาติ แต่มีชาวยิวบางคนด้วยเช่นกัน

4. เวลา สถานที่ และสาเหตุของการเขียนหนังสือเล่มนี้

หนังสือโครินธ์ฉบับที่ 1 เป็นจดหมายฝากหรือจดหมายที่อัครทูตเปาโลเขียนที่เมืองเอเฟซัสในช่วงการเดินทางเที่ยวที่สามเพื่อแพร่ธรรมในราวปีค.ศ. 55 ผู้เชื่อในคริสตจักรโครินธ์พยายามดำเนินชีวิตที่ยำเกรงพระเจ้า แต่คนเหล่านั้นพบกับปัญหาหลายอย่างเนื่องจากสภาพแวดล้อมที่เสื่อมทรามในเรื่องเพศซึ่งห้อมล้อมคนเหล่านั้นเอาไว้

ความขัดแย้งเกิดขึ้นระหว่างผู้เชื่อที่ยากจนและผู้เชื่อที่ร่ำรวย ปัญหาเรื่องการฟ้องร้องกันในระหว่างผู้เชื่อเช่นกัน ปัญหาเรื่องการแต่งงาน ปัญหาในเรื่องการถือพรหมจรรย์ และปัญหาต่าง ๆ ที่เกิดขึ้นจากการรับประทานอาหารที่ถวายให้กับรูปเคารพ อัครทูตเปาโลเขียนจดหมายฉบับนี้เพื่อให้คำตอบอย่างชัดเจนต่อปัญหาต่าง ๆ กับคนเหล่านั้น

5. ลักษณะพิเศษของโครินธ์ฉบับที่ 1

หนังสือโรมและกาลาเทียให้ความสำคัญกับประเด็นเรื่องหลักคำสอนเป็นส่วนใหญ่ แต่จดหมายฝากถึงคริสตจักรโครินธ์ฉบับที่ 1 ส่วนใหญ่พูดถึงปัญหาชีวิตในภาคปฏิบัติ ในหมู่ผู้เชื่อ 1 โครินธ์เป็นหนังสือคำตอบภาคปฏิบัติต่อปัญหาต่าง ๆ ที่ผู้เชื่ออาจพบทั้งในระดับส่วนตัวหรือในระดับคริสตจักรโดยทั่วไป

หนังสือเล่มนี้ให้คำตอบที่ชัดเจนต่อประเด็นต่าง ๆ

เช่น การแตกแยกในคริสตจักร การใช้ของประทานฝ่ายวิญญาณอย่างไม่ถูกต้อง การแต่งงาน พิธีศีลมหาสนิท "อาหารที่ถวายให้กับรูปเคารพ" และการเป็นขึ้นมาใหม่ ดังนั้นถ้าเราเข้าใจหนังสือ 1 โครินธ์เล่มนี้อย่างชัดเจน หนังสือเล่มนี้จะเป็นประโยชน์อย่างมากต่อชีวิตคริสเตียนของเราและเราจะสามารถดำเนินชีวิตที่เป็นพระพรด้วยการเข้าใจน้ำพระทัยของพระเจ้าอย่างชัดเจน

บทที่ 1

เปาโลเป็นอัครทูตในการจัดเตรียมของพระเจ้า

อัครทูตและผู้รับใช้ของพระเจ้า
ความรอดผ่านทางพระเจ้าตรีเอกานุภาพ
ขอให้ท่านเห็นพร้อมกัน
อวดอ้างในองค์พระผู้เป็นเจ้า

อัครทูตและผู้รับใช้ของพระเจ้า

เปาโล ผู้ซึ่งพระเจ้าได้ทรงเรียกให้เป็นอัครสาวกของพระเยซูคริสต์ตามพระประสงค์ของพระเจ้า และโสสเธเนสผู้เป็นพี่น้องของเรา (1:1)

ชื่อของอัครทูตเปาโลก่อนที่ท่านพบกับพระเยซูคริสต์คือเซาโล ท่านจับกุมสาวกขององค์พระผู้เป็นเจ้าและจำคุกคนเหล่านั้น เซาโลเป็นผู้ที่เคร่งครัดในตัวบทกฎหมายหรือข้อบัญญัติ สำหรับท่านถือว่าการติดตามพระเยซูในฐานะพระเมสสิยาห์เป็นการหมิ่นประมาทพระเจ้า

ผู้คนที่เคร่งครัดในข้อบัญญัติในปัจจุบันก็เช่นเดียวกัน คนเหล่านี้ตีความพระคัมภีร์ตามตัวอักษรเท่านั้น คนเหล่านี้พิพากษาและกล่าวประณามผู้คนที่สำแดงถึงการทำงานด้วยฤทธิ์อำนาจของพระวิญญาณบริสุทธิ์ผ่านหมายสำคัญและการอัศจรรย์ต่าง ๆ เหมือนที่ถูกบันทึกไว้ในคริสตจักรในยุคแรกและเขาตราหน้าการทำงานดังกล่าวว่าเป็นความเชื่อเรื่องเวทย์มนต์หรือลัทธินิยมความลึลับ

พระเจ้าทรงทราบทุกสิ่ง พระองค์ทรงรู้ว่าเมื่อเซาโลได้พบพระเยซูท่านจะกลับใจและกลายเป็นคนงานที่สัตย์ซื่อของพระเยซูคริสต์

เพราะเหตุนี้ท่านจึงได้รับเลือกสรรไว้ตั้งแต่ก่อนปฐมกาลเพื่อให้เป็นอัครทูตสำหรับคนต่างชาติ นับจากวันที่ท่านพบกับองค์พระผู้เป็นเจ้าบนเส้นทางไปสู่เมืองดามัสกัสท่านได้กลายเป็นผู้รับใช้ที่สัตย์ซื่อของพระเจ้าและอุทิศชีวิตทั้งสิ้นของท่านให้กับองค์พระผู้เป็นเจ้า ผู้รับใช้คือคนที่มีข้อผูกมัดอยู่กับเจ้านายของตนและต้องทำตามความประสงค์ของเจ้านายของตน เจ้านายในคริสตจักรคือพระเจ้า และผู้รับใช้ที่เทศนาพระกิตติคุณต้องเชื่อฟังพระคำของพระเจ้า

ผู้รับใช้ประเภทต่าง ๆ 5 กลุ่ม

ในข้อ 1 เปาโลกล่าวว่าท่านเป็น "ผู้ซึ่งพระเจ้าได้ทรงเรียกให้เป็นอัครสาวกของพระเยซูคริสต์ตามพระประสงค์ของพระเจ้า" เราไม่สามารถเป็นอัครทูตด้วยความประสงค์ของเรา เราต้องได้รับการทรงเรียกตามพระประสงค์ของพระเจ้า

ปัจจุบันมีศิษยาภิบาลหลายคนที่เป็นผู้รับใช้ของพระเจ้าตามพระประสงค์ของพระองค์ แต่มีอีกหลายคนที่ไม่ได้เป็นเช่นนั้น โดยทั่วไปเราอาจแบ่งศิษยาภิบาลและผู้รับใช้ของพระเจ้าออกเป็น 5 กลุ่ม

กลุ่มแรกได้แก่ผู้คนที่ได้รับการทรงเรียกจากพระเจ้าโดยตรง กลุ่มที่สองได้แก่ผู้คนที่อาสาตนเองผ่านทางพระคุณของพระเจ้า กลุ่มที่สามได้แก่ผู้คนที่เป็นศิษยาภิบาลเพราะการผลักดันของคนอื่น กลุ่มที่สี่ได้แก่ผู้คนที่เป็นศิษยาภิบาลเพราะเห็นว่าเป็นงานอย่างหนึ่งเท่านั้น และกลุ่มที่ห้าได้แก่ผู้คนที่เป็นศิษยาภิบาลผ่านการทำงานของซาตาน

ผู้คนที่ไม่ควรเป็นศิษยาภิบาล

ถ้าคนหนึ่งเป็นศิษยาภิบาลเพราะการผลักดันของพ่อแม่หรือเพื่อนฝูงของตน ปัญหาอาจเกิดขึ้น ยกตัวอย่าง สมมุติว่าคนห

นึงไม่ประสบความสำเร็จในการทำธุรกิจของตนและสิงต่าง ๆ ไม่ได้เป็นไปอย่างราบรีน ตอนนีสมมุติว่าบุคคลนีเดินทางไปยังศูนย์การอธิษฐานและรับเอาการอธิษฐานซึงเป็นคำพยากรณ์ทีนันทีบอกว่า “คุณได้รับการเลือกสรรจากพระเจ้าเพือให้เป็นผู้รับใช้ของพระองค์ เพราะเหตุนีคุณจะพบกับความล้มเหลวในความพยายามทุกอย่างของคุณในทางธุรกิจ”

จากนันบุคคลนีตอบว่า “สิงนีจะเป็นจริงได้หรือไม่ ผมคิดว่าท่านอาจพูดถูกเพราะผมไม่ประสบความสำเร็จในสิงใดเลย บางทีอาจเป็นความจริงทีพระเจ้าไม่อนุญาตให้ผมพบกับความสำเร็จในธุรกิจเพือพระองค์จะทำให้ผมเป็นผู้รับใช้ของพระองค์”

บางคนเป็นศิษยาภิบาลเพราะการผลักดันของใครบางคนด้วยวิธีนี ไม่ใช่เพราะว่ารักพระเจ้า การเป็นศิษยาภิบาลเพราะความกลัวและเพราะความรู้สึกถูกบังคับให้เป็นถือเป็นสิงทีไม่ถูกต้อง ในพระคัมภีร์เราเห็นว่าพระเจ้าทรงเรียกและทรงใช้ผู้คนทีฉลาดปราดเปรืองและมีความสามารถ พระองค์ไม่ได้เรียกผู้คนทีล้มเหลวในสังคมและผู้คนทีไร้ความสามารถในการทำสิงหนึงสิงใดให้สำเร็จด้วยตนเอง

นอกจากนัน บางคนเป็นศิษยาภิบาลเพียงเพราะเห็นว่าเป็นงานอย่างหนึงโดยคิดว่าในฐานะศิษยาภิบาลเขาสามารถใช้จ่ายเงินถวายตามความเห็นชอบของเขา

นอกจากนี บางครังผีมารซาตานจะยุ่งยงและโน้มน้าวบางคนให้เป็นศิษยาภิบาลเพราะเหตุผลหลายอย่าง ซาตานก่อกวนแผ่นดินของพระเจ้าผ่านทางบุคคลเช่นนัน

ลำดับขันในคริสตจักร

หลายคนตังคำถามเกียวกับลำดับขันและการจัดระบบตามลำดับขันของคริสตจักรโดยสงสัยว่า “ถ้าทุกคนในคริสตจักรเท่าเทียม

กันในสายพระเนตรของพระเจ้า เพราะเหตุใดเราจึงต้องมีตำแหน่งต่าง ๆ ในคริสตจักร เช่น ศิษยาภิบาล มัคนายก และผู้ปกครองเป็นต้น" เราเข้าใจว่าแม้แต่ในครอบครัวก็ยังมีลำดับขั้นของอำนาจ อันดับแรก เรามีผู้นำครอบครัวซึ่งได้แก่พ่อแม่ แม้กระทั่งในหมู่พี่น้องชายหญิงเองก็ยังมีการจัดลำดับขั้นด้วยเช่นกัน

อะไรจะเกิดขึ้นถ้าสมาชิกในครอบครัวทำตัวเป็นพ่อ อะไรจะเกิดขึ้นถ้าลูกจ้างในบริษัททำตัวเหมือนผู้บริหารสูงสุด คนเหล่านี้จะทำสิ่งหนึ่งสิ่งใดให้สำเร็จได้อย่างไร กลุ่มหรือองค์กรทุกรูปแบบต้องมีลำดับขั้นของอำนาจและการบริหารจัดการและเขาต้องทำตามลำดับขั้นนั้นเพื่อองค์กรจะสามารถดำรงอยู่และดำเนินการต่อไปได้

1 โครินธ์ 12:28 กล่าวว่า "และพระเจ้าได้ทรงโปรดตั้งบางคนไว้ในคริสตจักร คือหนึ่งอัครทูต สองผู้เผยพระวจนะ สามครูบาอาจารย์ แล้วต่อจากนั้นก็มีผู้กระทำการอันเป็นอิทธิฤทธิ์ ผู้รักษาโรค ผู้อุปการะ ผู้ครอบครอง และผู้รู้ภาษาแปลก ๆ" ด้วยเหตุนี้ ตามลำดับขั้นที่พระเจ้าทรงมอบให้นี้เราเห็นได้ว่าคนที่มีของประทานในการรักษาโรคนั้นจะอยู่ในลำดับต่อจากอัครทูต ผู้เผยพระวจนะ ครูบาอาจารย์ และผู้ทำการอันเป็นอิทธิฤทธิ์

แต่ในปัจจุบัน บางคนเพียงแต่เพิกเฉยต่อลำดับขั้นนี้และก่อปัญหา ยกตัวอย่าง เมื่อคนหนึ่งได้รับของประทานของการรักษาโรค เขาไม่ใช้ของประทานนั้นเพื่อสง่าราศีของพระเจ้าตามลำดับขั้นของคริสตจักร แต่เขากลับมีความหยิ่งผยองและดูถูกศิษยาภิบาลคนอื่นและพิพากษาคนเหล่านั้นด้วยเช่นกัน บางคนพูดว่าเขากำลังเผยพระวจนะและสร้างความแตกแยกด้วยการแบ่งผู้คนออกเป็นกลุ่มโน้นหรือกลุ่มนี้ เรื่องในทำนองนี้ไม่ควรเกิดขึ้นในคริสตจักร

ใครมีคุณสมบัติที่จะถูกเรียกว่าเป็นอัครทูต

อัครทูตคือคนที่ไม่มีความต้องการเป็นของตนเอง แต่เขาทำ

ตามความประสงค์ของเจ้านายหรืออาจารย์ของเขาอย่างสมบูรณ์ กล่าวคือ องค์พระผู้เป็นเจ้าทรงทำตามพระประสงค์ของพระเจ้าอย่างสมบูรณ์ฉันใด อัครทูตก็ทำตามแนวทางขององค์พระผู้เป็นเจ้าอย่างสมบูรณ์ด้วยฉันนั้น ด้วยเหตุนี้ แม้จะมีศิษยาภิบาลหลายคน แต่ไม่ใช่ทุกคนเป็นอัครทูต

เราจะทำตามพระประสงค์ของพระเจ้าและทำให้พระประสงค์นั้นสำเร็จอย่างสมบูรณ์ได้อย่างไร เหนือสิ่งอื่นใด เราต้องมีพระทัยขององค์พระผู้เป็นเจ้าและได้รับการชำระให้บริสุทธิ์ เราจะสามารถทำในสิ่งที่พระเยซูทรงกระทำได้เมื่อเราได้รับของประทานแห่งการรักษาโรค สำแดงของประทานในการทำการอัศจรรย์ และใช้ของประทานแห่งการสั่งสอนผ่านการชำระให้บริสุทธิ์ของจิตใจ จากนั้นเราก็สามารถรักษาผู้คนที่เจ็บป่วย ปลดโซ่ตรวนของความไม่เป็นธรรม และเปลี่ยนแปลงดวงวิญญาณด้วยพระคำของพระเจ้าเพื่อทำให้คนเหล่านั้นมีใจปรารถนาที่จะดำเนินชีวิตตามน้ำพระทัยของพระเจ้า

เราเห็นคำว่า "อัครทูต" หลังจากที่พระเยซูองค์พระผู้เป็นเจ้าเสด็จมาแล้วเท่านั้น แล้วใครคือโมเสสที่อยู่ในพระคัมภีร์เดิม บางคนอาจสงสัยว่าใครยิ่งใหญ่กว่ากัน โมเสสใช่หรือเปล่า หรือว่าเปาโล โสสเธเนส และทิโมธี นับตั้งแต่มีอัครทูต คนเหล่านั้นยิ่งใหญ่กว่าโมเสสหรือเปล่า

ถ้าโมเสสเกิดอยู่ในยุคพระคัมภีร์ใหม่ ท่านคงถูกเรียกว่าเป็นอัครทูตเช่นกัน ในพระคัมภีร์ใหม่องค์พระผู้เป็นเจ้ามีสาวกหลายคนและพระองค์ทรงสอนคนเหล่านั้น ดังนั้นทุกคนที่มีองค์พระผู้เป็นเจ้าเป็นครูของตนและทำตามพระประสงค์ของพระองค์ผู้นั้นคือเป็นอัครทูต แต่ในพระคัมภีร์เดิม โมเสสไม่มีครูเพราะท่านได้รับการสั่งสอนจากพระเจ้าโดยตรง

ในเชิงเปรียบเทียบ กษัตริย์จะไม่มีสาวก เช่นเดียวกัน ในส

มัยพระคัมภีร์เดิมผู้คนได้รับการเปิดเผยจากพระเจ้าโดยตรง ดังนั้นคำว่า "อัครทูต" จึงไม่จำเป็นในเวลานั้น แต่ในพระคัมภีร์ใหม่มีเหล่าสาวกขององค์พระผู้เป็นเจ้าและคนเหล่านั้นถูกเรียกว่าอัครทูต

ยอห์น 14:12 กล่าวว่า "เราบอกความจริงแก่ท่านทั้งหลายว่า ผู้ที่เชื่อในเราจะกระทำกิจการซึ่งเราได้กระทำนั้นด้วยและเขาจะกระทำกิจการที่ยิ่งใหญ่กว่านั้นอีก เพราะว่าเราจะไปถึงพระบิดาของเรา"

ด้วยเหตุนี้ อัครทูตแท้จริงจะอธิษฐานอย่างร้อนรนได้รับฤทธิ์อำนาจจากพระเจ้า และทำการอันเป็นอิทธิฤทธิ์เหมือนองค์พระผู้เป็นเจ้าได้ทรงกระทำ คนเหล่านี้ขับผีออกและรักษาคนป่วยให้หาย เขาเปลี่ยนผู้คนและโน้มน้าวคนเหล่านั้นให้ดำเนินชีวิตในความจริงด้วยพระคำของพระเจ้า ถ้าคนหนึ่งทำตามพระประสงค์ของพระเจ้าอย่างสมบูรณ์ด้วยวิธีนี้ เขาก็จะถูกเรียกว่าอัครทูต

ความรอดผ่านทางพระเจ้าตรีเอกานุภาพ

เรียน คริสตจักรของพระเจ้าที่เมืองโครินธ์ ผู้ได้รับการชำระให้บริสุทธิ์แล้วในพระเยซูคริสต์ ซึ่งพระองค์ได้ทรงเรียกให้เป็นวิสุทธิชน ด้วยกันกับคนทั้งปวงในทุกตำบลที่อ้อนออกพระนามพระเยซูคริสต์องค์พระผู้เป็นเจ้าของเราและของเขา ขอพระคุณและสันติสุขจากพระเจ้าพระบิดาของเราและจากพระเยซูคริสต์เจ้า จงดำรงอยู่กับท่านทั้งหลายเถิด (1:2-3)

ข้อ 2 กล่าวว่า "...ผู้ได้รับการชำระให้บริสุทธิ์แล้วในพระเยซูคริสต์" ข้อนี้พูดถึงผู้คนที่ได้กำจัดทุกสิ่งที่ขัดแย้งกับความจริงทิ้งไป ผู้ที่สวมใส่ความจริงให้กับตนเอง และผู้ที่ดำเนินชีวิตอยู่ในความจริง "วิสุทธิชน" หรือ "ธรรมิกชน" คือผู้คนที่ได้รับการชำระให้บริสุทธิ์ด้วยความจริง คนเหล่านี้คือผู้ที่ดำเนินชีวิตตามพระคำของพระเจ้า

ผู้คนที่ไม่ได้ดำเนินชีวิตอยู่ในพระคำคือผู้คนที่ยังคงทำบาป มีหลายคนที่วิพากษ์วิจารณ์ อิจฉาริษยา และเกลียดชังพี่น้องของตน คนเหล่านี้ไม่ได้รักษาวันอาทิตย์ให้บริสุทธิ์ ดังนั้นเขาอาจเป็น "คนที่ไปโบสถ์" แต่สิ่งนี้ไม่สามารถทำให้

ขาถูกเรียกว่า "วิสุทธิชน" หรือ "ธรรมิกชน" ได้เลย เขาเป็นเหมือนข้าวละมานที่ไม่ได้รับความรอดในสายพระเนตรของพระเจ้า องค์พระผู้เป็นเจ้าจะเสด็จมารับเอาข้าวสาลีที่แท้จริงไปอยู่กับพระองค์แต่ไม่ใช่ข้าวละมาน ดังนั้นเราต้องเป็นข้าวสาลี เราต้องพยายามที่จะบรรลุถึงความรอดอันสมบูรณ์อย่างต่อเนื่องด้วยการดำเนินชีวิตอยู่ในพระคำของพระเจ้า

ในข้อ 3 อัครทูตเปาโลกำลังอวยพรผู้คนที่ไปคริสตจักรและพยายามที่จะเป็นบุตรที่บริสุทธิ์ของพระเจ้า ท่านอวยพรให้เขาดำรงอยู่ในพระคุณและสันติสุข แม้คนเหล่านั้นอาจไม่มีคุณสมบัติที่จะถูกเรียกว่าเป็นธรรมิกชน แต่ผู้คนที่ไปคริสตจักรและเข้าร่วมในการนมัสการก็มีความเชื่อ เพราะเหตุนี้ท่านจึงอวยพรให้ทุกคนได้รับพระคุณและสันติสุข

คำว่า "พระคุณ" ในที่นี้หมายถึงความรอดของพระเยซูคริสต์ที่พระเจ้าทรงประทานให้กับเราโดยไม่คิดมูลค่าซึ่งเราไม่สามารถจ่ายได้ พระเจ้าทรงประทานชีวิตให้กับเราและทรงช่วยผู้คนที่เชื่อในพระนามขององค์พระผู้เป็นเจ้าที่พระองค์ทรงสิ้นพระชนม์เพื่อเราและทรงเป็นขึ้นมาใหม่ นี่คือพระคุณของพระองค์

ถ้าเราเข้าใจความจริงว่าพระเจ้าคือใคร รู้ว่าพระประสงค์ของพระองค์คืออะไร รู้จักวิธีการได้รับพระพรและประพฤติตามพระคำแห่งความจริง สันติสุขก็จะมาเหนือเรา การที่พระเจ้าทรงดลใจให้เปาโลเขียนหนังสือเล่มนี้ของพระคัมภีร์ก็ถือเป็นพระพรของพระเจ้าเช่นกัน

ข้าพเจ้าขอบพระคุณพระเจ้าของข้าพเจ้าในเรื่องท่านทั้งหลายเสมอ เพราะพระคุณของพระเจ้าซึ่งทรงประทานแก่ท่านทั้งหลายโดยพระเยซูคริสต์ เพราะท่านทั้งหลายพรั่งพร้อมด้วยทุกสิ่งทุกอย่างโดยพระองค์ คือพร้อมด้วยวาจาและความรู้ทุกอย่าง ด้วยว่าพยานเรื่องพระคริสต์นั้นเป็นที่รับรองแน่นอนในพวกท่านแล้ว เพื่อว่าท่านทั้งหลายจึงมิได้ขาด

ของประทานเลย ในขณะที่ท่านรอคอยการเสด็จมาของพระเยซูคริสต์องค์พระผู้เป็นเจ้าของเรา (1:4-7)

อัครทูตเปาโลพูดอยู่เสมอว่าท่านขอบพระคุณพระเจ้า เราผู้ที่ได้รับความรอดผ่านทางพระคุณของพระเยซูคริสต์ควรพูดเหมือนอัครทูตเปาโลด้วยเช่นกัน

มีผู้คนพูดว่าผู้เชื่อเก่งในการพูด (และเป็นสิ่งที่ถูกต้อง) ถ้าเราสวมยุทธภัณฑ์ด้วยความจริงเราจะเป็นคนที่เก่งในการพูด แต่เป็นเพราะพระวิญญาณบริสุทธิ์อยู่ในจิตใจของเราที่ทำให้เราพูดได้ดีและไม่ใช่ความสามารถของเราเอง ดังนั้นแม้แต่ผู้คนที่มีลักษณะเงียบขรึมก็สามารถเป็นพยานเกี่ยวกับพระเยซูคริสต์ได้อย่างกล้าหาญเมื่อเขาเรียนรู้พระคำของพระเจ้า

ข้อ 6 กล่าวว่า "ด้วยว่าพยานเรื่องพระคริสต์นั้นเป็นที่รับรองแน่นอนในพวกท่านแล้ว" พยานเรื่องพระคริสต์ซึ่งเป็นที่รับรองในพวกเรานี้คืออะไร พระเยซูเสด็จเข้ามาในโลกนี้ในฐานะบุตรของพระเจ้าและทรงไถ่เราให้พ้นจากบาปด้วยการสิ้นพระชนม์บนกางเขน พระองค์ทรงทำให้น้ำพระทัยของพระเจ้าสำเร็จและทรงเป็นขึ้นมาใหม่ ภายหลังพระองค์เสด็จขึ้นสู่สวรรค์ แต่ก่อนการเสด็จขึ้นไปของพระองค์พระเยซูทรงสัญญากับเราว่าพระองค์จะเสด็จกลับมาอีก เมื่อเราฟังพระคำแห่งความจริงนี้จากศิษยาภิบาลและพี่น้องในความเชื่อ ความเชื่อของเราก็เติบโตขึ้นและสิ่งนี้ก็เป็นที่รับรอง

พระเยซูทรงทำให้พระบัญญัติสำเร็จด้วยความรัก เราสามารถดำเนินชีวิตอยู่ในพระคำแห่งความจริงด้วยเช่นกันถ้าเรารักพระเจ้าอย่างครบถ้วนและสมบูรณ์ ผู้คนที่รักพระคำของพระเจ้าจะเฝ้ารอคอยการเสด็จมาครั้งที่สองของเจ้าบ่าวของเราซึ่งได้แก่พระเยซูคริสต์ตามที่ปรากฏอยู่ในวิวรณ์ 22:20

พระคัมภีร์เปรียบองค์พระผู้เป็นเจ้าเหมือนเจ้าบ่าวและผู้เชื่อเหมือนเจ้าสาว ดังนั้นไม่ใช่เฉพาะผู้หญิงเท่านั้นที่ถูกเรียก

ว่า "เจ้าสาว" ขององค์พระผู้เป็นเจ้าแต่ผู้ชายทุกคนด้วยเช่นกัน ผู้คนทีมีของประทานแห่งความรัก (นันคือ ผู้คนทีดำเนินชีวิตอยู่ใ นความจริง) จะโหยหาและเฝ้ารอคอยองค์พระผู้เป็นเจ้าผู้ทรงเป็นเ จ้าบ่าวของเราเพราะคนเหล่านีกำลังเตรียมตัวเองเหมือนเจ้าสาวเต รียมตัวรอเจ้าบ่าว

ดังนันข้อ 7 จึงกล่าวว่า "เพือว่าท่านทังหลายจึงมิได้ขาดของป ระทานเลย ในขณะทีท่านรอคอยการเสด็จมาของพระเยซูคริสต์อ งค์พระผู้เป็นเจ้าของเรา" คำว่า "ของประทาน" ในข้อนีหมายถึงข องประทานแห่งความรักตามทีบรรยายไว้ใน 1 โครินธ์บทที 13 นี เป็นของประทานทีจะรักพระเจ้าด้วยสืนสุดจิตใจ สืนสุดความคิด และสืนสุดวิญญาณของเรา

พระองค์จะทรงให้ท่านมันคงอยู่จนถึงที่สุด เพื่อให้ท่านป ราศจากที่ติในวันของพระเยซูคริสต์องค์พระผู้เป็นเจ้าของเรา พระเจ้าทรงสัตย์ซื่อ พระองค์ได้ทรงเรียกท่านให้สัมพันธ์สนิทกับพระบุต รของพระองค์ คือพระเยซูคริสต์องค์พระผู้เป็นเจ้าของเรา (1:8-9)

คำว่า "พระองค์" ในทีนี (ซึงหมายถึงองค์พระผู้เป็นเจ้า) เป็นกา รพูดถึงพระเยซูคริสต์และพระวิญญาณบริสุทธิในเวลาเดียวกัน เร าไม่สามารถละทิงการดำเนินชีวิตอยู่ความผิดบาปได้ถ้าปราศจาก การทรงช่วยเหลือของพระวิญญาณบริสุทธิ พระเจ้าทรงประทานพ ระวิญญาณบริสุทธิเป็นของขวัญให้แก่เราเมือเราต้อนรับเอาพระเ ยซูคริสต์ พระวิญญาณบริสุทธิทรงช่วยเราให้เข้าใจความจริงและใ ห้มีความสามารถทีจะดำเนินชีวิตอยู่ในพระคำเช่นกัน

ข้อ 8 กล่าวว่า "พระองค์จะทรงให้ท่านมันคงอยู่จนถึงทีสุด เพือ ให้ท่านปราศจากทีติในวันของพระเยซูคริสต์องค์พระผู้เป็นเจ้าขอ งเรา" วันของพระเยซูคริสต์องค์พระผู้เป็นเจ้าของเราหมายถึงวันแ ห่งการเสด็จมาครังทีสองของพระเยซูคริสต์หรือวันแห่งการพิพาก

ษา คำว่า "ท่าน" ในข้อนี้ไม่ได้หมายถึงสมาชิกคริสตจักรในเมืองโครินธ์เท่านั้น แต่หมายถึงบุตรของพระเจ้าทุกคน

เราได้รับความรอดในพระนามของพระเยซูคริสต์ ถ้าเช่นนั้นเราได้รับความรอดผ่านทางพระเยซูคริสต์เท่านั้นโดยไม่มีพระเจ้าได้หรือไม่ พระเยซูคริสต์เสด็จเข้ามาในโลกนี้โดยความรักของพระเจ้าและเราได้รับความรอดเพราะพระเยซูคริสต์ทรงไถ่เราให้พ้นจากบาปของเรา

นั่นไม่ได้หมายความว่าเราได้รับความรอดโดยพระเจ้าและพระเยซูคริสต์เพียงเท่านั้น เราไม่สามารถรอดได้ถ้าพระวิญญาณบริสุทธิ์ไม่ได้อยู่ที่นั่นเพื่อเรา เมื่อเราสารภาพว่าเราเป็นคนบาปและถ่อมใจยอมรับเอาพระเยซูคริสต์เป็นพระผู้ช่วยให้รอดของเรา พระวิญญาณบริสุทธิ์ทรงเสด็จเข้ามาในจิตใจของเราและทรงนำให้ดำเนินชีวิตอยู่ในความจริง พระองค์ทรงทำให้เรารู้ถึงความบาป ความชอบธรรม และการพิพากษาและทรงประทานพระคุณและกำลังให้กับเราเพื่อเราจะมั่นคงในความเชื่อและได้รับความรอด

ด้วยเหตุนี้ เราควรเข้าใจว่าเราได้รับความรอดโดยผ่านพระเจ้าตรีเอกานุภาพ นั่นคือ โดยผ่านพระบิดา พระบุตร และพระวิญญาณบริสุทธิ์ จนกว่าจะถึงเวลาแห่งการพิพากษา พระเยซูคริสต์และพระวิญญาณบริสุทธิ์ทรงทำให้เรามั่นคงเพื่อให้ปราศจากตำหนิจนถึงวาระสุดท้าย

ข้อ 9 กล่าวว่า "พระเจ้าทรงสัตย์ซื่อ พระองค์ได้ทรงเรียกท่านให้สัมพันธ์สนิทกับพระบุตรของพระองค์ คือพระเยซูคริสต์องค์พระผู้เป็นเจ้าของเรา" ข้อนี้กล่าวว่า "พระองค์ได้ทรงเรียกท่าน" เพราะพระเจ้าทรงเรียกเรามายังคริสตจักรเพื่อจะเชื่อในพระเยซูคริสต์ เราไม่ได้มาอยู่ต่อพระพักตร์พระเจ้าด้วยตนเอง ไม่มีใครสามารถมาหาพระเจ้าได้เว้นแต่บุคคลนั้นได้รับการทรงเรียกจากพระเจ้า ด้วยเหตุนี้เราจึงไม่ควรพูดว่าเรามาที่คริสตจักรและได้รับความรอดด้วยการเริ่มต้นของเราเอง เราได้รับการทรงเรียก

พระนามที่ใช้เรียกพระเยซูนั้นมีอยู่มากมาย เช่น "พระบุตรของพระองค์" "พระเยซู" "พระคริสต์" และ "องค์พระผู้เป็นเจ้าของเรา" เป็นต้น สิ่งนี้ไม่ใช่เพราะว่าพระเจ้าทรงชื่นชอบความสลับซับซ้อน แต่เป็นเพราะว่าพระนามเหล่านี้มีความหมายฝ่ายวิญญาณแตกต่างกัน

พระเจ้าทรงมีความลับและแผนการที่พระองค์ได้ทรงซ่อนไว้ตั้งแต่ก่อนปฐมกาล แผนการนั้นคือความรอดของเราและความลับนั้นคือพระเยซูคริสต์ เมื่อพระเยซูถึงเรียกว่า "พระบุตรของพระองค์" สิ่งนี้หมายความว่าพระเยซูทรงเป็นพระบุตรเพียงองค์เดียวของพระเจ้า พระบุตรของพระองค์เสด็จเข้ามาในโลกในฐานะ "พระเยซู" ซึ่งแปลว่า "ผู้ที่จะช่วยชนชาติของท่านให้รอดจากความผิดบาปของเขาทั้งหลาย" (มัทธิว 1:21)

"พระคริสต์" แปลว่า "ผู้ที่ได้รับการเจิม" และนี่คือผู้ซึ่งได้รับคำสั่งโดยตรงจากพระเจ้า กล่าวคือ "พระบุตรของพระองค์ พระเยซูคริสต์องค์พระผู้เป็นเจ้าของเรา" มีความหมายว่า "พระบุตรองค์เดียวของพระเจ้าผู้ทรงเป็นความลับที่ถูกซ่อนไว้ตั้งแต่ก่อนปฐมกาล ผู้ทรงมาบังเกิดในโลกนี้เพื่อช่วยประชากรของพระองค์ให้รอดพ้นจากบาปของเขา และผู้ทรงไถ่เราให้พ้นจากความบาปของเราและทรงประทานความรอดให้แก่เรา เพราะฉะนั้นพระองค์จึงเป็นพระผู้ช่วยให้รอดของเรา"

ความหมายนี้ยังบอกเช่นกันว่าพระเจ้าทรงสัตย์ซื่อ สิ่งนี้หมายความว่าพระเจ้าทรงสมควรต่อการไว้วางใจและทรงสัตย์จริง นอกจากนั้น เมื่อเรายกย่องสรรเสริญพระเจ้าเราพูดว่าพระองค์ทรงสัตย์ซื่อเช่นกัน เราสรรเสริญความยิ่งใหญ่สูงสุดของพระองค์ด้วยคำพูดนี้ โดยทั่วไปเราสามารถพูดถึงความงดงาม ความน่ารัก และความเมตตาของพระเจ้าด้วยการกล่าวว่าพระเจ้าทรงสัตย์ซื่อ

ขอให้ท่านเห็นพร้อมกัน

พี่น้องทั้งหลาย ข้าพเจ้าจึงวิงวอนท่านในพระนามของพระเยซูคริสต์องค์พระผู้เป็นเจ้าของเรา ขอให้ท่านเห็นพร้อมกันในทางวาจาและไม่มีการแตกแยกกันระหว่างพวกท่าน แต่ขอให้ท่านเป็นน้ำหนึ่งใจเดียวกันในทางความคิดและตัดสินอย่างเดียวกัน พี่น้องทั้งหลายของข้าพเจ้า คนในครอบครัวของนางคะโลเอได้เล่าเรื่องของท่านให้ข้าพเจ้าฟังว่า เกิดมีการทุ่มเถียงกันในระหว่างพวกท่าน เดียวนี้ข้าพเจ้าหมายความว่า พวกท่านต่างก็กล่าวว่า “ข้าพเจ้าเป็นศิษย์เปาโล” หรือ “ข้าพเจ้าเป็นศิษย์อปอลโล” หรือ “ข้าพเจ้าเป็นศิษย์เคฟาส” หรือ “ข้าพเจ้าเป็นศิษย์พระคริสต์” (1:10-12)

เปาโลวิงวอนให้บุตรของพระเจ้าทุกคนเห็นพร้อมกัน แต่ทุกคนจะเห็นพร้อมกันได้อย่างไรในเมื่อแต่ละคนมีความคิดและมาตรฐานที่แตกต่างกัน วลีที่ว่า “ขอให้ท่านเห็นพร้อมกัน” ในที่นี้หมายถึงเราสามารถเห็นพร้อมกันได้เมื่อเราเข้าใจพระคำของพระเจ้าอย่างถูกต้องและดำเนินชีวิตอยู่ในความจริง

ถ้ามีการทะเลาะวิวาทกันก็หมายความว่าเรายังคงมีความคิดแห่งความเท็จและเราไม่ได้เป็นอันหนึ่งอันเดียวกันกับพระเจ้า ด้วยเหตุนี้ สาระสำคัญของพระคำข้อนี้ก็คือว่าเราต้องกำจัดความคิดอันเป็นเท็จทิ้งไปและดำรงอยู่ในความจริง

ถ้าเราดำเนินชีวิตอยู่ในพระคำของพระเจ้า จิตใจ ความต้องการ และความคิดของเราจะกลายเป็นหนึ่งเดียวโดยธรรมชาติ จิตใจ ความคิด และวิญญาณจิตรวมทั้งความต้องการและความคิดของเราจะเป็นหนึ่งเดียวกันได้เมื่อเราทำตามพระสุรเสียงของพระวิญญาณบริสุทธิ์เพราะความจริงเป็นหนึ่งเดียว

ยกตัวอย่าง สมมุติว่าคนหนึ่งกำลังขอคำแนะนำจากที่ปรึกษาหลายคนสำหรับการชี้แนะและการชี้นำฝ่ายวิญญาณ แน่นอน ที่ปรึกษาแต่ละคนจะไม่ให้คำตอบเหมือนกันทุกอย่าง สาเหตุก็เพราะว่าคนเหล่านี้ไม่ได้เป็นอันหนึ่งอันเดียวกันในความจริง แต่ถ้าที่ปรึกษาหรือศิษยาภิบาลเหล่านั้นสวมยุทธภัณฑ์ให้กับตนเองด้วยพระคำของพระเจ้าและได้ยินพระสุรเสียงของพระวิญญาณบริสุทธิ์อย่างชัดเจน คนเหล่านั้นก็จะให้คำตอบเกือบเหมือนกันทุกอย่าง

เหมือนที่โรม 8:14 กล่าวว่า "ด้วยว่าพระวิญญาณของพระเจ้าได้ทรงนำพาคนหนึ่งคนใด คนเหล่านั้นก็เป็นบุตรของพระเจ้า" คำตอบของคนเหล่านั้นเหมือนกันได้เพราะพระวิญญาณบริสุทธิ์นำเขา อัครทูตเปาโลวิงวอนคนเหล่านั้นว่า "...[เพื่อ]ไม่มีการแตกแยกกันระหว่างพวกท่าน แต่ขอให้ท่านเป็นน้ำหนึ่งใจเดียวกันในทางความคิดและตัดสินอย่างเดียวกัน" เราต้องสวมใส่ตัวเราด้วยพระคำของพระเจ้าเพียงอย่างเดียวเพราะพระคำของพระเจ้าเป็นความจริงหนึ่งเดียวและเป็นมาตรฐานการตัดสินที่แท้จริงเพียงอันเดียว

ท่านเป็นคนประเภทยืนกรานแบบหัวชนฝาว่าท่านเป็นฝ่ายถูก และก่อให้เกิดความแตกแยกและการเป็นคนแปลกหน้ากันในหมู่พี่น้องหรือไม่ พระเจ้าทรงเรียกการกระทำเช่นนั้นว่าธรรมศาลาของซาตานและพระองค์ไม่ทรงยกโทษให้กับสิ่งนั้น ในคริสตจักรต้องไม่มีการแตกแยกกันเลย

เปาโลรู้ว่ามีการแตกแยกกันในคริสตจักรโครินธ์จากคนในครอบครัวของนางคะโลเอ สมาชิกคริสตจักรโครินธ์ทำตามความคิดของตนเองและไม่ได้ยืนหยัดอยู่ในความจริง สิ่งนี้ก่อให้เกิดการแตกแยกในหมู่คนเหล่านั้น เพราะเหตุนี้เขาจึงพูดว่า "ข้าพเจ้าเป็นศิษย์เปาโล" หรือ "ข้าพเจ้าเป็นศิษย์อปอลโล"

ในปัจจุบันเราเห็นการแตกแยกกันอยู่บ่อยครั้งในคริสตจักร สิ่งนี้ไม่ได้เกิดจากการดลใจของพระวิญญาณบริสุทธิ์ แต่เกิดจากการยุยงของซาตาน ถ้าผู้ใดก่อให้เกิดการแตกแยกเพราะความคิดของเขาขัดแย้งกับพระคำของพระเจ้า สิ่งนี้คือธรรมศาลาของซาตาน

ครั้งหนึ่งผมเคยเดินทางไปยังพื้นที่แห่งหนึ่งเพื่อนำการฟื้นฟูที่นั่น พื้นที่นั้นมีคริสตจักรอยู่ประมาณ 40 แห่ง ผมได้ยินว่าคริสตจักรหลายแห่งมีการแตกก๊กแตกเหล่ากันอยู่ภายใน เพราะเหตุนี้ศิษยาภิบาลจึงไม่สามารถรับใช้อยู่ในพื้นที่แห่งนั้นได้ยาวนานนัก ผมรู้สึกเสียใจมากที่ได้ยินถึงเรื่องนี้ คนเหล่านั้นมีการฟ้องร้องกันเนื่องจากแต่ละคนพยายามที่จะเป็นผู้นำ เรื่องในทำนองนี้เกิดจากซาตาน

ในมัทธิว 26:21 พระเยซูตรัสกับสาวกของพระองค์ว่าพระองค์ต้องเสด็จไปกรุงเยรูซาเล็มและต้องทนทุกข์ทรมานหลายประการจากพวกผู้ใหญ่ พวกปุโรหิตใหญ่ และพวกธรรมาจารย์และต้องถูก

ประหาร แต่ในวันที่สามจะทรงถูกชุบให้เป็นขึ้นมาใหม่ เมื่อได้ยินเช่นนั้นเปโตรทูลว่าขออย่าให้สิ่งนั้นเกิดขึ้นกับองค์พระผู้เป็นเจ้าเลย เปโตรทูลเช่นนั้นเพราะเขารักพระอาจารย์ของตน แต่พระเยซูตรัสว่า "อ้ายซาตาน จงถอยไปข้างหลังเรา" เพราะการที่พระเยซูทรงทนทุกข์บนกางเขนนั้นเป็นน้ำพระทัยของพระเจ้าและสิ่งนี้คือการทำให้การจัดเตรียมในเรื่องความรอดสำเร็จเป็นจริง

แน่นอนพระเยซูไม่ได้หมายความว่าเปโตรคือซาตาน พระองค์ตรัสเช่นนั้นก็เพราะเปโตรมีความคิดฝ่ายเนื้อหนัง คำพูดของเปโตรไม่ได้มาจากพระวิญญาณบริสุทธิ์แต่มาจากการทำงานของซาตาน

เพื่อให้เป็นบุตรที่รักของพระเจ้า เราไม่ควรใส่ร้ายหรือวิพากษ์วิจารณ์คนอื่นและก่อความแตกแยกให้เกิดขึ้น เราต้องมีจิตใจและความตั้งเป็นหนึ่งเดียวกันในองค์พระผู้เป็นเจ้าด้วยความเกรงกลัวและความรักที่มีต่อพระเจ้า เราควรรักเพื่อนบ้านเหมือนรักตนเองด้วยการร้องไห้อธิษฐานเผื่อเขาด้วยเช่นกัน

ข้อ 12 กล่าวว่า "เดี๋ยวนี้ข้าพเจ้าหมายความว่าพวกท่านต่างก็กล่าวว่า 'ข้าพเจ้าเป็นศิษย์เปาโล' หรือ 'ข้าพเจ้าเป็นศิษย์อปอลโล' หรือ 'ข้าพเจ้าเป็นศิษย์เคฟาส'หรือ 'ข้าพเจ้าเป็นศิษย์พระคริสต์'"

การแตกแยกจะเกิดขึ้นในคริสตจักรได้อย่างไร ศิษยาภิบาลและผู้ปกครองไม่ใช่ผู้ที่ไถ่เราให้พ้นจากบาปด้วยการตายบนไม้กางเขน ทุกคนเป็นของพระเยซูคริสต์เพราะพระเยซูทรงสิ้นพระชนม์เพื่อไถ่มนุษย์ทุกคนให้พ้นจากความผิดบาป อย่าให้ใครพูดว่าเราเป็นของศิษยาภิบาลคนหนึ่งคนใดหรือเป็นของใคร แต่เราเป็นของพระเยซูคริสต์องค์พระผู้เป็นเจ้าของเรา

ด้วยเหตุนี้ เราไม่ควรพูดว่า "ผมไม่พอใจเพราะผู้เชื่อคนนั้น เพราะเหตุนี้ผมจึงไม่มาโบสถ์" เรามาโบสถ์เพื่อมองดูพระเยซูคริสต์เท่านั้น ดังนั้นเราไม่ควรสะดุดเพราะมนุษย์ นอกจากนั้น สาเหตุที่คนโกรธง่ายก็เพราะเขามีจิตใจคับแคบ คนที่มีจิตใจกว้างขวางจะไม่เป็นคนอารมณ์ร้อนเพราะเขาสามารถยอมรับและโอบอุ้มคนอื่นเอาไว้ได้ ถ้าผู้ใดกำลังวิพากษ์วิจารณ์ พิพากษาคนอื่น อารมณ์ร้อน หรือก่อให้เกิดความแตกแยก เขาควรมองย้อนกลับไปดูตนเองอย่างถ่อมใจ

การทำเช่นนี้จะช่วยให้เรามีความมุ่งมั่นในการกำจัดสิ่งที่ต่อสู้กับพระคำของพระเจ้าทิ้งไป ไว้วางใจในพระคำของพระเจ้าและเชื่อฟังพระองค์ จากนั้นเราก็สามารถอยู่ในความรักของพระเจ้า

พระคริสต์แบ่งออกเป็นหลายองค์แล้วหรือ เขาได้ตรึงเปาโลเพื่อท่านทั้งหลายหรือ ท่านได้รับบัพติศมาในนามของเปาโลหรือ ข้าพเจ้าขอบพระคุณพระเจ้าที่ข้าพเจ้ามิได้ให้บัพติศมาแก่ผู้หนึ่งผู้ใดในพวกท่าน เว้นแต่คริสปัสและกายอัส ดังนั้น จึงไม่มีผู้ใดกล่าวได้ว่า ข้าพเจ้าได้ทำพิธีบัพติศมาในนามของข้าพเจ้าเอง (1:13-15)

เปาโลกล่าวว่า "พระคริสต์แบ่งออกเป็นหลายองค์แล้วหรือ" ท่านรู้สึกเสียใจอย่างยิ่งต่อการแตกแยกที่เกิดขึ้นในคริสตจักรโครินธ์ ท่านขอบพระคุณพระเจ้าที่ท่านได้ให้บัพติศมาแก่คนเพียงไม่กี่คนในคริสตจักรแห่งนั้นเพราะผู้เชื่อบางคนในคริสตจักรโครินธ์เข้าใจผิดว่าตนได้รับความรอดผ่านทางบุคคลที่ให้บัพติศมาแก่เขา

เปาโลสอนคนเหล่านั้นด้วยความจริง แต่เขากลับ

เข้าใจผิดโดยคิดว่าเปาโลเป็นผู้ให้ความรอดแก่เขา เปาโลคงรู้สึกอับอายมากทีเดียว ดังนัน ถ้าเปาโลให้บัพติศมากับผู้เชือมากกว่านัน คนเหล่านันคงรับใช้ท่านเหมือนกับท่านเป็นพระผู้ช่วยให้รอดของเขา เพราะเหตุนีเปาโลจึงขอบพระคุณพระเจ้าทีท่านได้ให้บัพติศมากับคนเพียงไม่กีคนเท่านัน

ศิษยาภิบาลหรือผู้รับใช้ของพระเจ้าเพียงแต่นำผู้คนไปอยู่ข้างพระเจ้าด้วยการสอนคนเหล่านันว่าพระเยซูคริสต์ทรงเป็นพระผู้ช่วยให้รอด คนเหล่านีไม่สามารถให้ความรอดแก่ใครได้เหมือนทีกล่าวไว้ใน 1 โครินธ์ 3:6 ว่ามนุษย์เพียงแต่ปลูกและรดน้ำเท่านันและพระองค์ผู้ทรงทำให้เติบโตขึนคือพระเจ้าแต่เพียงผู้เดียว

พระเยซูคริสต์เท่านันทีทรงเป็นพระผู้ช่วยให้รอด บางคนถามคำถามต่อไปนี "ท่านศิษยาภิบาลครับ การทีผู้เชือติดตามท่านเหมือนติดตามพระเยซูนันไม่ผิดหรือ" จากนันผมตอบว่า "ไม่หรอก ไม่มีสมาชิกคริสตจักรของผมคนใดคิดว่าผมเป็นผู้ช่วยให้รอดของเขา เขาติดตามผมเพียงเพราะผมเป็นผู้รับใช้ขององค์พระผู้เป็นเจ้าซึงพระเจ้าทรงสำแดงการทำงานของพระองค์ผ่านทางผม" ทีจริง ผมรู้สึกอายทีได้ยินคำถามแบบนันตังแต่แรก ผมเข้าใจได้ว่าเปาโลรู้สึกอย่างไรเมือกำลังเขียนจดหมายส่วนนี

ปัจจุบันมีบางคนทีอ้างว่าเขาเป็น "ผู้ช่วยให้รอด" หรือเป็น "ต้นมะกอกเทศ" (โฮเชยา 14:6) และมีผู้คนทีติดตามคนเหล่านี นีเป็นสิงทีน่าสมเพชมากทีเดียว

ถ้าผมพูดว่า "ผมเป็นพระเจ้า ติดตามผมมาสิ" ไม่มีสมาชิกคริสตจักรของผมคนใดจะเชือผมเพราะคนเหล่านีได้รับการปลูกฝังเป็นอย่างดีในเรืองความจริงของพระเจ้า

การรักผู้รับใช้ของพระเจ้าผู้ซึ่งพระเจ้าทรงรักคือการรักคริสตจักรและการรักคริสตจักรคือการรักพระเจ้า เพราะเรารักพระเจ้าเราจึงรักผู้รับใช้ของพระเจ้าที่ชี้นำเราไปสู่ความรอด ถ้าเราพูดว่าเรารักพระเจ้าโดยไม่รักศิษยาภิบาลที่เรามองเห็นการพูดเช่นนี้คือการโกหก

ทุกคนล้วนต้องการให้พ่อแม่ของตนเป็นคนที่น่าเคารพนับถือและเป็นคนที่ยอดเยี่ยมที่สุดเท่าที่จะเป็นได้ ถ้าลูก ๆ ไม่ไว้วางใจพ่อแม่ของตนโอกาสที่เขาจะหลงเจินนั้นก็ไม่มีมาก ถ้าเราไม่ไว้วางใจศิษยาภิบาลที่นำเรา เป็นการยากที่เราจะอุทิศตนเองให้กับคริสตจักร

เราจะทำตัวเหินห่างจากคริสตจักรโดยธรรมชาติเพราะเราไม่รู้รักพระเจ้า ถ้าศิษยาภิบาลของคริสตจักรไม่สามารถเป็นที่เคารพนับถือ สิ่งนี้ถือเป็นเรื่องที่น่าเศร้ามาก

ข้าพเจ้าได้ให้บัพติศมาแก่ครอบครัวของสเทฟานัสด้วย แต่นอกจากคนเหล่านั้นแล้ว ข้าพเจ้าไม่ทราบว่าข้าพเจ้าได้ให้บัพติศมาแก่ผู้ใดอีกบ้าง (1:16)

เปาโลพูดว่าในคริสตจักรโครินธ์ท่านเคยให้บัพติศมากับคริสปัสและกายอัสเท่านั้น แต่ในข้อนี้ท่านพูดเช่นกันว่าท่านให้บัพติศมากับครอบครัวของสเทฟานัสด้วย ท่านให้บัพติศมากับคนเหล่านี้ในแคว้น อาคายาในช่วงการเดินทางไปแพร่ธรรมของท่าน

1 โครินธ์ 16:15-18 กล่าวว่า "พี่น้องทั้งหลาย ท่านรู้ว่าครอบครัวของสเทฟานัสเป็นผลแรกในแคว้นอาคายาและพวกเขาได้ถวายตัวไว้ในการปรนนิบัติวิสุทธิชนทั้งปวง ข้าพเจ้าขอให้ท่านทั้งหลา

ยอยู่ใต้บังคับคนเช่นนั้นและคนทั้งปวงที่ช่วยทำการด้วยกันนั้นกับเราทีสเทฟานัสและฟอร์ทูนาทัส และอาคายคัสมาแล้วนั้น ข้าพเจ้าก็ชื่นชมยินดีเพราะว่าสิ่งซึ่งท่านทั้งหลายขาดนั้น เขาเหล่านั้นได้มาทำให้ครบเพราะเขาทำให้จิตใจของข้าพเจ้าและของท่านทั้งหลายชุ่มชื่น ฉะนั้นท่านทั้งหลายจงรับรองคนเช่นนั้น”

สเทฟานัสเป็นคนสัตย์ซื่อที่ได้อุทิศตนเพื่อพันธกิจในหมู่ธรรมิกชนและอัครทูตเปาโลให้บัพติศมากับเขาด้วยตัวท่านเอง จากนั้นเปาโลวิงวอนให้คนอื่นยอมรับคนเช่นนี้ ท่านยังเรียกร้องให้เขาเชื่อฟังไม่เพียงแต่คนที่อุทิศตนเองเพื่อรับใช้ผู้เชื่อเท่านั้นแต่ให้เชื่อฟังทุกคนที่ช่วยในการรับใช้และพันธกิจเช่นกัน

ในโลกนี้ ผู้คนมักเชื่อฟังคนที่มีตำแหน่งสูงกว่าหรือมีอำนาจมากกว่าตน แต่คริสเตียนไม่ควรมองไปที่สถานะทางสังคม อำนาจ หรือทรัพย์สินเงินทอง เราควรถือว่าการเชื่อฟังผู้คนที่สัตย์ซื่อต่อองค์พระผู้เป็นเจ้าเป็นสิ่งที่สูงส่งเพราะเราไม่ถือว่าฐานะทางสังคม อำนาจ หรือทรัพย์สินเงินทองเป็นสิ่งสำคัญในองค์พระผู้เป็นเจ้า

เราควรคิดว่าเราจะเชื่อฟังผู้คนแห่งความเชื่อที่อุทิศชีวิตของตนเพื่อพันธกิจอย่างไร เราควรย้อนกลับไปดูว่าเราพูดถึงคนเหล่านั้นอย่างหยาบคายหรือพิพากษาผู้คนเช่นนั้นหรือไม่ อัครทูตเปาโลวิงวอนผู้เชื่อแห่งโครินธ์ให้ยอมรับผู้คนที่สัตย์ซื่อในองค์พระผู้เป็นเจ้าและทำให้คนอื่นรู้ว่าเขาเคารพคนเหล่านั้นและการงานที่เขากำลังทำอยู่อย่างไรบ้าง

ในข้อ 16 อัครทูตเปาโลกล่าวว่า “ข้าพเจ้าได้ให้บัพติศมาแก่ครอบครัวของสเทฟานัสด้วย แต่นอกจากคนเหล่านั้นแล้ว ข้าพเจ้าไม่ทราบว่าข้าพเจ้าได้ให้บัพติศมาแก่ผู้ใดอีกบ้าง” ท่านกล่าวเช่นนั้นก็เพราะว่าความทรงจำของท่านค่อนข้างจะเลือนรางหลังจากเวลาอั

นยาวนานในการเดินทางเพื่อแพร่ธรรม

ถ้าเช่นนั้นอัครทูตเปาโลให้บัพติศมากับคนสามคนเท่านั้นหรือ ในกิจการ 16:33 เมื่ออัครทูตเปาโลและสิลาสถูกจำคุก ผู้คุมคุกและครอบครัวของท่านได้ต้อนรับเอาองค์พระผู้เป็นเจ้าและได้รับบัพติศมาจากเปาโล นี่เป็นเพียงความเลือนรางเกี่ยวกับความทรงจำของเปาโลในเวลานั้นเท่านั้นเอง

เพราะว่าพระคริสต์มิได้ทรงใช้ข้าพเจ้าไปเพื่อให้เขารับบัพติศมา แต่เพื่อให้ประกาศข่าวประเสริฐ แต่มิใช่ด้วยชั้นเชิงฉลาดในการพูด เกรงว่าเรื่องกางเขนของพระคริสต์จะหมดฤทธิ์เดช (1:17)

พระเจ้าไม่ได้ทรงแต่งตั้งผู้รับใช้ของพระองค์และอนุญาตให้เขายืนอยู่บนธรรมาสน์เพื่อให้เขาจดจ่ออยู่กับพิธีบัพติศมา พระองค์ทรงอนุญาตให้เขาประกาศเรื่องกางเขนและพระกิตติคุณเพื่อว่าผู้คนจะได้รับความรอด

แต่ละคนจะมีระดับที่แตกต่างกันในการใช้ถ้อยคำ บางคนมีความรู้กว้างขวางในขณะที่บางคนมีทักษะเรื่องการพูดในที่สาธารณะเป็นอย่างดี เพราะเหตุนี้เขาจึงประกาศด้วยถ้อยคำแห่งความรู้หรือถ่ายทอดความคิดทางด้านปรัชญาอย่างลึกซึ้ง แต่อัครทูตเปาโลไม่ได้ประกาศพระกิตติคุณด้วยความรู้ของโลกนี้หรือด้วยการพูดที่เฉลียวฉลาด

บางคนพูดว่าเขาไม่สามารถประกาศข่าวประเสริฐเพราะเขาไม่มีสติปัญญาในเรื่องคำพูด แม้ว่านักเทศน์จะไม่มีทักษะการพูดที่ดี การทำงานของพระวิญญาณบริสุทธิ์จะเกิดขึ้นเมื่อเขาเทศน์ว่าพระเจ้าและพระเยซูคริสต์คือใครและพูดถึงหนทางแห่งไม้กางเขน

การเป็นขึ้นมาจากความตาย การเสด็จมาครั้งที่สองขององค์พระผู้เป็นเจ้า รวมทั้งพูดถึงสวรรค์และนรก

เมื่อวันเวลาผ่านไปผู้คนมีความรู้และการศึกษามากขึ้น แต่เขาไม่ได้มีชีวิตทางด้านศีลธรรมที่ดีขึ้น ตรงกันข้าม ผู้คนกลับเปรอะเปื้อนด้วยความรวดเร็วยิ่งขึ้น เราไม่สามารถเปลี่ยนจิตใจของมนุษย์หรือปลูกฝังความเชื่อไว้ในเขาด้วยความเฉลียวฉลาดในการพูดหรือด้วยความรู้ของโลกนี้

เพราะเหตุนี้ ข้อ 17 จึงกล่าวว่า "...มิใช่ด้วยชั้นเชิงฉลาดในการพูด เกรงว่าเรื่องกางเขนของพระคริสต์จะหมดฤทธิ์เดช" การประกาศพระกิตติคุณด้วยความรู้ของโลกนี้หรือด้วยความเฉลียวฉลาดในการพูดไม่สอดคล้องกับน้ำพระทัยของพระเจ้า ดังนั้นพระวิญญาณบริสุทธิ์จึงไม่สามารถทำงานผ่านคนที่ใช้วิธีการเหล่านี้ได้

พระเจ้าทรงเป็นพระวิญญาณและพระคำของพระองค์เป็นถ้อยคำของมิติที่สี่ซึ่งเป็นมิติฝ่ายวิญญาณเช่นกัน 1 โครินธ์ 2:13 กล่าวว่า "คือสิ่งเหล่านั้นที่เราได้กล่าวด้วยถ้อยคำซึ่งมิใช่ปัญญาของมนุษย์สอนไว้ แต่ด้วยถ้อยคำซึ่งพระวิญญาณบริสุทธิ์ได้ทรงสังสอน ซึ่งเปรียบเทียบสิ่งที่อยู่ฝ่ายจิตวิญญาณกับสิ่งซึ่งเป็นของจิตวิญญาณ" เราไม่สามารถเข้าใจพระคำของพระเจ้าถ้าปราศจากความช่วยเหลือของพระวิญญาณบริสุทธิ์

อพยพ 12:8-9 พูดถึงวิธีการกินแกะ พระคัมภีร์ตอนนี้กล่าวว่า "ในคืนวันนั้นให้เขากินเนื้อปิ้ง กับขนมปังไร้เชื้อและผักรสขม เนื้อที่ยังดิบหรือเนื้อต้มอย่ากินเลย แต่จงปิ้งทั้งหัวและขาและเครื่องในด้วย"

แกะในอพยพในฝ่ายวิญญาณหมายถึงพระเยซูคริสต์ ยอห์น 1:29 บันทึกไว้ว่า "จงดูพระเมษโปดกของพระเจ้า ผู้ทรงรับควา

มผิดบาปของโลกไปเสีย" เราจะไม่มีชีวิตและไม่ได้รับชีวิตนิรันดร์เว้นแต่เราจะกินเนื้อและดื่มโลหิตของบุตรมนุษย์ (ยอห์น 6:53) ด้วยเหตุนี้ เราต้องกินเนื้อของบุตรมนุษย์ซึ่งได้แก่พระกายขององค์พระผู้เป็นเจ้าผู้ทรงเป็นพระเมษโปดก (แกะ)

ถ้าเช่นนั้นเราจะกินแกะได้อย่างไร พระคัมภีร์ตอนนี้บอกว่าเราไม่ควรกินเนื้อแกะดิบหรือเนื้อแกะต้ม แต่เราควรปิ้งแกะทั้งหมดด้วยไฟซึ่งรวมถึงหัว ขา และเครื่องในแกะ สิ่งนี้หมายความว่าเราต้องเข้าใจพระคำในหนังสือทั้ง 66 เล่มของพระคัมภีร์โดยการดลใจของพระวิญญาณบริสุทธิ์ การกินเนื้อแกะดิบหรือเนื้อแกะต้มเป็นสัญลักษณ์ของการเข้าใจพระคำของพระเจ้าแบบตามตัวอักษรและการผสมผสานพระคำกับความรู้ของโลกนี้อย่างเช่นหลักปรัชญา

ขอให้เรารู้ว่าเราไม่สามารถเปลี่ยนจิตใจของมนุษย์หรือปลูกฝังความเชื่อไว้ในคนเหล่านั้นได้ด้วยการพูดที่เฉลียวฉลาด เราควรประกาศพระกิตติคุณตามการดลใจของพระวิญญาณบริสุทธิ์เท่านั้น

พระคริสต์ทรงเป็นฤทธานุภาพและพระปัญญาของพระเจ้า

คนทั้งหลายที่กำลังจะพินาศก็เห็นว่าการประกาศเรื่องกางเขนเป็นเรื่องโง่ แต่พวกเราที่รอดเห็นว่าเป็นฤทธานุภาพของพระเจ้า (1:18)

สำหรับผู้คนที่กำลังพินาศซึ่งได้แก่ผู้คนที่ไม่เชื่อในพระเยซูคริสต์ พระคำเรื่องกางเขนดูเหมือนเป็นเรื่องโง่เขลา

คนที่ไม่เชื่อบางคนถือว่าผู้เชื่อเป็นคนโง่เขลา บางคนเชื่อมั่นในตนเองเท่านั้นโดยพูดว่า "เราจะเชื่อในพระเจ้าได้อย่างไรในเมื่อเรามองไม่เห็นพระเจ้า" สาเหตุก็เพราะว่าข่าวสารเรื่องกางเขนดูเป็นเรื่องโง่เขลาสำหรับเขา แต่สำหรับผู้เชื่อที่กำลังได้รับความรอด กางเขนเป็นเรื่องฤทธิ์อำนาจของพระเจ้า

ยอห์น 11:25-26 กล่าวว่า "พระเยซูตรัสกับเธอว่า 'เราเป็นเหตุให้คนทั้งปวงเป็นขึ้นและมีชีวิต ผู้ที่เชื่อในเรานั้น ถึงแม้ว่าเขาตายแล้วก็ยังจะมีชีวิตอีกและผู้ใดที่มีชีวิตและเชื่อในเราจะไม่ตายเลย เจ้าเชื่ออย่างนี้ไหม'"

เหมือนที่พระคัมภีร์ข้อนี้กล่าวไว้ว่าบรรดาบุตรของพระเจ้าที่ได้ต้อนรับเอาพระเยซูคริสต์จะไม่มีวันตาย ร่างกายของเขาจะตายแล

ะกลับไปสู่ผงคลีดินแต่วิญญาณของเขาจะได้รับความรอดและมีชีวิ ตอยู่ชั่วนิรันดร์ในแผ่นดินสวรรค์ เพราะเหตุนี้พระคัมภีร์จึงกล่าวว่ าเมื่อผู้เชื่อเสียชีวิตเขาไม่ได้ "ตาย" แต่คนเหล่านี้ "ล่วงหลับไป"

กิจการ 7:59-60 กล่าวว่า "เขาจึงเอาหินขว้างสเทเฟนเมื่อกำ ลังอ้อนวอนพระเจ้าอยู่ว่า 'ข้าแต่พระเยซูเจ้า ขอทรงโปรดรับจิต วิญญาณของข้าพระองค์ด้วย' สเทเฟนก็คุกเข่าลงร้องเสียงดังว่า 'พระองค์เจ้าข้า ขอโปรดอย่าทรงถือโทษเขาเพราะบาปนี้' เมื่อกล่ าวเช่นนี้แล้วก็ล่วงหลับไป" ผู้คนที่เสียชีวิตหลังจากที่เขาต้อนรับเอ าองค์พระผู้เป็นเจ้าจะเป็นขึ้นมาใหม่เหมือนที่องค์พระผู้เป็นเจ้าทรง เป็นขึ้นมาใหม่ เพราะเหตุนี้พระคัมภีร์จึงกล่าวว่าเขา "ล่วงหลับไป" การเป็นขึ้นมาจากความตายและการมีชีวิตนิรันดร์เป็นสิ่งที่ผู้ค นไม่สามารถเข้าใจหรือจินตนาการได้ด้วยความรู้ของมนุษย์ สิ่งนี้ เกิดขึ้นด้วยฤทธิ์อำนาจของพระเจ้าเท่านั้น

ถ้าเช่นนั้นฤทธิ์อำนาจของพระเจ้าคืออะไร

ยอห์น 8:44 กล่าวว่า "ท่านทั้งหลายมาจากพ่อของท่านคือพญา มาร และท่านใคร่จะทำตามความปรารถนาของพ่อท่าน" สิ่งนี้ไม่ไ ด้หมายความว่าพ่อฝ่ายร่างกายของเราคือมาร แต่ผู้คนที่ไม่ได้เป็น ของพระเจ้าจะเป็นของมารเจ้าผู้ครองโลกนี้

ก่อนหน้านี้เราเคยเป็นของมารจนกระทั่งพระเยซูคริสต์ได้ทรง แบกรับเอากางเขนเพื่อเราผู้เป็นคนบาป แต่โดยหนทางแห่งกางเข นนี้พระเจ้าทรงเป็นพระบิดาของเรา นี่คือฤทธิ์อำนาจของพระเจ้า

1 ยอห์น 3:10 กล่าวว่า "ดังนี้แหละจึงเห็นได้ว่าผู้ใดเป็น บุตรของพระเจ้า และผู้ใดเป็นลูกของพญามาร คือว่าผู้ใดที่ มิได้ประพฤติตามความชอบธรรม และไม่รักพี่น้องของตน ผู้นั้นก็มิได้มาจากพระเจ้า"

ข้อนี้กล่าวว่าคนที่ไม่รักพี่น้องของตนไม่ได้มาจากพ

ระเจ้า ถ้าคนเหล่านี้ไม่ได้มาจากพระเจ้าเขาก็มาจากมาร ครั้งหนึ่งเราทุกคนเคยเป็นของมาร ไม่มีใครในพวกเราที่รักพี่น้องของเราด้วยการดำเนินชีวิตอยู่ในความชอบธรรมอย่างแท้จริง เราเริ่มรักพี่น้องของเราและดำเนินชีวิตอยู่ในความชอบธรรมหลังจากที่เราฟังหนทางเรื่องกางเขน ต้อนรับเอาพระเยซูคริสต์ และดำเนินชีวิตอยู่ในพระคำของพระเจ้าแล้วเท่านั้น

คนที่ครั้งหนึ่งเคยเป็นของมารได้กลายมาเป็นคนของพระเจ้าด้วยวิธีนี้ นี่คือฤทธิ์อำนาจของพระเจ้า ก่อนหน้านี้เราไม่มีทางเลือกนอกจากเราต้องดำเนินชีวิตอยู่ในความบาป แต่จากวินาทีที่เราต้อนรับเอาพระเยซูคริสต์ พระวิญญาณบริสุทธิ์ได้เสด็จเข้ามาในเราและทำให้เราสามารถกำจัดความอธรรมทุกรูปแบบทิ้งไปและดำเนินชีวิตในความชอบธรรมของพระเจ้า นี่คือฤทธิ์อำนาจของพระเจ้า

เมื่อครั้งที่เราอยู่ในโลกซึ่งไม่เชื่อในพระเจ้า การที่เราจะเลิกสิ่งต่าง ๆ (เช่น การดื่มเหล้าและการสูบบุหรี่) นั้นไม่ใช่เรื่องง่าย บางครั้งความมุ่งมั่นส่วนตัวอยู่ได้ไม่ถึงสามวันด้วยซ้ำไป ผมเคยพยายามที่จะเลิกสูบบุหรี่เช่นกัน ผมโยนบุหรี่ทั้งหมดที่ผมมีอยู่ทิ้งไป แต่ผมต้องหยิบบุหรี่เหล่านั้นขึ้นมาและเริ่มสูบใหม่หลังจากสองสามวันผ่านไป

แต่หลังจากที่ผมต้อนรับเอาองค์พระผู้เป็นเจ้า ผมสามารถเลิกดื่มเหล้าและสูบบุหรี่ได้ง่ายมาก ผมสามารถเลิกทั้งสองอย่างในทันทีเพราะผมเต็มล้นด้วยพระวิญญาณบริสุทธิ์ผ่านการอธิษฐาน การเปลี่ยนแปลงผู้คนและช่วยให้เขาสามารถกำจัดความเท็จทิ้งไปและดำเนินชีวิตในความชอบธรรมด้วยความช่วยเหลือของพระวิญญาณบริสุทธิ์นั่นคือฤทธิ์อำนาจของพระเจ้า

เพราะมีคำเขียนไว้แล้วว่า

"เราจะทำลายสติปัญญาของคนมีปัญญา และจะทำให้ความเข้าใจของคนที่เข้าใจสูญสิ้นไป" (1:19)

ในโลกนี้มีคนบางกลุ่มที่อ้างว่าตนเป็นคนฉลาดและมีความรู้ความเข้าใจ เขาอ้างว่าตนมีความเป็นเลิศในระบบการศึกษา มีความก้าวหน้าในด้านวิทยาศาสตร์การแพทย์ และมีพัฒนาการทางด้านวิทยาศาสตร์และเทคโนโลยีและในด้านอื่น ๆ ของวัฒนธรรมของตน แต่ต่อพระพักตร์พระเจ้าและสำหรับผู้เชื่อสิ่งนี้ไม่ได้เป็นเช่นนั้น

ปัญญาจารย์ 1:2 กล่าวว่า "ปัญญาจารย์กล่าวว่า อนิจจัง อนิจจัง อนิจจัง อนิจจัง สารพัดอนิจจัง" ความรู้ ชื่อเสียง อำนาจในสังคม และทรัพย์สินเงินทองล้วนเสื่อมสูญและจางหายไป มนุษย์ทุกคนถูกกำหนดไว้สำหรับความตาย เราไม่สามารถได้รับความรอดและไปสู่สวรรค์โดยทรัพย์สินเงินทอง สติปัญญา หรือความเฉลียวฉลาดของเรา ผู้นำประเทศอาจครอบครองและมีหลายสิ่งหลายอย่าง แต่ในที่สุดเขาก็จะตกนรกด้วยเช่นกันถ้าเขาไม่มีความเชื่อ ดังนั้นทรัพย์สินเงินทอง สติปัญญา และความเฉลียวฉลาดของเขาจะมีประโยชน์อะไร

ด้วยเหตุนี้ พระเจ้าจึงตรัสว่าพระองค์จะทำลายสติปัญญาของคนมีปัญญาและจะทำให้ความฉลาดของคนฉลาดสูญสิ้นไป แม้แต่สิ่งเหล่านี้ก็จะเสื่อมสูญไปและไร้คุณค่าในที่สุด ที่จริงในสายพระเนตรของพระเจ้าคนเหล่านี้เป็นคนโง่เขลา

อย่างไรก็ตาม การมีชื่อเสียง อำนาจทางสังคม หรือทรัพย์สินเงินทองในพระเยซูคริสต์ไม่ใช่สิ่งที่ไร้ค่า เราสามารถถวายสง่าราศีแด่พระเจ้าด้วยการถวายสิ่งเหล่านี้เพื่อขยายแผ่นดินและความชอบธรรมของพระเจ้า สิ่งนี้จะเป็นรางวัลของเราในสวรรค์

ดังนั้นสิ่งนี้จึงเป็นพระพร

ผู้คนที่ไม่มีความเชื่อไม่รู้จักพระเจ้าพระผู้สร้างผู้ทรงสร้างตน เขาถือเพียงว่าความรู้ ทรัพย์สินเงินทอง และสติปัญญาของตนเป็นสิ่งที่มีคุณค่าที่สุดและเขามุ่งหน้าไปสู่หนทางแห่งความพินาศ ดังนั้นในสายพระเนตรของพระเจ้าเขาจึงเป็นคนโง่เขลา

อิสยาห์ 29:14 กล่าวว่า "เพราะฉะนั้น ดูเถิด เราจะกระทำสิ่งมหัศจรรย์กับชนชาตินี้ อีกทั้งการประหลาดและอัศจรรย์ สติปัญญาของคนมีปัญญาของเขาจะพินาศไป และความเข้าใจของคนที่เข้าใจจะถูกปิดบังไว้" พระคำข้อนี้สำเร็จเป็นจริงในพระเยซูคริสต์ มัทธิว 11:25-26 กล่าวว่า "ขณะนั้นพระเยซูทูลตอบว่า 'โอ ข้าแต่พระบิดา ผู้เป็นเจ้าแห่งฟ้าสวรรค์และแผ่นดิน ข้าพระองค์ขอขอบพระคุณพระองค์ ที่พระองค์ได้ทรงปิดบังสิ่งเหล่านี้ไว้จากผู้มีปัญญาและผู้ฉลาด และได้สำแดงให้ผู้น้อยรู้ ข้าแต่พระบิดา ที่เป็นอย่างนั้นก็เพราะเป็นที่ชอบพระทัยในสายพระเนตรของพระองค์'"

ผู้คนที่คิดว่าตนเป็นคนฉลาดไม่สามารถต้อนรับเอาพระเยซูคริสต์และไม่ได้รับความรอด แต่คนที่ถ่อมใจเหมือนเด็กจะเชื่อในพระเยซูคริสต์และได้รับความรอด ด้วยเหตุนี้ ความจริงก็คือว่าคนที่พูดว่าตนเป็นคนฉลาดแท้ที่จริงคือคนโง่เขลาและการหยั่งรู้ของเขาก็มืดมน

ผู้คนที่ถือว่าตนเป็นคนฉลาดจะไม่ต้อนรับเอาพระเยซู สติปัญญาและความรู้ของเขาทำให้การหยั่งรู้เรื่องความจริงของเขามืดมนไปและเขาเป็นคนที่โง่เขลา เพราะเหตุนี้ พวกอาลักษณ์และพวกธรรมาจารย์ที่คิดว่าตนเองรู้จักพระคำของพระเจ้าจึงนำพระเมสสิยาห์ของตนไปตรึงเสีย คนเหล่านั้นเข้าไปสู่หนทางแห่งความพินาศและสิ่งนี้หมายความว่าเขาไม่มีสติปัญญาหรือความเข้าใจ

ถ้าเช่นนั้นเราต้องละทิ้งความรู้และสติปัญญาทุกชนิดเลยหรือเปล่า ผมไม่ได้พูดว่าความรู้และสติปัญญาที่บุคคลได้รับมาเป็นสิ่งที่ชั่วร้าย อย่างไรก็ตาม เราต้องสามารถใช้สิ่งเหล่านี้เพื่อพระเจ้า ทุกสิ่งที่เราทำภายใต้ดวงอาทิตย์ล้วนอนิจจัง ดังนั้น เราต้องมีความรู้และสติปัญญาด้วยการรู้จักพระเจ้าก่อนเป็นอันดับแรก

คนมีปัญญาอยู่ที่ไหน บัณฑิตอยู่ที่ไหน นักโต้ปัญหาแห่งยุคนี้อยู่ที่ไหน พระเจ้ามิได้ทรงกระทำปัญญาของโลกนี้ให้โฉดเขลาไปแล้วหรือ (1:20)

ความยำเกรงพระเจ้าคือแหล่งของความรู้และสติปัญญา (สุภาษิต 1:7; 9:10) ในสายพระเนตรของพระเจ้า มาตรฐานในการแยกแยะว่าเรามีสติปัญญาหรือไม่จะอยู่ที่ว่าเรายำเกรงพระเจ้าหรือไม่
เราจะมีชีวิตที่แท้จริงได้ก็ต่อเมื่อเราได้รับสติปัญญาและความรู้จากพระเจ้าเบื้องบนเท่านั้น พระเจ้าทรงตรัสเน้นในจุดนี้ ถ้าเรามุ่งหน้าไปสู่หนทางแห่งความพินาศเพราะความรู้ของโลกนี้ การมีความรู้ฝ่ายโลกก็เป็นสิ่งที่โง่เขลามากทีเดียว ดังนั้นพระคำแห่งความจริงพร้อมกับความเคารพยำเกรงพระเจ้าจึงเป็นเพียงมาตรฐานเดียวของการพิพากษา ผู้คนที่โง่เขลาจะดูหมิ่นพระปัญญาและคำสั่งสอนของพระเจ้าและไม่ยอมรับพระคำของพระองค์
บัณฑิตที่แท้จริงคือผู้คนที่เข้าใจพระคำแห่งความจริงและใช้พระคำนี้เป็นอาหารฝ่ายวิญญาณสำหรับตน แม้แต่การพูดที่ดีก็ไร้ความหมายเว้นแต่จะมีชีวิตอยู่ในการพูดนั้น เราจะเป็นนักโต้ปัญหาที่แท้จริงได้ก็ต่อเมื่อเราสวมยุทธภัณฑ์ด้วยพระคำของพระเจ้าและพูดจากพระคำนั้น พระเจ้าตรัสกับผู้คนที่กำลังมุ่งห

น้าไปสู่หนทางแห่งความพินาศว่า "เจ้าทั้งหลาย สติปัญญาและความเข้าใจของเจ้าอยู่ที่ไหน นักโต้ปัญหาและบัณฑิตอยู่ที่ไหน" จากนั้นพระองค์ตรัสต่อไปว่า "แม้เขาจะอวดอ้างถึงความรู้และสติปัญญาของตน เขาก็ไม่อาจรอดได้และเขาไม่สามารถมีประสบการณ์กับฤทธิ์อำนาจของพระเจ้า" พระคัมภีร์ข้อนี้จึงสรุปว่า "พระเจ้ามิได้ทรงกระทำให้ปัญญาของโลกนี้ให้โฉดเขลาไปแล้วหรือ"

เพราะตามเรื่องที่เป็นพระสติปัญญาของพระเจ้าแล้ว โลกจะรู้จักพระเจ้าโดยปัญญาไม่ได้ พระเจ้าทรงพอพระทัยที่จะช่วยคนที่เชื่อให้รอดโดยการเทศนาที่โง่เขลานั้น (1:21)

มนุษย์คิดว่าเขามีสติปัญญาแต่เขาไม่สามารถรู้จักพระเจ้าด้วยสติปัญญาของมนุษย์เพียงลำพัง เพราะเหตุนี้พระเจ้าจึงทรงอนุญาตให้หลายคนไปถึงความรอดผ่านคำเทศนา

พระสติปัญญาของพระเจ้าไม่มีที่สิ้นสุด แต่ความรู้และสติปัญญาของโลกนี้ขัดขวางเราไม่ให้เชื่อในฤทธิ์อำนาจของพระเจ้า ดังนั้นสิ่งนี้จึงเป็นความโง่เขลาในสายพระเนตรของพระเจ้า เราไม่สามารถเข้าใจพระเจ้าพระผู้สร้างด้วยสติปัญญาและความรู้ของมนุษย์ได้ เพราะเหตุนี้พระเจ้าจึงทรงพอพระทัยที่จะช่วยผู้คนที่เชื่อให้รอดโดยการเทศนาที่โง่เขลานั้น

ยอห์น 20:29 กล่าวว่า "ผู้ที่ไม่เห็นเราแต่เชื่อก็เป็นสุข" ปกติผู้คนจะเชื่อในพระเจ้าผ่านการได้ยินถึงคำเทศนาพระคำของพระองค์ก่อนเป็นอันดับแรก ความเชื่อคือความแน่ใจในสิ่งที่เราหวังไว้และเป็นหลักฐานมั่นใจว่าสิ่งที่ยังไม่ได้เห็นนั้นมีจริง ความเชื่อสามารถทำให้บางสิ่งบางอย่างเกิดขึ้นจากความว่างเปล่าได้

พระเจ้าทรงพอพระทัยที่จะช่วยมนุษย์ให้รอดด้วยความเชื่อนี้

พราะพระองค์สามารถมีบุตรที่แท้จริงที่รักพระองค์จากส่วนลึกแห่งจิตใจของเขา

ผู้คนที่หยิ่งผยองและดื้อรั้นพูดว่าเขามีสติปัญญา แต่พระเจ้าทรงมองหาผู้คนที่มีจิตใจดีงามซึ่งมีจิตใจบริสุทธิ์เหมือนเด็กที่จะรับเอาพระกิตติคุณ ดังนั้นพระองค์จึงพอพระทัยที่จะช่วยผู้คนที่เชื่อให้รอดโดยการเทศนาที่โง่เขลานั้น

ด้วยว่าพวกยิวเรียกร้องหมายสำคัญและพวกกรีกเสาะหาปัญญา (1:22)

คำว่า “พวกยิว” ในข้อนี้มีสองความหมาย

ประการแรก คำนี้หมายถึงบรรดาคนหน้าซื่อใจคดที่อยู่ในท่ามกลางคนอิสราเอลซึ่งพูดว่าเขารู้จักพระเจ้า แต่เขายังเรียกร้องหาหมายสำคัญเป็นหลักฐาน

ในสมัยพระเยซูพวกยิวไม่ยอมรับพระผู้ช่วยให้รอดของตนแม้ในยามที่พระองค์ทรงยืนอยู่ต่อหน้าต่อตาเขา สาเหตุก็เพราะว่าเขาเสาะหาหมายสำคัญ เขาต้องการให้พระเมสสิยาห์ปรากฏพระองค์ในสภาพที่รุ่งโรจน์และยิ่งใหญ่สูงสุด เขาคาดหวังให้พระเมสสิยาห์ปลดปล่อยเขาให้เป็นอิสระจากการปกครองของจักรภพโรม

แต่พระเมสสิยาห์ที่แท้จริงซึ่งประกาศพระกิตติคุณกับเขาไม่มีสง่าราศีเลย พระองค์บังเกิดในคอกสัตว์ พระองค์ไม่เคยสวมใส่เสื้อผ้าที่หรูหรา พระองค์ไม่มีแม้กระทั่งที่อยู่อาศัยและทรงหลับนอนในถิ่นทุรกันดารหรือตามภูเขา พระองค์มีความอัตคัดในเรื่องอาหารการกิน พระองค์มีสภาพเหมือนบุคคลที่ไร้ความสำคัญ บรรดาคนหน้าซื่อใจคดที่แสวงหาหมายสำคัญเหล่านั้นเสาะหาเฉพาะสิ่งที่เขามองเห็นด้วยตาและเขาไม่รู้จักแม้กระทั่งพระเมสสิยาห์

การที่พระองค์ทรงบังเกิดในคอกสัตว์นั้นมีความหมายฝ่ายวิญญาณเช่นกัน ปัญญาจารย์ 3:18 กล่าวว่า "ข้าพเจ้ารำพึงในใจของข้าพเจ้าเกี่ยวกับสภาพของบุตรทั้งหลายของมนุษย์ว่า 'พระเจ้าทรงทดสอบเขาเพื่อจะสำแดงว่าเขาเป็นเพียงสัตว์'" พระเยซูทรงบังเกิดในคอกสัตว์ซึ่งเป็นที่อยู่ของสัตว์ก็เพื่อไถ่มนุษย์ซึ่งไม่แตกต่างจากสัตว์และเพื่อรื้อฟื้นเขาให้มีฉายาดังเดิมที่พระเจ้าทรงสร้างไว้

แต่คนหน้าซื่อใจคดที่แสวงหาหมายสำคัญไม่สามารถเข้าใจการจัดเตรียมอันลึกซึ้งนี้ คนเหล่านี้มองไม่เห็นสิ่งที่อยู่ฝ่ายวิญญาณ เขาเพียงแต่พยายามที่จะค้นหาพระเมสสิยาห์ในความคิดของตนเองด้วยการทำตามตัณหาของเนื้อหนัง ตัณหาของตาและความทะนงในลาภยศ ในไม่ช้าคนเหล่านั้นไม่รู้จักแม้กระทั่งพระเมสสิยาห์ที่อยู่ต่อหน้าต่อตาเขา

ความหมายที่สองของคำว่า "พวกยิว" ในฝ่ายวิญญาณหมายถึง "ผู้เชื่อ" แต่พวกยิวที่เปาโลกำลังให้คำแนะนำในตอนนี้ไม่ใช่ชาวยิวที่เป็น "ผู้เชื่อ" ตามความหมายฝ่ายวิญญาณแต่หมายถึงพวกยิวที่เป็นคนหน้าซื่อใจคด

ข้อนี้กล่าวว่าพวกยิวเรียกร้องหมายสำคัญ พระคำของพระเจ้าพูดอะไรเกี่ยวกับการเห็นและการเชื่อ ยอห์น 20:29 กล่าวว่า "พระเยซูตรัสกับเขาว่า 'โธมัสเอ๋ย เพราะท่านได้เห็นเราท่านจึงเชื่อ ผู้ที่ไม่เห็นเราแต่เชื่อก็เป็นสุข'" คนที่เป็นสุขได้แก่ผู้คนที่เชื่อในพระเจ้าและต้อนรับเอาพระเยซูคริสต์และแผ่นดินของพระเจ้าเพียงแค่เขาได้ยินถึงพระคำของพระเจ้าและไม่ได้แสวงหาหมายสำคัญเพื่อยืนยันถึงความเชื่อของตน

บางคนพูดว่าเขาจะเชื่อก็ต่อเมื่อเขาเห็นสิ่งนั้นด้วยตาของตนเองเท่านั้น แต่เมื่อเขาเห็นการทำงานของพระเจ้าอย่างแท้จริงปรากฏขึ้นเขาจะเชื่อจริงหรือไม่ คนส่วนใหญ่ที่พูดเช่นนี้จะไม่เชื่อในพระ

เจ้าและต้อนรับเอาพระองค์แม้เมือเขามองเห็นหลักฐานของพระเจ้าผู้ทรงพระชนม์อยู่ผ่านหมายสำคัญและการอัศจรรย์ของพระองค์ คนเหล่านีอาจเชือในชัวระยะหนึง แต่ในไม่ช้าเขาก็จะละทิงความเชือของตน แต่คนทีสามารถเชือโดยไม่ได้เห็นจะมีจิตใจทีมันคงและเขาคือผู้เป็นสุขทีแท้จริงด้วยวิธีนี

เปาโลกล่าวว่าพวกยิวเรียกร้องหมายสำคัญและพวกกรีกเสาะหาปัญญา ทำไมพวกกรีกจึงเสาะหาปัญญา ชาวกรีกเป็นคนทีมีความรู้และมีอารยธรรม ปรัชญาของกรีกมีความเจริญก้าวหน้าในยุคแรกแห่งประวัติศาสตร์ของมนุษย์ คนเหล่านีมีสติปัญญาด้วยเช่นกัน เขาศึกษาเพือพัฒนาและมีความเจริญก้าวหน้าในความรู้และวัฒนธรรมของตนและดำเนินชีวิตทีเป็นสุขกว่า

เนืองจากชาวกรีกมีความรู้และสติปัญญาดังกล่าวเปาโลจึงเอ่ยถึงชาวกรีกเมือท่านพูดเรืองสติปัญญา "ชาวกรีกเสาะหาปัญญา" หมายความว่าผู้คนทีมีความรู้และสติปัญญาจะเรียนรู้และเสาะหาสติปัญญามากขึนอย่างต่อเนือง

...แต่พวกเราประกาศเรื่องพระคริสต์ผู้ทรงถูกตรึงที่กางเขนนั้น อันเป็นสิ่งที่ให้พวกยิวสะดุด และพวกกรีกถือว่าเป็นเรื่องโง่(1:23)

แต่บุตรทีแท้จริงของพระเจ้าคือผู้ทีเป็นพยานถึงกางเขนของพระเยซูคริสต์ไม่ใช่ "พวกยิว" หรือ "พวกกรีก" บุตรทีแท้จริงของพระเจ้าไม่พูดถึงวิธีการหาเงิน การได้มาซึงชือเสียง หรือการมีอำนาจในสังคม คนเหล่านีจดจ่ออยู่กับวิธีการทีจะได้รับความรอดและกางเขนของพระเยซูคริสต์

ชาวยิวทีหน้าซือใจคดในความเชือไม่ชอบสิงนี สาเหตุก็เพราะว่าลักษณะของพระเมสสิยาห์ทีชาวยิวต้องการไม่ใช่พระเมสสิยาห์ที

ถูกตรึงบนกางเขน

แม้แต่ในปัจจุบัน เมื่อเราเป็นพยานถึงพระเยซูคริสต์ บางคนพูดว่าเขาจะเชื่อถ้าเขาสามารถมองเห็นและสัมผัสกับพระองค์ ด้วยจิตใจที่แข็งกระด้างนี้ เขาเรียกร้องหมายสำคัญและพูดว่าเขาไม่เชื่อเว้นแต่เขาสามารถมองเห็น คนเหล่านี้สำสมความบาปเพิ่มมากขึ้น ถ้าเราประกาศเรื่องของพระเยซูคริสต์และบอกให้เขากลับใจ สิ่งนี้จะกลายเป็นหินสะดุดสำหรับเขา

ถึงกระนั้นก็ตาม ในมุมหนึ่งของจิตใจของเขาคนเหล่านี้ไม่สามารถปฏิเสธได้ว่าพระเจ้าทรงดำรงอยู่ ในส่วนลึกแห่งจิตใจของเขายังมีจิตสำนึกที่ดีบางอย่างหลงเหลืออยู่ เพราะเหตุนี้เขาจึงกลัวเมื่อเขาได้ยินถึงเรื่องสวรรค์และนรก ดังนั้นเขาควรกลับใจและแสวงหาพระเจ้า แต่เขาไม่ต้องการที่จะฟังเกี่ยวกับสิ่งเหล่านี้และพยายามที่จะขับไล่ความกลัวออกไป

นอกจากนั้น ข้อ 23 ยังกล่าวเช่นกันว่าการประกาศเรื่องพระคริสต์ผู้ทรงถูกตรึงที่กางเขนนั้นเป็นความโง่เขลาของคนต่างชาติ คำว่า "คนต่างชาติ" ในข้อนี้หมายถึงทุกคนที่ไม่เชื่อไม่ว่าจะเป็นคนยิวหรือคนกรีกก็ตาม สำหรับผู้คนที่ไม่เชื่อคำเทศนาเรื่องพระคริสต์ผู้ทรงถูกตรึงจึงดูเป็นเรื่องโง่เขลา

ในขณะที่เผยแพร่พระกิตติคุณ ถ้าเราพูดว่า "พระเจ้าทรงพระชนม์อยู่ โรคที่ไม่มีทางรักษาให้หายได้รับการรักษาให้หายด้วยการอธิษฐานในคริสตจักร" หลายคนจะคิดว่านักเทศน์ที่ประกาศเช่นนี้เป็นคนโง่เขลาโดยคิดว่าการทำงานเช่นนี้ไม่อาจเกิดขึ้นได้และคงเป็นเรื่องของเหตุบังเอิญบางอย่าง สาเหตุก็เพราะว่าไม่สามารถเข้าใจพระกิตติคุณด้วยสติปัญญาและความรู้ของตน

เราไม่สามารถเชื่อเรื่องการทรงสร้างสิ่งสารพัดจากความว่างเป

ล่าด้วยสติปัญญาและความรู้ของโลก แต่พระเจ้าทรงสร้างสิ่งสารพั
ดจากความว่างเปล่า เมื่อพระองค์ตรัสว่า "จงมีความสว่างเกิดขึ้น"
ความสว่างบังเกิดขึ้น พระองค์ทรงสร้างดวงอาทิตย์ ดวงจันทร์
ดวงดาว และสิ่งสารพัดในจักรวาลด้วยพระดำรัสของพระองค์
(ปฐมกาล 1:3-31) นอกจากนั้น พระองค์ตรัสเช่นกันว่า "ทุกสิ่งเป็
นไปได้สำหรับคนที่เชื่อ" และเราสามารถเห็นการทำงานของพระ
องค์ตามความเชื่อของเรา

ในคริสตจักรของผม เราเห็นได้ว่าโรคที่ไม่มีทางรักษาให้หาย
ชนิดต่าง ๆ ได้รับการรักษาให้หายเมื่อผู้ป่วยเหล่านั้นรับเอาคำอธิ
ษฐานด้วยความเชื่อ สิ่งนี้ไม่ได้เกิดขึ้นเพียงแค่สองสามครั้ง แต่สม
าชิกคริสตจักรมีประสบการณ์กับการทำงานเช่นนี้อยู่เสมอ

คนบางคนที่คิดว่าตนเป็นคนฉลาดพูดถึงการรักษาโรคที่เกิดขึ้
นดังกล่าวนั้นว่า "โรคเหล่านั้นอาจได้รับการรักษาให้หายโดยการ
นั่งสมาธิและพลังอำนาจทางความคิดพร้อมกับความมั่นใจว่าเขาส
ามารถหายจากโรคนั้นได้" แต่แม้กระทั่งเด็กทารกอายุสองหรือสา
มขวบก็ได้รับการรักษาให้หายผ่านการอธิษฐาน คนเหล่านี้มีความ
รู้ชนิดใดจึงทำให้เขาคิดว่าการรักษาโรคเหล่านั้นเกิดจากพลังอำน
าจทางความคิด ด้วยความรู้หรือสติปัญญาของมนุษย์เราไม่สามาร
ถพบพระเจ้าหรือค้นพบหนทางไปสู่ชีวิตนิรันดร์ได้

คนที่ไม่เชื่อบางคนอาจข่มเหงผู้เชื่อที่อยู่รอบข้างเขาโดยพูดว่า
"คริสตจักรให้คุณมีอยู่มีกินหรือไง" แน่นอน คริสตจักรเตรียมอาห
ารไว้ให้กับผู้เชื่อ คริสตจักรเตรียมอาหารฝ่ายวิญญาณซึ่งได้แก่พร
ะคำของพระเจ้า พระคำของพระเจ้ามีชีวิตและนำเราไปสู่ชีวิตนิรัน
ดร์ ด้วยเหตุนี้ พระคำจึงเป็นอาหารที่แท้จริงซึ่งไม่เน่าเปื่อย

แต่ผู้คนชาวโลกเพียงแค่มองดูสิ่งที่อยู่ฝ่ายเนื้อหนังและประจัก
ษ์แก่ตาของโลกนี้และตั้งคำถามเช่นนั้น แต่บุตรของพระเจ้าสามา

รถเป็นพยานถึงองค์พระผู้เป็นเจ้าอย่างกล้าหาญเพราะเขารู้ว่าความจริงคืออะไร

...แต่สำหรับผู้ที่พระเจ้าทรงเรียกนั้นทั้งพวกยิวและพวกกรีกต่างถืออว่าพระคริสต์ทรงเป็นฤทธานุภาพและพระปัญญาของพระเจ้า (1:24)

พระคริสต์ทรงเป็นฤทธิ์อำนาจของพระเจ้าสำหรับบุตรของพระเจ้าที่เชื่อในพระองค์ไม่ว่าเขาจะเป็นยิวหรือกรีกก็ตาม แม้ในท่ามกลางชาวยิวที่หน้าซื่อใจคด คนเหล่านี้บางคนก็เชื่อในพระเยซูคริสต์และได้รับความรอด นอกจากนั้นมีความชาวกรีกบางคนที่ได้พบพระเจ้าในขณะที่เขากำลังเสาะหาความรู้และสติปัญญา ไม่ใช่ทุกคนที่มีความรู้จะปฏิเสธพระเจ้า บางคนแสวงหาพระเจ้าและพบกับพระองค์เนื่องจากความรู้ที่เขาได้รับ

ครั้งหนึ่งเราไม่รู้อะไรเลยเกี่ยวกับการเป็นขึ้นมาหรือเกี่ยวกับชีวิตนิรันดร์ เราคิดเพียงว่าการดำรงอยู่ในโลกนี้ของเราคือทุกสิ่งทุกอย่าง แต่นับจากที่เรามารู้จักกับพระเยซูคริสต์และต้อนรับเอาพระองค์ เราก็สามารถเชื่อในพระเจ้าผู้ทรงทำให้คนตายเป็นขึ้นมาใหม่และเชื่อว่าสวรรค์และนรกนั้นมีอยู่จริง

เมื่อเราต้อนรับเอาพระเยซูคริสต์วิญญาณจิตที่ตายไปแล้วของเราก็เป็นขึ้นมาใหม่และเราสามารถเข้าไปสู่หนทางแห่งชีวิตนิรันดร์ พระเยซูตรัสว่าพระองค์ทรงเป็นทางนั้น เป็นความจริง และเป็นชีวิต พระองค์คือพระคริสต์ผู้ทรงให้ชีวิตแก่เราและทรงเป็นหนทางไปสู่แผ่นดินสวรรค์ ดังนั้นพระองค์จึงเป็นฤทธิ์อำนาจของพระเจ้า

พระคัมภีร์ข้อนี้กล่าวเช่นกันว่าพระคริสต์ไม่เพียงแต่ทรงเป็นฤทธิ์อำนาจของพระเจ้าเท่านั้นแต่พระองค์ทรงเป็นพระปัญ

ญาของพระเจ้าด้วยเช่นกัน เพราะพระองค์ทรงช่วยเราให้รอด ทรงทำให้เราเป็นคนดีรอบคอบ และทรงประทานชีวิตนิรันดร์ให้กับเรา พระองค์จึงทรงเป็นพระปัญญาของพระเจ้า

ในโลกนี้มีใครบ้างที่สามารถประทานความรอดให้กับเราและเปลี่ยนแปลงชีวิตของเราได้ ใครสามารถเปลี่ยนจิตใจของคนชั่วร้ายเป็นจิตใจที่ดีงาม สิ่งนี้เกิดขึ้นได้ด้วยฤทธิ์อำนาจของพระเจ้าเท่านั้น เพราะเหตุนี้ข้อ 24 จึงกล่าวว่าพระคริสต์ทรงเป็น "ฤทธานุภาพและพระปัญญาของพระเจ้า" ทั้งต่อชาวยิวและชาวกรีก

เพราะความเขลาของพระเจ้ายังมีปัญญายิ่งกว่าปัญญาของมนุษย์ และความอ่อนแอของพระเจ้าก็ยังเข้มแข็งยิ่งกว่ากำลังของมนุษย์ (1:25)

ความโง่เขลาของพระเจ้าเป็นสิ่งที่ดูโง่เขลาในสายตาของคนที่ไม่เชื่อ ที่จริงในพระเจ้าไม่มีความโง่เขลาเลย

พระเยซูทรงบอกให้เราหันแก้มอีกข้างหนึ่งให้กับเขาเมื่อมีคนตบแก้มข้างหนึ่งของเรา ในโลกนี้ถ้าบุคคลถูกตบตีโดยไม่มีเหตุผลเขาคิดว่าการที่เขาตอบโต้ถือเป็นสิ่งที่ถูกต้อง ผู้คนชาวโลกคิดด้วยซ้ำว่าการไม่ตอบโต้กลับไปคือความขี้ขลาด พระเยซูทรงบอกให้เราถอดเสื้อผ้าให้กับเขาด้วยเมื่อมีคนมาขอเสื้อคลุมของเราซึ่งเป็นเหมือนการถอดเสื้อผ้าชั้นในให้กับเขาเมื่อมีคนมาขอเสื้อเชิ้ตและกางเกงจากท่าน ถ้าเช่นนั้นก็หมายความว่าเราต้องเดินเปลือยกายใช่หรือไม่

ด้วยระบบค่านิยมและมุมมองของโลกนี้ พระคำของพระเจ้าอาจดูเป็นสิ่งโง่เขลา แต่พระคำนี้นำความรักและสันติสุขมาให้เราและนี่คือหนทางแห่งชัยชนะ เราสามารถรักแม้กระทั่งศัตรูของเราแ

ละจิตใจของเขาจะเปลี่ยนไปเมื่อเราแสดงออกด้วยพระคำของพระเจ้า (1 ซามูเอล 24:16-21) นี่คือวิธีการที่จะมีความรัก สันติสุข และชัยชนะ

นอกจากนั้น พระคัมภีร์ข้อนี้ยังบอกว่า "ความอ่อนแอของพระเจ้าก็ยังเข้มแข็งยิ่งกว่ากำลังของมนุษย์" พระเจ้ามีความอ่อนแอกระนั้นหรือ สำหรับผู้เชื่อพระเจ้าไม่มีความอ่อนแอเลย แต่ในสายตาของคนที่ไม่เชื่อพระเจ้าอาจดูอ่อนแอ ทั้งนี้เป็นเพราะว่าความจริงบอกให้เรายินยอม ให้โอกาส อดกลั้น และยอมถอยเพื่อให้มีความสงบสุขและสิ่งนี้อาจดูเป็นความขี้ขลาดในมุมมองของโลก ผู้คนในโลกนี้พยายามที่จะกอบโกยมากขึ้นและอวดอ้างตนเองเพื่อให้เป็นที่รู้จักของคนอื่น แต่คำสั่งสอนของพระคำของพระเจ้ากลับตรงกันข้ามกัน

พระเยซูทรงอ่อนแอด้วยเช่นกัน พระองค์ไม่ทะเลาะหรือไม่ร้องเสียงดัง ตรงกันข้าม พระองค์ทรงสุภาพและอ่อนโยน ดังนั้นในสายตาของคนชาวโลกพระเยซูจึงเป็นคนที่อ่อนแอ มัทธิว 12:19-20 กล่าวว่า "ท่านจะไม่ทะเลาะวิวาท และไม่ร้องเสียงดัง ไม่มีใครได้ยินเสียงของท่านตามถนน ไม้อ้อช้ำแล้วท่านจะไม่หัก ไส้ตะเกียงเป็นควันแล้วท่านจะไม่ดับ กว่าท่านจะทำให้การพิพากษามีชัยชนะ"

เนื่องจากพระเยซูทรงอ่อนแอเหมือนที่กล่าวไว้ในเบื้องต้น ในที่สุดพระองค์จึงทำลายพลังอำนาจของความตายและทรงเป็นขึ้นมาจากความตายเพื่อทำให้น้ำพระทัยของพระเจ้าสำเร็จ เพราะเหตุนี้พระคัมภีร์ข้อนี้จึงกล่าวว่าความอ่อนแอคือฤทธิ์อำนาจ

อวดอ้างในองค์พระผู้เป็นเจ้า

พี่น้องทั้งหลาย จงพิจารณาดูว่า พวกท่านที่พระเจ้าได้ทรงเรียกมานั้นเป็นคนพวกไหน มีน้อยคนที่โลกนิยมว่ามีปัญญา มีน้อยคนที่มีอำนาจ มีน้อยคนที่มีตระกูลสูง (1:26)

พระคัมภีร์ข้อนี้บอกให้เรารู้ว่าพระเจ้าทรงเรียกเราอย่างไร คำว่า "โลก" ในข้อนี้หมายถึงคนที่ไม่เชื่อ ผู้คนที่ไม่เชื่อในพระเจ้าจะอวดอ้างตนเองว่าเขาเป็นคนมีชื่อเสียง เงินทอง สติปัญญา ความรู้ การศึกษาดี ครอบครัวดี ทักษะในการพูดดี และอื่น ๆ อีกมากมาย แต่สิ่งเหล่านี้ล้วนเป็นความโง่เขลาต่อพระเจ้า

อะไรคือประโยชน์ของการอวดอ้างถึงการศึกษา สติปัญญา เบื้องหลังครอบครัว หรือเงินทองของตนในเมื่อเขากำลังมุ่งหน้าไปสู่หนทางแห่งความตายและไม่รู้จักพระเจ้า นี่คือความโง่เขลาเพราะในที่สุดสิ่งสารพัดจะเสื่อมสลายไป

...แต่พระเจ้าได้ทรงเลือกสิ่งที่โลกถือว่าโง่เขลา เพื่อจะทำให้คนมีปัญญาอับอาย และพระเจ้าได้ทรงเลือกสิ่งที่โลกถือว่าอ่อนแอ เพื่อทำให้คนที่แข็งแรงอับอาย พระเจ้าได้ทรงเลือกสิ่งที่โลก

ถือว่าต่ำต้อย และสิ่งที่ถูกดูหมิ่น ทั้งทรงเลือกสิ่งเหล่านั้นซึ่งยังมิได้เ
กิดเป็นตัวจริงด้วย เพื่อจะได้ทำลายสิ่งซึ่งเป็นตัวจริงอยู่แล้ว เพื่อมิใ
ห้เนื้อหนังใดๆอวดต่อพระพักตร์พระองค์ได้ (1:27-29)

"คนมีปัญญา" หมายถึงผู้คนที่เรียกตนว่าเป็นคนฉลาด แต่ค
นเหล่านี้ไม่ได้ฉลาดในสายพระเนตรของพระเจ้า ในสุภาษิต 1:7
และ 9:10 เราพบว่าความยำเกรงพระเจ้าคือจุดเริ่มต้นของสติปัญ
ญา พระคัมภีร์ตอนนี้บอกเราว่าพระเจ้าทรงเลือกสิ่งที่โลกถือว่าโง่เ
ขลาเพื่อทำให้คนมีปัญญาอับอาย

บุตรของพระเจ้าที่ได้ต้อนรับเอาพระเยซูคริสต์จะได้รับความร
อดและชื่นชมกับชีวิตนิรันดร์ในแผ่นดินสวรรค์ แต่ผู้คนที่ไม่รู้จัก
หรือไม่แสวงหาพระเจ้าและคิดว่าตนฉลาดจะลงไปสู่นรกในที่สุด
คนเหล่านี้จะได้รับความอับอาย

ในลูกา 16 เราอ่านพบเรื่องราวของเศรษฐีคนหนึ่งและคนขอ
ทานชื่อลาซารัส มีเศรษฐีคนหนึ่งและเขานุ่งห่มผ้าสีม่วงและผ้าป่า
นเนื้อดีเป็นประจำ เขาใช้ชีวิตอยู่อย่างประณีตทุกวัน ๆ คนขอทา
นยากจนชื่อลาซารัสนอนอยู่ที่ประตูรั้วของเขา ลาซารัสเป็นแผลทั้
งตัวและเขาปรารถนาที่จะกินเศษอาหารที่ตกจากโต๊ะของเศรษฐี
แม้แต่สุนัขก็มาเลียที่แผลของเขา

ต่อมาลาซารัสตายและถูกนำไปอยู่ในอ้อมอกของอับ
ราฮัม เศรษฐีก็ตายด้วยเช่นกัน เมื่ออยู่ในนรกเป็นทุกข์ท
รมานยิ่งนัก เศรษฐีนั้นจึงแหงนดูเห็นอับราฮัมอยู่แต่ไกล
และลาซารัสอยู่ที่อกของท่าน เศรษฐีจึงร้องว่า "อับราฮัมบิดาเจ้าข้า
ขอเอ็นดูข้าพเจ้าเถิด ขอใช้ลาซารัสมาเพื่อจะเอาปลายนิ้วจุ่มน้ำมา
แตะลิ้นของข้าพเจ้าให้เย็น ด้วยว่าข้าพเจ้าตรำทุกข์ทรมานอยู่ในเป
ลวไฟนี้" แต่ไม่มีใครช่วยเขาได้

เศรษฐีรักโลกและความสนุกเพลิดเพลินฝ่ายโลก

แต่เขาไม่รักพระเจ้า หลังจากเสียชีวิตเศรษฐีก็ลงไปสู่แดนผู้ตายและอยู่ที่นั่นด้วยความทุกข์ทรมาน แต่สำหรับคนยากจนอย่างลาซารัสแม้เขาเคยมีชีวิตอยู่ในความขัดสนแต่เขาก็ยำเกรงพระเจ้า เขาได้รับความรอดและไปอยู่ในอ้อมอกของอับราฮัม

เศรษฐีคิดว่าเขาเป็นคนฉลาดในขณะที่เขาดำเนินชีวิตอยู่ในโลกนี้ แต่หลังจากการตายของเขา ลาซารัสคนขอทานซึ่งดูเป็นคนที่โง่เขลาในโลกนี้กลับได้ชื่นชมกับความสุข เศรษฐีต้องทนทุกข์อยู่ในเปลวไฟ ไม่ใช่แค่วันเดียวหรือสองวันแต่ตลอดไป นี่เป็นสิ่งที่น่าอับอายมากสำหรับเขา เราต้องขอบคุณพระเจ้าที่พระองค์ทรงเลือกเราและเราสามารถเป็นบุตรของพระองค์

ข้อ 27 กล่าวว่า "แต่พระเจ้าได้ทรงเลือกสิ่งที่โลกถือว่าโง่เขลา เพื่อจะทำให้คนมีปัญญาอับอาย และพระเจ้าได้ทรงเลือกสิ่งที่โลกถือว่าอ่อนแอ เพื่อทำให้คนที่แข็งแรงอับอาย" ถ้าพระเจ้าทรงเรียกและเลือกท่าน ท่านก็ได้รับพระพรอย่างแท้จริง การที่เราได้รับการยอมรับจากพระเจ้าและเป็นมัคนายก มัคนายิกา หรือผู้ปกครองและได้รับมอบหมายหน้าที่ต่าง ๆ ในคริสตจักรนั้นถือเป็นเกียรติที่สูงส่งมากกว่าการเป็นผู้นำของประเทศต่าง ๆ

ถ้าเช่นนั้นทำไมพระเจ้าจึงทรงเลือกคนที่โง่เขลาและไม่เลือกคนฉลาด พระเยซูตรัสว่า "เราบอกความจริงแก่ท่านทั้งหลายว่า ถ้าพวกท่านไม่กลับใจเป็นเหมือนเด็กเล็ก ๆ ท่านจะเข้าในอาณาจักรแห่งสวรรค์ไม่ได้เลย" (มัทธิว 18:3)

บุตรฝ่ายวิญญาณเป็นคนที่เรียบง่าย บริสุทธิ์ และถ่อมใจ คนเหล่านี้รับเอาพระคำแห่งความจริง เชื่อในพระคำ และเชื่อฟังพระคำนั้นเหมือนเด็กเล็ก ๆ ดังนั้นคนเหล่านี้จึงเปลี่ยนแปลงได้และไปถึงแผ่นดินสวรรค์

แต่ผู้คนที่คิดว่าตนเองเป็นคนฉลาดในโลกนี้จะถือว่าคนที่มีจิตใจเหมือนเด็กเล็ก ๆ เป็นคนโง่ แต่พระเจ้าทรงเลือกและทรงใช้คนที่

มีจิตใจที่เรียบง่ายและดีงาม พระองค์ทรงเลือกผู้คนที่รู้สึกขัดสน

ข้อนี้กล่าวต่อไปว่า "และพระเจ้าได้ทรงเลือกสิ่งที่โลกถือว่าอ่อนแอ เพื่อทำให้คนที่แข็งแรงอับอาย" พระเยซูทรงเป็นพระบุตรของพระเจ้า แต่พระองค์ทรงเป็นคนที่อ่อนแอด้วยเช่นกันตามมาตรฐานของโลก ถ้ามีคนตบพระองค์ที่แก้มขวาพระองค์ทรงหันแก้มอีกข้างหนึ่งให้เขาด้วยเช่นกัน พระองค์จะไม่หักไม้อ้อที่ช้ำแล้ว พระองค์ช่างดูเป็นบุคคลที่อ่อนแอมากทีเดียว

พระเยซูผู้ "อ่อนแอ" องค์นี้ทรงถูกตรึงและพระเยซูผู้ "อ่อนแอ" องค์นี้ทรงเป็นขึ้นมาจากความตายและทรงเสด็จขึ้นสู่สวรรค์เพื่อเป็นกษัตริย์เหนือกษัตริย์และเป็นองค์พระผู้เป็นเจ้าเหนือเจ้าทั้งหลาย ในทางตรงกันข้าม ผู้คนที่เข้มแข็งและคนที่ข่มเหงพระเยซูกลับลงไปสู่หนทางแห่งความพินาศ ดังนั้นพระเจ้าจึงทรงทำให้คนเข้มแข็งอับอายเพราะความอ่อนแอ

ข้อ 28 กล่าวว่า "พระเจ้าได้ทรงเลือกสิ่งที่โลกถือว่าต่ำต้อย และสิ่งที่ถูกดูหมิ่น ทั้งทรงเลือกสิ่งเหล่านั้นซึ่งยังมิได้เกิดเป็นตัวจริงด้วย เพื่อจะได้ทำลายสิ่งซึ่งเป็นตัวจริงอยู่แล้ว" เปโตรซึ่งเป็นสาวกคนหนึ่งของพระเยซูเคยเป็นชาวประมง อาชีพนี้ไม่ได้เป็นสิ่งที่ผู้คนให้ความยกย่องนับถือมากนัก แต่พระเจ้าทรงเลือกผู้คนที่ต่ำต้อยเพื่อทำลายคนที่ยกตัวเองให้สูงกว่าคนอื่นและทำให้คนเหล่านี้อับอาย

กิจการ 4:13-14 บอกเรามากขึ้นเกี่ยวกับสถานภาพของพวกสาวก "เมื่อเขาเห็นความกล้าหาญของเปโตรกับยอห์น และรู้ว่าท่านทั้งสองขาดการศึกษาและเป็นคนมีความรู้น้อยก็ประหลาดใจ แล้วสำนึกว่าคนทั้งสองเคยอยู่กับพระเยซู เมื่อเขาเห็นคนนั้นที่หายโรคยืนอยู่กับเปโตรและยอห์น เขาก็ไม่มีข้อคัดค้านที่จะพูดขึ้นได้"

ผู้คนคิดว่าตนไม่มีการศึกษาและโง่เขลา แต่เมื่อเข

าต้อนรับเอาพระเยซูคริสต์ ได้รับพระวิญญาณบริสุทธิ์และเปลี่ยนแปลงอย่างสิ้นเชิง เขาก็ทำให้ผู้คนประหลาดใจ กิจการ 2:43-44 กล่าวว่า "เขามีความเกรงกลัวด้วยกันทุกคน และพวกอัครสาวกทำการมหัศจรรย์และหมายสำคัญหลายประการ บรรดาผู้ที่เชื่อถือนั้นก็อยู่พร้อมกัน ณ ที่แห่งเดียว และทรัพย์สิ่งของของเขาเหล่านั้นเขาเอามารวมกันเป็นของกลาง"

สาวกขององค์พระผู้เป็นเจ้าถูกเรียกมาจากชาวประมงและจากชนกลุ่มน้อยซึ่งเป็นที่รังเกียจของผู้คนในโลกนี้ พระเยซูทรงเรียกคนเหล่านี้และทรงใช้เขา ผู้คนชาวโลกเกรงกลัวคนเหล่านี้ เมื่อดูจากภายนอกผู้คนปฏิเสธหมายสำคัญและการอัศจรรย์ที่สาวกเหล่านั้นได้กระทำ แต่คนเหล่านั้นยังมีจิตสำนึกหลงเหลืออยู่ในจิตใจของตน ดังนั้นเมื่อเขาเห็นสิ่งต่าง ๆ ที่สาวกได้สำแดงออกมาซึ่งเป็นสิ่งที่เขาทำไม่ได้ คนเหล่านั้นจึงเกิดความกลัว

ข้อ 29 กล่าวว่า "เพื่อมิให้เนื้อหนังใด ๆ อวดต่อพระพักตร์พระองค์ได้" ถ้าพระเจ้าทรงเรียกและทรงใช้คนที่มีสติปัญญา ทรัพย์สิน การศึกษา หรือเงินทองอย่างมากในโลกนี้ คนเหล่านั้นจะมีความยำเกรงพระเจ้าหรือไม่

ผู้คนแบบนี้เขาจะพูดว่าเขาประสบความสำเร็จในโลกนี้เพราะเขามีการศึกษาดีและเฉลียวฉลาด ไม่ใช่เพราะเจ้าทรงอวยพรเขา นอกจากนั้น ถ้าคนเหล่านี้เป็นศิษยาภิบาลของคริสตจักรและประสบความสำเร็จ เขาก็มีแนวโน้มที่จะคิดว่าสาเหตุที่ตนประสบความสำเร็จก็เพราะเขาฉลาดและมีการศึกษาดี เขาคิดว่าเขามีความเป็นเลิศและสามารถทำงานนั้นได้ดี เขาไม่ได้ถวายเกียรติยศทั้งสิ้นแด่พระเจ้า

เพราะเหตุนี้พระเจ้าจึงทรงเลือกคนที่โง่เขลา อ่อนแอ และเป็นที่เหยียดหยามเพื่อว่าเขาจะไม่อวดอ้างตนเองหรือยกตนเองขึ้น เรารู้จักความจริงและเราต้องพึ่งพิงพระเจ้าและยอมรับเอาการทรงนำจ

ากพระองค์ในทุกสิ่ง เราต้องสามารถพูดในทุกเรื่องว่าสิ่งเหล่านั้นเกิดขึ้นได้ก็เพราะพระองค์แต่เพียงผู้เดียว

โดยพระองค์ท่านจึงอยู่ในพระเยซูคริสต์ เพราะพระเจ้าทรงตั้งพระองค์ให้เป็นปัญญา ความชอบธรรม การแยกตั้งไว้ และการไถ่โทษสำหรับเราทั้งหลาย (1:30)

มนุษย์ทุกคนและสิ่งสารพัดในจักรวาลล้วนมาจากพระเจ้า พระเจ้าทรงตั้งให้อาดัมครอบครองเหนือสิ่งทรงสร้างทั้งปวง แต่อาดัมถูกแช่งสาปเนื่องจากความบาปของตนและสิ่งสารพัดที่อยู่ภายใต้อำนาจครอบครองของเขาก็ถูกสาปเช่นกัน สิทธิอำนาจทั้งสิ้นที่เขาเคยมีได้ถูกส่งมอบให้กับผีมารซาตาน

เพราะเหตุนี้ ลูกา 4:5-6 จึงกล่าวว่า "แล้วพญามารจึงนำพระองค์ขึ้นไปยังภูเขาที่สูง สำแดงบรรดาราชอาณาจักรทั่วพิภพในขณะเดียวให้พระองค์ทอดพระเนตร แล้วพญามารได้ทูลพระองค์ว่า 'อำนาจทั้งสิ้นนี้และสง่าราศีของราชอาณาจักรนั้นเราจะยกให้แก่ท่าน เพราะว่ามอบเป็นสิทธิไว้แก่เราแล้ว และเราปรารถนาจะให้แก่ผู้ใดก็จะให้แก่ผู้นั้น'"

โลกที่ถูกแช่งสาปไม่ได้ดูดีเหมือนที่มันเคยเป็นเมื่อพระเจ้าทรงสร้างโลกขึ้นมาครั้งแรก พระเจ้าทรงส่งพระเยซูพระบุตรองค์เดียวของพระองค์มายังโลกนี้เพื่อช่วยมนุษย์ที่ถูกแช่งสาปให้รอดจากเงื้อมมือของผีมารซาตาน

พระเจ้าทรงสำแดงความรักอันยิ่งใหญ่ต่อเรา พระเยซูผู้ปราศจากบาปทรงสิ้นพระชนม์บนกางเขนเพื่อรับแบกบาปของมนุษย์ทุกคนเอาไว้ เพื่อว่าใครก็ตามที่เชื่อในพระองค์จะได้รับชีวิตนิรันดร์และเป็นบุตรของพระเจ้า เมื่อเราเป็นบุตรของพระเจ้าอีกครั้งหนึ่งเราก็เป็นของพระเจ้าและอยู่ในพระเยซูคริสต์

ถ้าเช่นนั้นข้อความที่ว่า "พระเยซูคริสต์ผู้ที่พระเจ้าทรงตั้งให้เป็นปัญญา ความชอบธรรม การแยกตั้งไว้ (การชำระให้บริสุทธิ์) และการไถ่โทษ" หมายถึงอะไร

สติปัญญาคือความยำเกรงพระเจ้า พระปัญญาของพระเจ้าช่วยเราให้รอด นำเราให้กำจัดความบาปทิ้งไป ช่วยให้เราดำเนินชีวิตอยู่ในความจริง และนำเราไปสู่แผ่นดินสวรรค์นิรันดร์

พระเยซูทรงประทานความชอบธรรม การแยกตั้งไว้ และการไถ่โทษพร้อมกับสติปัญญานี้ ความชอบธรรมในที่นี้คือความดีและความดีนี้ได้แก่พระคำของพระเจ้า เมื่อเราต้อนรับเอาพระเยซูคริสต์เราก็จะดำเนินชีวิตอยู่ในความดีและความชอบธรรมตามพระคำ

ผลของความชอบธรรมนี้ปรากฏให้เห็นในการแยกตั้งไว้ (การชำระให้บริสุทธิ์) เมื่อเรารับเอาพระคำของพระเจ้าเข้าไปในจิตใจของเราในฐานะอาหารฝ่ายวิญญาณ สิ่งนี้จะสำแดงออกมาเป็นการกระทำ เพราะเหตุนี้ 1 ยอห์น 3:18 จึงกล่าวว่า "ลูกเล็ก ๆ ทั้งหลายของข้าพเจ้าเอ๋ย อย่าให้เรารักกันด้วยคำพูดและด้วยลิ้นเท่านั้น แต่จงรักกันด้วยการกระทำและด้วยความจริง"

เราเป็นอันหนึ่งอันเดียวกันและได้รับการไถ่ในองค์พระผู้เป็นเจ้าผู้ทรงเป็นทางนั้น ความจริง และชีวิต เราไม่ควรผูกมัดตนเองอยู่กับโลกนี้แต่ควรรับการไถ่โดยพระเยซูคริสต์

...เพื่อให้เป็นไปตามที่เขียนว่า "ให้ผู้โอ้อวดอวดองค์พระผู้เป็นเจ้า" (1:31)

ทำไมพระเจ้าจึงทรงเลือกคนที่โง่เขลา อ่อนแอ และเป็นที่ดูห

มีนเกลียดชังของโลกนี้ให้ทำงานของพระองค์ สาเหตุก็เพราะว่าพระองค์ทรงต้องการ "ให้ผู้โอ้อวด อวดองค์พระผู้เป็นเจ้า" เราอวดอ้างอะไรได้บ้างในชีวิตของเรา คนที่ไม่เชื่ออาจอวดอ้างถึงหลายสิ่งหลายอย่าง เช่น เงินทอง ชื่อเสียง อำนาจทางสังคม ความรู้ และสติปัญญา

ปัญญาจารย์ 1:2-3 กล่าวว่า "ปัญญาจารย์กล่าวว่า อนิจจัง อนิจจัง อนิจจัง อนิจจัง สารพัดอนิจจัง ที่มนุษย์ทำงานตรากตรำภายใต้ดวงอาทิตย์ เขาได้ประโยชน์อะไรจากงานทั้งสิ้นที่เขาทำนั้น" ด้วยเหตุนี้ ไม่มีสิ่งใดที่เราจะอวดอ้างได้นอกจากจะอวดอ้างองค์พระผู้เป็นเจ้า ทุกสิ่งที่อยู่นอกเหนือจากองค์พระผู้เป็นเจ้าล้วนอนิจจัง เนื่องจากสิ่งที่ดีที่สุดก็จะเสื่อมสูญไปในที่สุดและสิ่งเหล่านี้จะนำเราไปสู่นรกเพียงอย่างเดียว

เราที่รู้จักความจริงเรื่องนี้ต้องอวดเฉพาะองค์พระผู้เป็นเจ้าเท่านั้น เฉพาะสิ่งที่เราทำในองค์พระผู้เป็นเจ้าเท่านั้นที่ไม่อนิจจัง ไม่ว่าเราจะเรียน ทำธุรกิจ หรือกินหรือดื่มหรือทำสิ่งใดก็ตาม เราควรพยายามที่จะถวายเกียรติแด่พระเจ้าในทุกสิ่งด้วยความจริง การดำเนินชีวิตด้วยวิธีนี้คือการมีชีวิตที่เป็นพระพรอย่างแท้จริง ชีวิตแบบนี้ไม่อนิจจังเพราะพระเจ้าทรงพอพระทัยกับชีวิตแบบนี้และสิ่งนี้จะทำให้เราได้รับรางวัลในแผ่นดินสวรรค์

บทที่ 2

พระปัญญาของพระเจ้า

การสำแดงฤทธิ์อำนาจผ่านทางพระวิญญาณ
หนทางแห่งกางเขน พระปัญญาของพระเจ้า
การเข้าใจพระคุณของพระเจ้าผ่านทางพระวิญญาณบริสุทธิ์
การแยกแยะสิ่งที่อยู่ฝ่ายวิญญาณด้วยพระวิญญาณ

การสำแดงฤทธิ์อำนาจผ่านทางพระวิญญาณ

พี่น้องทั้งหลาย เมื่อข้าพเจ้ามาหาท่าน ข้าพเจ้ามิได้มาเพื่อประกาศสักขีพยานของพระเจ้าแก่ท่านทั้งหลาย ด้วยถ้อยคำอันไพเราะหรือด้วยสติปัญญา เพราะข้าพเจ้าตั้งใจว่าจะไม่แสดงความรู้เรื่องใด ๆ ในหมู่พวกท่านเลยเว้นแต่เรื่องพระเยซูคริสต์ และการที่พระองค์ทรงถูกตรึงที่กางเขน (2:1-2)

อัครทูตเปาโลเป็นคนที่มีการศึกษาสูงและมีความรู้มากมาย แต่ท่านไม่ได้พึ่งพิงการศึกษาหรือความรู้ของท่าน ท่านไม่ได้อาศัยความสามารถในการพูดหรือสติปัญญาที่เหนือกว่าของตนเมื่อท่านประกาศข่าวสารของพระเจ้า นี่เป็นน้ำพระทัยของพระเจ้า

เราไม่สามารถช่วยดวงวิญญาณให้รอดด้วยการพูดที่ฉลาดปราดเปรื่อง ข้อโต้แย้งที่น่าเชื่อถือ หรือสติปัญญาของมนุษย์ เพราะเหตุนี้เราจึงควรระมัดระวังเมื่อเราอ่านหนังสือเกี่ยวกับความเชื่อ เราไม่ควรยอมรับเอาบางสิ่งบางอย่างเพียงเพราะว่าสิ่งนั้นเป็นหนังสือที่เขียนโดยบุคคลที่มีชื่อเสียง

ถ้าผู้เขียนหนังสือเป็นคนที่อธิษฐานมากและติดต่อสื่อสารกับพระเจ้าอย่างลึกซึ้ง หนังสือของเขาก็จะมีประโยชน์ แต่ถึงแม้ว่าผู้เขีย

นจะเป็นคนมีการศึกษาดีและมีความรู้มาก ถ้าเขาไม่ใช่บุคคลแห่งการอธิษฐานและการอดอาหารและไม่ได้สือสารกับพระเจ้า หนังสือของเขาก็จะไม่มีประโยชน์มากนัก สาเหตุก็เพราะว่าหนังสือดังกล่าวถูกเขียนขึ้นจากความรู้และสติปัญญาส่วนตัวของผู้เขียนเพียงอย่างเดียว

เปาโลเป็นพยานถึงสิ่งใด ท่านเป็นพยานถึงพระเยซูคริสต์และการที่พระองค์ทรงถูกตรึงที่กางเขนเพียงอย่างเดียว นี่คือสิ่งที่ผู้รับใช้ของพระเจ้าควรกระทำ ผู้รับใช้ต้องเป็นพยานว่าพระเยซูคริสต์คือใคร ทำไมพระองค์ต้องเสด็จเข้ามาในโลกนี้ ทำไมพระองค์ทรงถูกตรึง และพระองค์ทรงไถ่เราให้พ้นบาปได้อย่างไร ผู้รับใช้ต้องประกาศถึงการเป็นขึ้นมาและการเสด็จมาครั้งที่สองของพระองค์ด้วยเช่นกันเพื่อว่าบุตรของพระเจ้าจะมีความหวังในสวรรค์ในขณะที่เขาดำเนินชีวิตอยู่ในโลกนี้

เพราะเหตุนี้อัครทูตเปาโลจึงกล่าวว่าท่านไม่อยากรู้ในเรื่องใดเลยนอกจากเรื่องราวเหล่านี้ นับจากช่วงเวลาที่ท่านพบกับองค์พระผู้เป็นเจ้าเปาโลเข้าใจว่าความรู้ของท่านไม่เป็นประโยชน์แต่กลับเป็นอุปสรรคขัดขวางในการช่วยดวงวิญญาณให้รอด

เมื่อมนุษย์มีความรู้มากและพัฒนาวิทยาศาสตร์และเทคโนโลยีก้าวหน้ายิ่งขึ้นเขาจะกลายเป็นคนหยิ่งผยองและมีแนวโน้มที่จะปฏิเสธว่าไม่มีพระเจ้า คนที่แสวงหาความรู้ของโลกนี้จะไม่แสวงหาพระเจ้า เพราะเหตุนี้อัครทูตเปาโลจึงกล่าวว่าไม่อยากรู้ในเรื่องใดเลย “เว้นแต่เรื่องพระเยซูคริสต์และการที่พระองค์ทรงถูกตรึงที่กางเขน”

ด้วยเหตุนี้ คนที่ต้องการเป็นศิษยาภิบาลหรือทำงานเพื่อพระเจ้าต้องอ่านพระคัมภีร์แทนที่จะอ่านหนังสือซึ่งเขียนโดยผู้คนที่เขียนจากความรู้และสติปัญญาของตน นอกจากนั้น เขาต้องอธิษฐานเพื่อจะมีการสื่อสารฝ่ายวิญญาณกับพระเจ้าและมุ่งมั่นที่จะรับเอาฤทธิ์

อำนาจจากพระเจ้า นีเป็นวิธีการเดียวทีจะช่วยดวงวิญญาณให้รอดและขยายแผ่นดินของพระเจ้า

ในเอเฟซัส 5:16 อัครทูตเปาโลวิงวอนคนเหล่านั้นว่า "จงฉวยโอกาสเพราะว่าทุกวันนี้เป็นกาลที่ชั่ว" เราต้องสื่อสารกับพระเจ้าและช่วยดวงวิญญาณที่กำลังพินาศในยุคที่ชั่วร้ายนี้ให้รอด เราต้องเป็นพยานถึงพระเจ้าผู้ทรงพระชนม์อยู่และนำเขาไปสู่ความเชื่อ นอกจากนี้ เราต้องจดจำไว้ว่าสิ่งเหล่านี้ไม่สามารถทำให้สำเร็จได้ด้วยความรู้ของโลกนี้

และเมื่อข้าพเจ้าอยู่กับท่านทั้งหลาย ข้าพเจ้าก็อ่อนกำลังมีความกลัวและตัวสั่นเป็นอันมาก (2:3)

ก่อนที่ท่านพบกับองค์พระผู้เป็นเจ้าอัครทูตเปาโลไม่มีความกลัว ท่านเป็นหัวหอกในการจับกุมและข่มเหงผู้เชื่อในพระเยซูคริสต์ แต่นับจากช่วงเวลาที่ท่านได้พบกับองค์พระผู้เป็นเจ้าท่านอยู่กับผู้คนในความอ่อนแอ ความกลัว และอาการตัวสั่นของเขา

สิ่งนี้หมายถึงอะไร ถ้าเราเชื่อและรู้จักพระเจ้าอย่างแท้จริง คนงานของพระเจ้าต้องสำแดงความอ่อนแอของตนต่อพระพักตร์พระเจ้าและต่อหน้าผู้เชื่อคนอื่น ๆ ผู้ที่เข้มแข็งคือพระเจ้าแต่พระองค์เดียวและเราต้องเข้าใจว่าเราไม่สามารถทำสิ่งใดได้เลยเว้นแต่พระเจ้าจะสถิตอยู่กับเรา

บางคนพูดว่าเขามีความสามารถในการพูดได้ดีเนื่องจากความรู้ การศึกษา และสติปัญญาของตน แต่งานของพระเจ้าไม่อาจทำให้สำเร็จลุล่วงได้ด้วยสิ่งเหล่านี้ ยกตัวอย่าง สมมุติว่ามีนักพูดที่ดีมากคนหนึ่งและมีทักษะในการพูดที่จำเป็นต่อการโน้มน้าวผู้ฟัง ถ้านักพูดคนนี้เทศนาพระคำของพระเจ้าเขาจะทำให้ผู้เชื่อเปลี่ยนแปลงและดำเนินชีวิตอยู่ในความจริงได้หรือไม่ คำตอบก็คือเขาไม่มีทา

งทำได้อย่างแน่นอน

แน่นอน ผู้ฟังอาจเกิดความประทับใจกับการพูดของเขาอยู่ชั่วระยะหนึ่ง แต่การพูดรูปแบบนี้ไม่มีฤทธิ์อำนาจที่จะทำให้ผู้คนกำจัดธรรมชาติบาปหรือความชั่วร้ายออกไปจากจิตใจของตน ความรู้และความสามารถในการพูดของบุคคลไม่อาจนำเขาให้ดำเนินชีวิตตามพระคำของพระเจ้าได้ คำพูดดีไม่สามารถปลูกฝังความเชื่อไว้ในจิตใจของผู้คน การพูดดีไม่สามารถทำให้ผู้คนพบกับพระเจ้าหรือเปลี่ยนแปลงชีวิตของตนเองได้ ดังนั้นการพูดเหล่านี้จึงไม่มีประโยชน์มากนัก

ถ้าเราเข้าใจความจริงข้อนี้เราก็สามารถถ่อมใจต่อพระพักตร์พระเจ้าได้ เราอ่อนกำลังเพราะเราไม่สามารถกระทำสิ่งใดได้เว้นแต่พระเจ้าทรงสถิตอยู่กับเรา

แม้แต่พระเยซูก็ทรงอ่อนกำลังในบางครั้งและพระองค์ทรงหลบเลี่ยงผู้คนที่พยายามจะจับกุมและฆ่าพระองค์ อัครทูตเปาโลก็อ่อนกำลังและตัวสั่นต่อพระพักตร์พระเจ้าเช่นกันเพราะท่านเข้าใจดีว่าท่านไม่สามารถทำสิ่งใดได้ถ้าพระเจ้าไม่สถิตอยู่กับท่าน

เพราะอัครทูตเปาโลมีความกลัวและอาการตัวสั่นเช่นนั้นอยู่เสมอท่านจึงไม่เคยหยุดอธิษฐานเพื่อทำให้การสื่อสารฝ่ายวิญญาณของท่านกับพระเจ้าดำเนินต่อไปอย่างต่อเนื่อง ท่านตื่นตัวอยู่เสมอโดยไม่ให้ความสนใจกับสิ่งใดเลย ในทำนองเดียวกัน เราต้องทำหน้าที่ซึ่งพระเจ้าทรงมอบให้สำเร็จลุล่วงด้วยความอ่อนแอ ความเกรงกลัว และอาการตัวสั่น

...คำพูดและคำเทศนาของข้าพเจ้า ไม่ใช่คำที่เกลี้ยกล่อมด้วยสติปัญญาของมนุษย์ แต่เป็นคำซึ่งได้แสดงพระวิญญาณและพระเดชานุภาพเพื่อความเชื่อของท่านจะไม่ได้อาศัยสติปัญญาของมนุษย์แต่อาศัยฤทธิ์เดชของพระเจ้า (2:4-5)

พระวิญญาณบริสุทธิ์สามารถเริ่มต้นทำงานได้ก็ต่อเมื่อเราละทิ้งความรู้และสติปัญญาฝ่ายโลกของเราเท่านั้น เราต้องพึ่งพิงพระเจ้าอย่างสิ้นเชิงและมอบทุกสิ่งทุกอย่างไว้ในพระหัตถ์ของพระองค์ จากนั้นพระเจ้าจะทรงควบคุมจิตใจ ความคิด และริมฝีปากของเรา ถ้าเราอธิษฐานเผื่อสติปัญญาในการทำทุกสิ่งทุกอย่างและไม่ใช้ความคิดของมนุษย์ เราก็สามารถได้ยินพระสุรเสียงของพระวิญญาณบริสุทธิ์จากภายในจิตใจของเรา แต่ถ้าเราใช้ความคิดของเราเองเราก็ไม่สามารถได้ยินพระสุรเสียงของพระวิญญาณบริสุทธิ์

บางคนพูดว่าเขาไม่สามารถได้ยินพระสุรเสียงของพระวิญญาณบริสุทธิ์แม้ว่าเขาจะอธิษฐาน แต่สิ่งนี้ไม่จริง บางครั้งเขาเพียงแต่ไม่สังเกตเท่านั้นว่าตนได้ยินพระสุรเสียงของพระวิญญาณบริสุทธิ์ สมมุติว่าท่านต้องการที่จะริเริ่มบางสิ่งบางอย่าง ในกรณีนี้ถ้าท่านตัดสินใจตามความคิดของตนเองโดยไม่สามารถจดจำพระคำของพระเจ้าท่านก็ไม่สามารถได้ยินพระสุรเสียงของพระวิญญาณบริสุทธิ์ แต่ถ้าท่านตัดสินใจด้วยพระคำของพระเจ้าซึ่งเป็นความจริงและประพฤติตามความจริงนั้น นี่คือการได้ยินพระสุรเสียงของพระวิญญาณบริสุทธิ์

พระคำของพระเจ้าไม่ได้มาจากความคิดของเรา แม้เขาจะอ่านพระคัมภีร์อย่างมากแต่ผู้คนที่ไม่ได้รับฤทธิ์อำนาจของพระวิญญาณบริสุทธิ์จะไม่สามารถจดจำพระคำของพระเจ้าเมื่อเขาตกอยู่ในสถานการณ์และปัญหาต่าง ๆ ผมเชื่อว่าพวกท่านบางคนเคยมีประสบการณ์กับสถานการณ์ต่อไปนี้มาบ้างแล้ว ท่านอ่านพระคัมภีร์หลายครั้ง แต่เมื่อท่านต้องการที่จะให้คำปรึกษาฝ่ายวิญญาณกับคนบางคนท่านกลับคิดหาข้อพระคำที่เหมาะสมไม่ได้ออก

แต่ผู้คนที่ได้ยินพระสุรเสียงของพระวิญญาณบริสุทธิ์จะได้รับพระคำของพระเจ้า ดังนั้นเขาจึงสามารถพูดในสิ่งที่เขาต้องการพูด

กับคนที่ต้องการคำปรึกษาฝ่ายวิญญาณ คนที่อธิษฐานต่อพระเจ้า คนที่สวมยุทธภัณฑ์ให้กับตนเองด้วยพระคำของพระเจ้าจะได้ยินพระสุรเสียงของพระวิญญาณบริสุทธิ์ตลอดเวลา จากการที่เขาทำตามน้ำพระทัยของพระเจ้าด้วยวิธีนี้เขาจึงสามารถดำเนินชีวิตแห่งชัยชนะอยู่เสมอและจะไม่ล้มลงไปสู่การทดลองของซาตาน

ความเชื่อของเราไม่ได้เกิดขึ้นโดยสติปัญญาของมนุษย์ เราไม่สามารถมีความเชื่อและรู้จักพระเจ้าด้วยสติปัญญาของมนุษย์ ตรงกันข้าม ยิ่งคนหนึ่งมีสติปัญญามากขึ้นเท่าใดความสงสัยของเขาก็มีโอกาสที่จะเพิ่มมากขึ้นเท่านั้น

เนื่องจากอัครทูตเปาโลเข้าใจความจริงข้อนี้อย่างชัดเจนท่านจึงไม่ใช้สติปัญญา ความสามารถในการพูดและความรู้ส่วนตัวของท่าน ท่านเต็มล้นด้วยพระวิญญาณบริสุทธิ์ และเพราะท่านเต็มล้นด้วยพระวิญญาณท่านจึงประกาศเรื่องของพระเยซูคริสต์และหนทางแห่งกางเขนเท่านั้น ท่านละทิ้งความรู้ทั้งสิ้นของตนและท่านทำพันธกิจด้วยฤทธิ์อำนาจของพระเจ้าและของพระวิญญาณบริสุทธิ์ผ่านการอธิษฐาน การรักษาโรคอย่างอัศจรรย์ด้วยการสัมผัสกับผ้าเช็ดหน้าของท่านจึงเกิดขึ้นด้วยวิธีนี้ (กิจการ 19:12)

การกลับใจจะเกิดขึ้นและผู้คนเปลี่ยนแปลงก็ต่อเมื่อพระคำของพระเจ้าถูกประกาศออกไปด้วยฤทธิ์อำนาจของพระเจ้าเท่านั้น เมื่อเราสำแดงฤทธิ์อำนาจของพระเจ้าในคำเทศนาที่ประกาศออกไป ความรู้ของมนุษย์และความคิดของเขาจะถูกทำลายและผู้ฟังจะยอมรับพระเจ้าผู้ทรงพระชนม์อยู่ นี่คือวิธีการที่คนเหล่านั้นจะมีความเชื่อ กลับใจจากบาปของตน และดำเนินชีวิตอยู่ในความจริง ด้วยเหตุนี้ เมื่อเราประกาศพระกิตติคุณเราต้องเป็นพยานถึงพระเจ้าผู้ทรงพระชนม์อยู่ด้วยการสำแดงถึงฤทธิ์อำนาจของพระเจ้าผ่านการอธิษฐาน ไม่ใช่ด้วยถ้อยคำหรือสติปัญญาเพียงอย่างเดียว

แต่สิ่งนี้ไม่ได้หมายความว่าเราไม่ต้องการความรู้ใด ๆ จากโลกนี้และเราไม่ต้องศึกษาเรียนรู้ สิ่งที่ผมอธิบายไปก็คือว่าเราไม่ควรใช้ความรู้ฝ่ายโลกเมื่อเรากำลังทำภารกิจในการช่วยดวงวิญญาณให้รอด ปกติเราต้องศึกษาอย่างหนักในโรงเรียนและประยุกต์ใช้ความรู้ของเราในที่ทำงานเพื่อเสริมสร้างคนอื่นและถวายเกียรติแด่พระเจ้า

ไม่ว่าเราจะกินหรือดื่ม หรือไม่ว่าเราจะทำสิ่งใดก็ตาม เราต้องดำเนินชีวิตเพื่อสง่าราศีของพระเจ้า การศึกษาเล่าเรียนก็เช่นเดียวกัน สิ่งที่ผมกำลังพูดก็คือว่าเราไม่สามารถปลูกฝังความเชื่อในคนอื่นด้วยความรู้ของเราเพียงอย่างเดียวเมื่อเราประกาศพระกิตติคุณ

หนทางแห่งการเข้าถึง
พระปัญญาของพระเจ้า

เรากล่าวถึงเรื่องปัญญาในหมู่คนที่เป็นผู้ใหญ่แล้วก็จริง แต่มิใช่เรื่องปัญญาของโลกนี้ หรือเรื่องปัญญาของอำนาจครอบครองในโลกนี้ซึ่งจะเสื่อมสูญไป (2:6)

อัครทูตเปาโลได้อธิบายมาจนถึงจุดนี้ว่าสติปัญญาของโลกนี้เป็นสิ่งไร้ประโยชน์ ท่านกล่าวว่าท่านต้องละทิ้งสติปัญญาของมนุษย์และบัดนี้ท่านพูดเกี่ยวกับสติปัญญาที่แท้จริง คำว่า "คนที่เป็นผู้ใหญ่" ในข้อนี้หมายถึงผู้คนที่เติบโตขึ้นในความเชื่อซึ่งยืนหยัดมั่นคงอยู่บนศิลาแห่งความเชื่อและคนที่กินอาหารแข็ง

ขอให้เราศึกษาคำว่า "สติปัญญา" เพิ่มมากขึ้น ยากอบ 3:17 กล่าวว่า "แต่ปัญญาจากเบื้องบนนั้นบริสุทธิ์เป็นประการแรก แล้วจึงเป็นความสงบสุข สุภาพและว่าง่าย เปี่ยมด้วยความเมตตาและผลอันดี ไม่มีความลำเอียง ไม่หน้าซื่อใจคด"

สติปัญญานี้มาจากเบื้องบน พระเจ้าทรงเป็นผู้ประทานสิ่งนี้ให้ตามขนาดของการที่เรากำจัดสิ่งที่ไม่ถูกต้องตามพระคำของพ

ระเจ้าทิ้งไปและดำเนินชีวิตด้วยพระคำของพระองค์ กล่าวคือ ถ้าเราดำเนินชีวิตด้วยพระคำเราก็จะสะอาดบริสุทธิ์ อยู่อย่างสงบสุภาพอ่อนโยน มีเหตุผล เต็มไปด้วยความเมตตา และมีผลที่ดี เราจะไม่หวั่นไหวและไม่มีความหน้าซื่อใจคด เราสามารถรับเอาสติปัญญาจากเบื้องบนตามขนาดของการที่เราประพฤติตามพระคำของพระเจ้าในชีวิตของเรา นอกจากนี้ เราสามารถรับเอาสติปัญญาจากเบื้องบนอย่างไม่จำกัดและไม่มีสิ้นสุดถ้าเราเข้าไปสู่ระดับความเชื่อที่เติบโตขึ้น

ผู้คนที่บรรลุถึงความเชื่อระดับนี้จะไม่พูดว่าเขาไม่สามารถประกาศพระกิตติคุณเพราะเขามีการศึกษาไม่มากพอ คนเหล่านี้ไม่พึ่งพิงความรู้ของตนเองแต่เขาจะพึ่งพิงสติปัญญาจากเบื้องบน มัทธิว 10:19-20 กล่าวถึงผู้คนที่มีความรู้ประเภทนี้ว่า "แต่เมื่อเขามอบท่านไว้นั้น อย่าเป็นกังวลว่าจะพูดอะไรหรืออย่างไร เพราะเมื่อถึงเวลา คำที่ท่านจะพูดนั้นจะทรงประทานแก่ท่านในเวลานั้น เพราะว่าผู้ที่พูดมิใช่ตัวท่านเอง แต่เป็นพระวิญญาณแห่งพระบิดาของท่าน ผู้ตรัสทางท่าน"

เพื่อให้ได้รับสติปัญญาจากเบื้องบน เราต้องละทิ้งสติปัญญาและความรู้ฝ่ายโลก เราต้องละทิ้งสิ่งใดบ้างเป็นพิเศษ เราต้องลืมความรู้ต่าง ๆ เช่น "หนึ่งบวกสองได้สาม" ใช่หรือไม่ ไม่ใช่อย่างแน่นอน

เราต้องกำจัดความรู้ที่ต่อสู้กับพระคำของพระเจ้าทิ้งไป ตัวอย่างของความรู้ประเภทนี้ได้แก่การพูดว่ามนุษย์มาจากการวิวัฒนาการของลิง เราจะรู้ว่าเรื่องนี้ไม่เป็นความจริงเมื่อเราเข้าใจความจริงอย่างถ่องแท้ เราสามารถเชื่อว่าพระเจ้าทรงสร้างฟ้าสวรรค์และแผ่นดินโลกและสิ่งสารพัดซึ่งอยู่ในที่เหล่านั้นได้ก็ต่อเมื่อเรากำจัดควา

มรู้ฝ่ายโลกเช่นนี้ทิ้งไปเท่านั้น

ข้อ 6 กล่าวว่า "…แต่มิใช่เรื่องปัญญาของโลกนี้หรือเรื่องปัญญาของอำนาจครอบครองในโลกนี้ซึ่งจะเสื่อมสูญไป" คำว่าอำนาจครอบครองในข้อนี้ได้แก่พวกข้าราชการซึ่งหมายถึงพวกฟาริสี พวกธรรมาจารย์ พวกปุโรหิต และผู้ที่อยู่ในตำแหน่งของผู้นำ

เมื่อประยุกต์ใช้กับยุคปัจจุบัน คำว่า "อำนาจครอบครอง" หมายถึงนักการศึกษาที่มีตำแหน่งสูงและสิ่งต่าง ๆ ที่เราได้รับการสั่งสอนมา ดังนั้นแม้แต่ครูบาอาจารย์หรือหนังสือตำราก็สามารถเป็น "อำนาจครอบครอง" ของเรา เมื่อเราไม่รู้จักความจริงเราก็มีความรู้และสติปัญญาทุกประเภท แต่เราต้องละทิ้งความรู้หลายอย่างเหล่านี้ไปเมื่อเราเรียนรู้จักความจริง

ยกตัวอย่าง ถ้าท่านล้มป่วย ความรู้และการปฏิบัติของคนทั่วไปก็คือเขาต้องไปโรงพยาบาลและรับการรักษาทางการแพทย์ที่เหมาะสม แต่ผู้คนที่เป็นบุตรแห่งความเชื่อซึ่งเชื่อในความยิ่งใหญ่ของพระเจ้าสามารถรับการรักษาให้หายโดยการอธิษฐาน การรักษาของแพทย์ในโรงพยาบาลไม่สามารถเทียบเคียงกับการรักษาของพระเจ้าได้เพราะการรักษาของพระเจ้าจะสมบูรณ์แบบโดยไม่มีผลกระทบข้างเคียง

แต่อำนาจครอบครองของโลกนี้จะไม่เชื่อในความจริงข้อนี้ ตรงกันข้าม เขาจะเรียกสิ่งนี้ว่าเป็นความโง่เขลา นี่คือสติปัญญาของผู้มีอำนาจครอบครอง ด้วยสติปัญญานี้เขาไม่สามารถเชื่อในความจริงได้

…แต่เรากล่าวถึงเรื่องพระปัญญาของพระเจ้าซึ่งเป็นข้อลึกลับ คือพระปัญญาซึ่งทรงซ่อนไว้นั้น ซึ่งพระเจ้าได้ทรงกำหนดไว้ก่อนสร้

างโลกให้เป็นสง่าราศีแก่เรา (2:7)

พระเจ้าทรงสร้างฟ้าสวรรค์และแผ่นดินโลกเพื่อจะมีบุตรที่แท้จริงและทรงจัดเตรียมเพื่อความรอดของมนุษย์ พระเจ้าทรงทราบว่าเมื่อใดอาดัมจะไม่เชื่อฟังและมุ่งไปสู่หนทางแห่งความตาย เพราะพระองค์ทรงทราบถึงเรื่องนี้พระเจ้าจึงทรงปิดซ่อนการจัดเตรียมเรื่องความรอดที่จะเกิดขึ้นผ่านทางพระเยซูคริสต์เอาไว้ เพราะเหตุนี้พระเยซูคริสต์จึงเป็นข้อลึกลับที่ถูกปิดซ่อนเอาไว้ตั้งแต่ก่อนปฐมกาล

เมื่อพระเยซูคริสต์ทรงปรากฏตัวต่อหน้าผู้คน อำนาจครอบครองของยุคนี้ไม่สามารถเข้าใจพระองค์ด้วยสติปัญญาของตน คนเหล่านั้นตรึงพระเยซู ผีมารซาตานนำเฉพาะความรู้และสติปัญญาฝ่ายโลกเท่านั้นมาให้กับผู้คน มารไม่เข้าใจพระปัญญาของพระเจ้าและมันคิดว่ามันจะสามารถมีอำนาจครอบครองในย่านอากาศตลอดไปเพียงแต่มันฆ่าพระเยซูเท่านั้น

นับจากช่วงเวลาแห่งการบังเกิดของพระเยซูผีมารซาตานพยายามทุกวิถีทางที่จะฆ่าพระเยซู ในที่สุด มันได้ยุยงให้อำนาจครอบครองของยุคนี้ตรึงพระเยซูและมันคิดว่ามันมีชัยชนะ แต่สิ่งนี้เป็นพระปัญญาของพระเจ้า

กฎฝ่ายวิญญาณกำหนดไว้ว่าค่าจ้างของความบาปคือความตาย ก่อนกินผลไม้ต้องห้ามอาดัมไม่มีบาปและความตายก็ไม่มี หลังจากการละเมิดของอาดัมแล้วเท่านั้นที่อาดัมและลูกหลานของเขาต้องพบกับความตาย ถ้าบุคคลทำบาปเขาจะต้องพบกับความตายอย่างแน่นอน แต่มารได้ฆ่าพระเยซูผู้ไม่มีบาปไม่ว่าจะเป็นบาปดั้งเดิมหรือบาปที่พระองค์ทรงกระทำ ดังนั้นเมื่อมารยุยงให้ผู้คนฆ่าพระเย

ซูสิ่งนั้นจึงเป็นการละเมิดกฎของมิติฝ่ายวิญญาณ

ครั้งแรกอาดัมมีสิทธิอำนาจที่จะครอบครองเหนือสิ่งสารพัดบนแผ่นดินโลก แต่เมื่ออาดัมทำบาป สิทธิอำนาจของเขาจึงถูกส่งมอบไปให้กับมารเนื่องจากอาดัมเชื่อฟังมารด้วยการทำบาป แต่จากผลลัพธ์ของการที่มารได้ฆ่าพระเยซูผู้ไม่มีบาป มารต้องส่งมอบสิทธิอำนาจนั้นคืนให้กับบรรดาประชาชาติ จากวินาทีนั้นเป็นต้นมา ใครก็ตามที่เชื่อในพระเยซูก็ได้รับความรอด นี่คือ "หนทางแห่งกางเขน" ที่ถูกปิดซ่อนไว้ตั้งแต่ก่อนปฐมกาล สิ่งนี้คือแผนการของพระเจ้าที่จะช่วยคนบาปให้รอด พระปัญญาของพระเจ้าเป็นสิ่งที่อัศจรรย์มากทีเดียว

พระเจ้าทรงประทานสติปัญญาจากเบื้องบนให้กับเราเมื่อเรากำจัดสติปัญญาของมารซึ่งเป็นสติปัญญาและความรู้ของอำนาจครอบครองของยุคนี้ทิ้งไป ถ้าเราได้รับสติปัญญาของพระเจ้าจากเบื้องบนเราก็สามารถชื่นชมกับสง่าราศีอย่างไม่จำกัดบนโลกนี้

ถ้าเช่นนั้น เพราะเหตุใดข้อนี้จึงกล่าวว่าเราจะได้รับสง่าราศีในเมื่อพระเจ้าเท่านั้นที่สมควรได้รับสง่าราศีทั้งสิ้น เราถวายเกียรติแด่พระเจ้าพระบิดาในทุกสิ่งไม่ว่าในยามที่เรากิน ดื่ม หรือในสิ่งใดก็ตามที่เราทำ จากนั้นพระองค์จะทรงมอบคืนให้กับเราอย่างยัดสันแน่นพูนล้นหลังจากที่พระองค์ได้ทรงรับเกียรติเพราะพระเจ้าทรงรักในการให้

นอกจากนั้นพระองค์ทรงมอบรางวัลในสวรรค์ให้กับเราด้วยเช่นกัน ดังนั้นถ้าเราถวายสง่าราศีทั้งสิ้นแด่พระเจ้าในที่สุดสิ่งนั้นก็เป็นการมอบเกียรติทั้งสิ้นคืนให้กับเราเช่นกัน พระเจ้าทรงนำเราออกจากความตายไปสู่ความรอดและชีวิตนิรันดร์ ดังนั้นสิ่งนี้จึงเป็นไปเพื่อสง่าราศีของเรา

พระเยซูทรงถวายสง่าราศีแด่พระเจ้าพระบิดาอยู่เสมอเช่นกัน แต่ยอห์น 17:10 กล่าวว่า “ข้าพระองค์มีเกียรติในสิ่งเหล่านั้น” เนื่องจากพระเยซูได้รับเกียรติของการประทับอยู่เบื้องขวาพระหัตถ์แห่งพระที่นั่งของพระเจ้าและทรงมีสิทธิอำนาจในการครอบครองเหนือบรรดาประชาชาติทั้งสิ้น พระองค์จึงได้รับการถวายเกียรติ

ไม่มีอำนาจครอบครองใด ๆ ในโลกนี้ได้รู้จักพระปัญญานั้น เพราะว่าถ้ารู้แล้วจะมิได้เอาองค์พระผู้เป็นเจ้าแห่งสง่าราศีตรึงไว้ที่กางเขน ดังที่มีเขียนไว้แล้วว่า `สิ่งที่ตาไม่เห็น หูไม่ได้ยิน และไม่เคยได้เข้าไปในใจมนุษย์ คือสิ่งที่พระเจ้าได้ทรงจัดเตรียมไว้สำหรับคนที่รักพระองค์' (2:8-9)

ผู้มีอำนาจครอบครองในยุคนี้บางคนเชื่อในพระเจ้าเช่นกัน แต่ข้อนี้กล่าวว่า “ไม่มีอำนาจครอบครองใด ๆ ในโลกนี้ได้รู้จักพระปัญญานั้น” ข้อนี้หมายความว่าถ้าเราสอนและใช้สติปัญญาฝ่ายโลกเราก็ไม่อาจเข้าใจพระเยซูคริสต์ ถ้าคนเหล่านั้นรู้จักพระปัญญาของพระเจ้าเขาก็คงไม่ตรึงพระเยซู

คนเหล่านั้นไม่ได้ละทิ้งสติปัญญาฝ่ายโลก ดังนั้นเขาจึงไม่สามารถรับเอาสติปัญญาจากเบื้องบน เพราะเหตุนี้เขาจึงไม่รู้จักพระเยซูคริสต์ผู้ทรงเป็นความล้ำลึกซึ่งถูกปิดซ่อนไว้ตั้งแต่ก่อนปฐมกาล ตรงกันข้ามเขากลับตรึงพระองค์เสีย

ข้อ 9 กล่าวว่า “สิ่งที่ตาไม่เห็น หูไม่ได้ยิน และไม่เคยได้เข้าไปในใจมนุษย์ คือสิ่งที่พระเจ้าได้ทรงจัดเตรียมไว้สำหรับคนที่รักพระองค์” ผู้คนที่สอนความรู้ของโลกนี้ซึ่งขัดแย้งกับพระคำของพระเจ้าและคนที่ไม่ได้ประพฤติตามพระคำของพระเจ้าไม่สามารถมองเห็นหรือได้ยินแม้เขาจะมีตาและมีหูก็ตาม คน

เหล่านี้ไม่สามารถได้ยินพระสุรเสียงของพระวิญญาณบริสุทธิ์และเขาข่มเหงผู้คนที่ประกาศพระคำแห่งความจริงกับตน ผลลัพธ์ก็คือในที่สุดเขาได้ตรึงพระเยซู

ถ้าเช่นนั้น เพราะเหตุใดคนเหล่านั้นจึงมองไม่เห็น ไม่ได้ยิน หรือคิดไม่ถึง สาเหตุก็เพราะว่าเขาตาบอดฝ่ายวิญญาณเนื่องจากความรู้ฝ่ายโลกที่ต่อสู้กับความจริง ด้วยเหตุนี้ อัครทูตเปาโลจึงแนะนำให้คนเหล่านั้นกำจัดความรู้ฝ่ายโลกที่ต่อสู้กับพระคำแห่งความจริงทิ้งไปและรับเอาสติปัญญาจากพระเจ้าเพื่อจะมีชีวิตที่เป็นสุข

การเข้าใจพระคุณของพระเจ้าผ่านทางพระวิญญาณบริสุทธิ์

พระเจ้าได้ทรงสำแดงสิ่งเหล่านั้นแก่เราทางพระวิญญาณของพระองค์ เพราะว่าพระวิญญาณทรงหยั่งรู้ทุกสิ่งแม้เป็นความล้ำลึกของพระเจ้า (2:10)

เราไม่สามารถพบหรือเข้าใจพระเจ้าด้วยความรู้และสติปัญญาของโลกนี้ได้ แต่ถ้าเราเปิดจิตใจของเราและต้อนรับเอาพระเยซูคริสต์ เราก็จะได้รับของประทานแห่งพระวิญญาณบริสุทธิ์และจากนั้นเราก็สามารถพบและรู้จักกับพระเจ้า พระวิญญาณบริสุทธิ์ทรงเป็นพระวิญญาณของพระเจ้าซึ่งเป็นพระทัยของพระเจ้า

พระวิญญาณบริสุทธิ์ทรงสอนเราว่าพระเจ้าคือพระผู้สร้างและพระบิดาของเรา พระองค์ทรงอนุญาตให้เรารู้จักความล้ำลึกที่ถูกซ่อนไว้ตั้งแต่ก่อนปฐมกาล นี่เป็นความล้ำลึกที่มีอำนาจครอบครองของยุคนี้ที่เราไม่เข้าใจ พระองค์ทรงสอนเราเกี่ยวกับพระเยซูคริสต์และทรงนำเราให้มีความเชื่อด้วยการสอนเราในเรื่องสวรรค์และนรก พระวิญญาณบริสุทธิ์ทรงเป็นพระทัยของพระเจ้าผู้บริสุทธิ์ ดังนั้นจึงเป็นเรื่องธรรมชาติที่พระองค์จะทรงสามารถพิสูจน์แม้กระทั่งสิ่งล้ำลึกของพระเจ้า

เมื่อพระวิญญาณบริสุทธิ์เสด็จมาหาเราพระองค์ทรงรื้อฟื้นวิญญาณจิตที่ตายไปแล้วของเราขึ้นมาใหม่และทรงนำเราไปสู่ความจริง นอกจากนี้พระองค์ทรงช่วยให้เราประกาศว่าพระเยซูทรงเป็นองค์พระผู้เป็นเจ้าของเรา พระวิญญาณทรงเป็นพยานเช่นกันว่าเราเป็นของพระเจ้า

นอกจากนั้น พระวิญญาณบริสุทธิ์ทรงสอนเราและทรงเตือนให้เราระลึกถึงสิ่งสารพัดที่พระเยซูทรงสอนเราเอาไว้เช่นกัน ยอห์น 14:26 กล่าวว่า "แต่พระองค์ผู้ปลอบประโลมใจนั้นคือพระวิญญาณบริสุทธิ์ ผู้ซึ่งพระบิดาจะทรงใช้มาในนามของเรา พระองค์นั้นจะทรงสอนท่านทั้งหลายทุกสิ่ง และจะให้ท่านระลึกถึงทุกสิ่งที่เราได้กล่าวไว้แก่ท่านแล้ว" พระองค์ทรงช่วยในความอ่อนแอของเราและทรงทำให้เราสามารถอธิษฐานตามน้ำพระทัยของพระเจ้าด้วยเช่นกัน

พระวิญญาณบริสุทธิ์ทรงทราบพระทัยของพระเจ้าอย่างสมบูรณ์และพระองค์ทรงต้องการให้น้ำพระทัยของพระเจ้าสำเร็จ ดังนั้นพระองค์จึงทรงช่วยบุตรของพระเจ้าให้อธิษฐานตามน้ำพระทัยของพระเจ้า ยิ่งกว่านั้น กาลาเทีย 5:22-23 กล่าวไว้ว่า "ฝ่ายผลของพระวิญญาณนั้นคือ ความรัก ความปลาบปลื้มใจ สันติสุข ความอดกลั้นใจ ความปรานี ความดี ความเชื่อ ความสุภาพอ่อนน้อม การรู้จักบังคับตน เรื่องอย่างนี้ไม่มีพระราชบัญญัติห้ามไว้เลย" เราสามารถเกิดผลของพระวิญญาณโดยผ่านทางพระองค์ด้วยเช่นกัน พระองค์ทรงนำเราให้กลายเป็นบุคคลฝ่ายวิญญาณที่ประพฤติตามน้ำพระทัยของพระเจ้า

อันความคิดของมนุษย์นั้นไม่มีผู้ใดหยั่งรู้ได้ เว้นแต่จิตวิญญาณของมนุษย์ผู้นั้นเองฉันใด พระดำริของพระเจ้าก็ไม่มีใครหยั่งรู้ได้ เว้นแต่พระวิญญาณของพระเจ้าฉันนั้น (2:11)

อัครทูตเปาโลกล่าวถึงจิตวิญญาณของมนุษย์เพื่ออธิบายเกี่ยวกับพระวิญญาณบริสุทธิ์ ไม่มีใครรู้จักความคิดของมนุษย์เว้นแต่จิตวิญญาณของมนุษย์ซึ่งอยู่ในเขา เช่นเดียวกัน พระวิญญาณบริสุทธิ์ทรงทราบสิ่งล้ำลึกของพระเจ้า เมื่อพระวิญญาณบริสุทธิ์เสด็จมาหาเราเราก็จะรู้จักสิ่งต่าง ๆ เกี่ยวกับพระเจ้า ดังนั้นเราจึงได้พระปัญญาของพระเจ้าและเข้าใจสิ่งล้ำลึกของพระเจ้า

แต่ในข้อนี้เปาโลน่าจะว่าจิตใจหรือจิตสำนึกของมนุษย์คือสิ่งที่รู้จักความคิดของมนุษย์ แต่ทำไมท่านจึงพูดว่าจิตวิญญาณของมนุษย์ที่อยู่ในเขาต่างหากที่รู้จักความคิดของเขา ในข้อนี้มีความหมายฝ่ายวิญญาณอย่างลึกซึ้ง

เมื่อเราต้อนรับเอาพระเยซูคริสต์และได้รับของประทานแห่งพระวิญญาณบริสุทธิ์และดำเนินชีวิตในฐานะบุตรของพระเจ้า จิตใจของเราจึงกลายเป็น "จิตวิญญาณ" แต่เราควรเข้าใจและแยกแยะว่ามนุษย์มีจิตใจและจิตวิญญาณอยู่ในเขา

ในปฐมกาล หลังจากที่พระเจ้าทรงสร้างอาดัมมนุษย์คนแรกขึ้นพระองค์ตรัสว่า "แต่ต้นไม้แห่งความรู้ดีและรู้ชั่วเจ้าอย่ากินผลจากต้นนั้นเป็นอันขาด เพราะว่าเจ้ากินในวันใดเจ้าจะตายแน่ในวันนั้น" (ปฐมกาล 2:17) จากนั้นพระเจ้าพระเยโฮวาห์ตรัสว่า "ซึ่งมนุษย์นั้นอยู่คนเดียวก็ไม่เหมาะ เราจะสร้างผู้อุปถัมภ์ให้เขา" (ข้อ 18) แล้วพระองค์ทรงชักกระดูกซี่โครงอันหนึ่งของอาดัมออกมาและจากกระดูกซี่โครงนั้นพระเจ้าทรงให้เป็นหญิงคนหนึ่งเพื่อให้เขาทั้งสิ้นเป็นเนื้ออันเดียวกัน

พระเจ้าทรงตั้งให้อาดัมมีอำนาจครอบครองเหนือสิ่งสารพัดและทรงอวยพรเขาเมื่อพระองค์ตรัสว่า "จงมีลูกดกและทวีมากขึ้นจนเต็มแผ่นดิน จงมีอำนาจเหนือแผ่นดินนั้นและครอบครองฝูงปลาในทะเล ฝูงนกในอากาศ และบรรดาสัตว์ที่มีชีวิตที่เคลื่อนไหวบนแผ่นดินโลก" (ปฐมกาล 1:28)

วันหนึ่งซาตานได้ทดลองเอวาผ่านทางงู ว่า

"จริงหรือที่พระเจ้าตรัสว่า 'เจ้าอย่ากินผลจากต้นไม้ทุกชนิดในสวนนี้'" (ปฐมกาล 3:1)

เอวาตอบว่า "ผลของต้นไม้ชนิดต่าง ๆ ในสวนนี้เรากินได้ แต่ผลของต้นไม้ต้นหนึ่งซึ่งอยู่ท่ามกลางสวน พระเจ้าตรัสว่า 'เจ้าอย่ากินหรือแตะต้องมัน มิฉะนั้นเจ้าจะตาย'" (ข้อ 3) พระเจ้าตรัสว่า "เจ้าจะตายแน่" แต่เอวาพูดว่า "เจ้าจะตาย"

จากนั้นซาตานก็ทดลองเอวามากขึ้นว่า "เจ้าจะไม่ตายแน่ เพราะว่าพระเจ้าทรงทราบว่า เจ้ากินผลไม้นั้นวันใด ตาของเจ้าจะสว่างขึ้นวันนั้น และเจ้าจะเป็นเหมือนพระที่รู้ดีรู้ชั่ว" (3-4) ในที่สุดเอวาก็กินผลไม้และส่งให้กับอาดัมกินด้วย คนเหล่านั้นถูกหลอกและไม่เชื่อฟังพระเจ้าเพราะเขาไม่รักษาพระดำรัสของพระองค์

เมื่ออาดัมกินผลไม้ต้องห้ามในสวนเอเดน วิญญาณของเขาก็ตายเหมือนที่พระเจ้าได้ตรัสว่า "เจ้าจะตายแน่" จากเวลานั้นเป็นต้นมาเขาก็ไม่สามารถสื่อสารกับพระเจ้าได้อีกต่อไป แต่ยอห์น 3:6 กล่าวว่า "ซึ่งบังเกิดจากเนื้อหนังก็เป็นเนื้อหนัง และซึ่งบังเกิดจากพระวิญญาณก็คือจิตวิญญาณ" ข้อนี้กล่าวว่าเมื่อเราต้อนรับเอาองค์พระผู้เป็นเจ้า พระวิญญาณบริสุทธิ์ทรงเสด็จเข้ามาในเราและประทานชีวิตให้กับวิญญาณจิตของเรา กล่าวคือ พระองค์ทรงทำให้เรารู้ว่าความบาปคืออะไร ความชอบธรรมคืออะไร และการพิพากษาคืออะไร พระองค์ทรงสอนเราในเรื่องพระคำของพระเจ้า ดังนั้นวิญญาณของเราที่ตายแล้วจึงได้รับการรื้อฟื้นขึ้นมาใหม่และเราก็กลายเป็นบุคคลฝ่ายวิญญาณ พระคัมภีร์กล่าวถึงสิ่งนี้ว่า "พระวิญญาณที่ให้กำเนิดกับวิญญาณจิตของเรา"

ด้วยเหตุนี้ ถ้าปราศจากพระวิญญาณบริสุทธิ์ วิญญาณที่ตายไปแล้วของเราก็ไม่อาจได้รับการรื้อฟื้นขึ้นมาใหม่หรือเราไม่สามารถให้กำเนิดกับวิญญาณจิตของเราได้ เราสามารถเข้าใจพระคำแห่

งความจริง ทำให้พระคำเป็นอาหารฝ่ายวิญญาณของเรา และดำเนินชีวิตของมนุษย์ฝ่ายวิญญาณเพื่อกลายเป็นบุคคลฝ่ายวิญญาณอย่างสมบูรณ์ สิ่งเหล่านี้เกิดขึ้นได้โดยพระวิญญาณบริสุทธิ์เท่านั้น เรามีพระฉายาขององค์พระผู้เป็นเจ้าโดยผ่านขั้นตอนนี้

ผู้เผยพระวจนะและเหล่าสาวกของพระเยซูล้วนเป็นบุคคลฝ่ายวิญญาณด้วยวิธีนี้และสื่อสารกับพระเจ้าเพื่อเขาจะสามารถสำแดงถึงการทำงานด้วยฤทธิ์อำนาจของพระเจ้าในการ-ทำให้แผ่นดินของพระองค์สำเร็จ ยอห์น 14:12 กล่าวว่า "เราบอกความจริงแก่ท่านทั้งหลายว่า ผู้ที่เชื่อในเราจะกระทำกิจการซึ่งเราได้กระทำนั้นด้วย และเขาจะกระทำกิจการที่ยิ่งใหญ่กว่านั้นอีก เพราะว่าเราจะไปถึงพระบิดาของเรา" ถ้าเราเป็นมนุษย์ฝ่ายวิญญาณเราก็สามารถสำแดงหมายสำคัญและการอัศจรรย์และทำสิ่งที่ยิ่งใหญ่กว่าสิ่งเหล่านี้เพื่อสง่าราศีของพระเจ้า

ก่อนที่อาดัมจะกินผลจากต้นไม้แห่งการรู้ดีและรู้ชั่ว การแยกแยะระหว่างจิตใจและวิญญาณไม่มีความจำเป็น วิญญาณของเขาก็คือจิตใจของเขา แต่หลังจากที่อาดัมทำบาปและวิญญาณของเขาตายลง ความเท็จได้เข้ามาในจิตใจของมนุษย์ จากจุดนี้เองที่จิตใจของมนุษย์ถูกแยกออกเป็นจิตใจแห่งความจริงและจิตใจแห่งความเท็จ เราทุกคนมีจิตใจทั้งสองชนิดนี้ ด้านหนึ่งเราต้องการที่จะทำตามความปรารถนาของพระวิญญาณบริสุทธิ์และอีกด้านหนึ่งเราต้องการที่จะทำตามความปรารถนาของเนื้อหนัง

กล่าวคือ เรามีความต้องการที่จะแสวงหาความจริง ความดีและวิญญาณและมีความต้องการที่จะแสวงหาความเท็จ ความชั่วและเนื้อหนัง ยิ่งเราเป็นคนฝ่ายวิญญาณมากขึ้นเท่าใดเราก็สามารถควบคุมความปรารถนาของเนื้อหนังและทำตามความปรารถนาของพระวิญญาณบริสุทธิ์เพิ่มมากขึ้นเท่านั้น ถ้าเราควบคุมความปรารถนาของเนื้อหนังได้อย่างสมบูรณ์เราก็จะไม่รู้สึกว่าการดำเนินชีวิตคริสเตียนเป็นเรื่องยาก เราจะมีแต่ความสุขและความชื่นชมยิ

นดีเท่านั้น

แต่ถ้าเรามีความต้องการที่จะทำตามเนื้อหนังมากกว่าเราก็มีแนวโน้มที่จะพ่ายแพ้สงครามฝ่ายวิญญาณ ถ้าจิตใจของเราถูกแยกออกเป็นสองส่วน (ซึ่งได้แก่จิตใจแห่งความจริงและจิตใจแห่งความเท็จ) อย่างชัดเจน การดำเนินชีวิตในพระคริสต์ก็จะยากเพราะมีการต่อสู้กันอย่างรุนแรงเกิดขึ้นอยู่เสมอ แต่ถ้าเรามีความปรารถนาที่จะทำตามพระวิญญาณบริสุทธิ์มากกว่า เราก็มีโอกาสที่จะดำเนินชีวิตอย่างมีชัยชนะอยู่เสมอ ถ้าเรา "ให้กำเนิดกับวิญญาณจิต" โดยผ่านพระวิญญาณอย่างต่อเนื่องเช่นนี้เราก็จะสามารถกำจัดสิ่งที่เป็นเท็จอยู่ในจิตใจของเราทิ้งไปและจิตใจของเราจะเต็มล้นไปด้วยความจริงอย่างสมบูรณ์ จากนั้นจิตใจและวิญญาณของเราก็จะเป็นอันหนึ่งอันเดียวกัน

วิญญาณที่อยู่ในมนุษย์เท่านั้นที่รู้จักความคิดทั้งสิ้นของมนุษย์ ท่านอาจคิดว่าท่านรู้จักจิตใจของตนเป็นอย่างดี แต่นั่นไม่เป็นความจริง ยกตัวอย่างหลายคนตั้งปณิธานไว้ในช่วงปีใหม่ บางคนตัดสินใจที่จะดำเนินชีวิตตามพระคำของพระเจ้าและหลายคนตั้งใจที่จะทำงานหนักมากขึ้นเพื่อขยายกิจการของตนเอง

นักเรียนนักศึกษาบางคนอาจตัดสินใจที่จะเรียนหนักขึ้นและทำเกรดให้ดีขึ้น ถ้าคนเหล่านี้สามารถทำตามปณิธานที่ตนตั้งเอาไว้แค่สักครึ่งปี สิ่งนั้นก็ถือว่ายอดเยี่ยมและไม่ธรรมดา สิ่งนี้หมายความว่าคนเหล่านี้ไม่รู้จักจิตใจของตนด้วยซ้ำไป สมมุติว่าท่านกำลังอธิษฐานต่อพระเจ้าสำหรับปัญหาด้านการเงิน ท่านอาจทูลพระเจ้าว่า "ข้าแต่พระเจ้า ถ้าพระองค์อวยพระพรข้าพระองค์ในด้านการเงิน ข้าพระองค์ก็จะช่วยคนยากจนและใช้เงินนั้นเพื่อสง่าราศีของพระองค์ พระองค์ทรงทราบจิตใจของข้าพระองค์และขอทรงอวยพรข้าพระองค์" แต่ในหลายกรณีคนที่อธิษฐานแบบนี้จะไม่ได้รับคำตอบต่อคำอธิษฐานของตน

พระเจ้าทรงต้องการที่จะให้กับบุตรของพระองค์เมื่อเขาทูลขอ แล้วทำไมพระองค์จึงไม่ตอบคำอธิษฐานของเขา สาเหตุก็เพราะว่าพระองค์ทรงทราบจิตใจของเขานั่นเอง

เขาอาจคิดว่าเขาจะช่วยเหลือคนยากจนเนื่องจากเขาเองก็เคยพบกับความยากจนเช่นกัน แต่พระเจ้าเท่านั้นที่ทรงรู้จักจิตใจภายในของเขา พระเจ้าไม่สามารถอวยพรคนเหล่านี้ได้ถ้าพระองค์ทรงคิดว่า "ไม่ได้หรอก ถ้าเราอวยพรเจ้าในด้านการเงิน เจ้าก็จะเหินห่างไปจากเรา เจ้าจะรักเงินมากกว่ารักเรา เจ้าจะไม่อธิษฐานและในไม่ช้าเจ้าก็จะหลงไปในโลก"

ที่จริงมีหลายคนที่หยุดอธิษฐานและหลงไปในโลกหลังจากที่เขาได้รับพระพรทางด้านการเงิน ในยามที่เขาขัดสนเขาทำงานเพื่อแผ่นดินของพระเจ้าอย่างสัตย์ซื่อ แต่หลังจากที่เขาได้รับพระพร เขาก็ห่างเหินไปจากพระเจ้า เขาหาข้อแก้ตัวว่าเขายุ่งหรือไม่มีเวลา ในกรณีเหล่านี้ท่านจะเห็นว่าการที่คนเหล่านี้ไม่ได้รับพระพรทางด้านการเงินถือเป็นพระพรมากยิ่งกว่าด้วยซ้ำเพื่อเขาจะไม่ทิ้งพระเจ้าไป

สิ่งนี้บอกให้เรารู้ว่าเราไม่รู้จักจิตใจของเราเอง แต่วิญญาณที่อยู่ภายในเรารู้จัก ผู้คนที่สวมยุทธภัณฑ์ให้กับตนเองด้วยพระคำของพระเจ้าและดำเนินชีวิตอยู่ในความจริงอย่างสมบูรณ์จะรู้จักจิตใจของตน เขารู้ว่าเขามีเล่ห์เหลี่ยมหรือไม่หรือเขาสามารถรักษาคำมั่นสัญญาของตนหรือไม่ วิญญาณของเขาจะช่วยให้เขารู้จักสิ่งเหล่านี้และเขาจะไม่ทำผิดต่อพระพักตร์พระเจ้า

ยกตัวอย่าง คนเหล่านี้จะไม่อธิษฐานเพียงแค่ว่า "ข้าแต่พระเจ้า ข้าพระองค์จะทำสิ่งนั้น" แต่เขาจะพูดในทำนองว่า "ข้าแต่พระเจ้า ข้าพระองค์ต้องการที่จะทำสิ่งนั้น ขอทรงประทานกำลังของพระองค์ให้กับข้าพระองค์และโปรดช่วยข้าพระองค์" พระเจ้าทรงสั่งไม่ให้เราสาบานโดยอ้างสิ่งหนึ่งสิ่งใด (มัทธิว 5:34) ถ้าเราสาบานซาตานจะพยายามรบกวนเรา ดังนั้นเราจึงไม่สามารถรักษาคำมั่น

สัญญานั้นได้ เพราะเหตุนี้เราต้องอธิษฐานว่า "ข้าแต่พระเจ้า ขอทรงช่วยข้าพระองค์และประทานกำลังให้ข้าพระองค์สามารถทำสิ่งนั้นได้"

แต่ถ้าวิญญาณของท่านยอมรับว่าท่านสามารถทำบางสิ่งบางอย่างได้ ท่านก็จะสามารถกล่าวเช่นนี้ในคำอธิษฐานของท่าน "ข้าแต่พระเจ้า ข้าพระองค์จะทำสิ่งนั้น โปรดช่วยข้าพระองค์ด้วย" และท่านจะทำสิ่งนั้นได้อย่างแน่นอน เพราะท่านรักษาสัญญาต่อพระพักตร์พระเจ้าและต่อตนเอง ท่านจะทำสิ่งนั้นได้อย่างแน่นอน วิญญาณแห่งความจริงที่อยู่ในเรารู้จักความคิดภายในของเราและวิญญาณนี้สามารถอธิษฐานตามสถานการณ์ได้อย่างแม่นยำ

แต่ถ้าเรายังไม่ใช่มนุษย์ฝ่ายวิญญาณเราก็ไม่สามารถได้ยินพระสุรเสียงของพระวิญญาณบริสุทธิ์อย่างแท้จริง เราสามารถตรวจสอบจิตใจของเราเท่านั้นและเราไม่สามารถเข้าใจสิ่งล้ำลึกได้ นี่คือเหตุผลที่ว่าทำไมเราจึงไม่สามารถคาดเดาถึงวันพรุ่งนี้ได้อย่างแท้จริง

มีอีกสิ่งหนึ่งที่เราควรจดจำเอาไว้ พระคัมภีร์บันทึกไว้ว่า "อันความคิดของมนุษย์นั้นไม่มีผู้ใดหยั่งรู้ได้ เว้นแต่จิตวิญญาณของมนุษย์ผู้นั้นเองฉันใด" ถ้าท่านเป็นบุคคลแห่งความจริงท่านก็จะสามารถหลีกเลี่ยงสิ่งที่เป็นอันตรายได้เพราะพระวิญญาณบริสุทธิ์จะช่วยให้ท่านรู้เกี่ยวกับสิ่งนั้นผ่านความฝัน การดลใจ หรือเสียงในจิตใจ หรือในช่วงการอธิษฐานของท่าน พระวิญญาณบริสุทธิ์ทรงสำรวจแม้กระทั่งสิ่งที่ล้ำลึกของพระเจ้าและพระองค์ทรงอนุญาตให้เรารู้ ยิ่งเราเป็นบุคคลฝ่ายวิญญาณมากขึ้นเท่าใดเราก็จะได้ยินพระสุรเสียงของพระวิญญาณบริสุทธิ์ชัดเจนมากขึ้นเท่านั้น

ด้วยเหตุนี้ ถ้าท่านเข้าใจพระคำของพระเจ้าฝ่ายวิญญาณอย่างชัดเจนและรู้จักความจริง ท่านก็สามารถสื่อสารกับพระเจ้าได้อย่างเป็นธรรมชาติ ท่านสามารถประพฤติตัวอย่างเหมาะสมในทุกสิ่งถ้าท่านเป็นมนุษย์ฝ่ายวิญญาณ พระวิญญาณบริสุทธิ์ทรงอยู่ในเราแล

ะถ้าเราฟังพระสุรเสียงของพระองค์เราก็สามารถเข้าใจพระทัยและน้ำพระทัยของพระเจ้าและเป็นทีพอพระทัยพระองค์

บัดนี้เราทั้งหลายจึงไม่ได้รับวิญญาณของโลก แต่ได้รับพระวิญญาณซึ่งมาจากพระเจ้า เพื่อเราทั้งหลายจะได้รู้ถึงสิ่งต่าง ๆ ที่พระเจ้าได้ทรงโปรดประทานแก่เรา (2:12)

ผู้คนทีได้ต้อนรับเอาพระเยซูคริสต์และได้รับพระวิญญาณบริสุทธิ์ต่างก็ได้รับของประทานแห่งพระวิญญาณของพระเจ้าไม่ใช่วิญญาณของโลกนี้ ถ้าเช่นนั้นวิญญาณของโลกคืออะไร วิญญาณของโลกคือวิญญาณของพวกปีศาจ วิญญาณแห่งการล่อลวงและวิญญาณแห่งความเท็จ

แม้กระทั่งในหมู่ผู้เชือในพระเจ้าเราก็เห็นว่ามีบางคนทีรับเอาวิญญาณแห่งการล่อลวงและความเท็จ ยกตัวอย่าง มีบางคนทีพูดว่าเขาไม่สามารถเชือในหมายสำคัญและการอัศจรรย์ทีบันทึกไว้ในพระคัมภีร์

พระคัมภีร์บันทึกเกียวกับการอัศจรรย์และหมายสำคัญทีเกิดขึ้นไว้มากมาย สิงเหล่านีเกิดขึ้นเพราะพระเจ้าสร้างสิงสารพัดจากความว่างเปล่า ดังนั้นการทีจะไม่เชือในพระเจ้าด้วยความคิดและหลักทฤษฏีของตนเองจึงเป็นสิงทีไม่ถูกต้อง คนเหล่านีอาจพูดว่าเขาเชือแต่เขาไม่ได้ให้กำเนิดกับวิญญาณโดยทางพระวิญญาณอย่างแท้จริง เขาไม่ใช่บุตรของพระเจ้า

พระคัมภีร์กล่าวถึงวิญญาณของโลกไว้ว่าอย่างไร

1 ทิโมธี 4:1 กล่าวว่า "บัดนี้ พระวิญญาณได้ตรัสไว้อย่างชัดแจ้งว่า ในกาลภายหลังจะมีบางคนละทิ้งความเชื่อ โดยหันไปเชื่อฟังวิญญาณที่ล่อลวงและฟังคำสอนของพวกผีปีศาจ" เราจะไม่ถูกล่อลวงถ้าเรายืนหยัด

อยู่บนศิลาแห่งความเชื่อ คนที่ละทิ้งความเชื่อของตนจะทำตามวิญญาณที่ล่อลวงและคำสอนของพวกปีศาจ

ยกตัวอย่าง เมื่อพระคัมภีร์บอกให้เราร้องทูลในคำอธิษฐานเราควรเชื่อฟังพระคำในการอธิษฐานของเราอย่างตรงไปตรงมา แต่บางคนพยายามที่จะยับยั้งคนอื่นไม่ให้อธิษฐานเสียงดังโดยพูดว่าพระเจ้าไม่ได้หูหนวก นอกจากนั้น พระคำของพระเจ้าบอกเราให้พยายามประชุมร่วมกันตลอดเวลา แต่บางคนไม่ต้องการที่จะประชุมร่วมกับคนอื่นโดยพูดว่าเขามีภารกิจยุ่งมาก สิ่งเหล่านี้คือคำสอนของวิญญาณที่ล่อลวง

1 ยอห์น 4:3 กล่าวว่า "วิญญาณทั้งปวงที่ไม่ยอมรับว่าพระเยซูคริสต์ได้เสด็จมาเป็นมนุษย์ วิญญาณนั้นก็ไม่ได้มาจากพระเจ้า วิญญาณนั้นแหละเป็นปฏิปักษ์ต่อพระคริสต์ ซึ่งท่านทั้งหลายได้ยินว่าจะมา และบัดนี้ก็อยู่ในโลกแล้ว" ข้อ 6 กล่าวว่า "ผู้ที่ไม่ได้อยู่ฝ่ายพระเจ้าก็ไม่ฟังเรา ดังนี้แหละเราทั้งหลายจึงรู้จักวิญญาณแห่งความจริงและวิญญาณแห่งความเท็จ"

วิวรณ์ 16:13 บันทึกไว้ว่า "และข้าพเจ้าเห็นผีโสโครกสามตนรูปร่างคล้ายกบออกมาจากปากพญานาค และออกจากปากสัตว์ร้ายนั้น และออกจากปากของผู้พยากรณ์เท็จ" ข้อนี้พูดถึงผีโสโครก วิวรณ์ 16:14 กล่าวต่อไปว่า "ด้วยว่าผีเหล่านั้นเป็นผีร้ายกระทำการอัศจรรย์ มันออกไปหากษัตริย์ทั้งปวงแห่งแผ่นดินโลกคือทั่วพิภพ เพื่อให้บรรดากษัตริย์เหล่านั้นร่วมกันทำสงครามในวันยิ่งใหญ่ของพระเจ้า ผู้ทรงฤทธานุภาพสูงสุด" ข้อนี้พูดถึงวิญญาณของพวกปีศาจ

วิวรณ์ 18:2 กล่าวว่า "ท่านได้ร้องประกาศด้วยเสียงกึกก้องว่า 'บาบิโลนมหานครล่มจมแล้ว ล่มจมแล้ว กลายเป็นที่อาศัยของผีปีศาจ เป็นที่คุมขังของผีโสโครกทุกอย่าง และเป็นกรงของนกทุกอย่างที่ไม่สะอาดและน่าเกลียด'"

ถ้าบุคคลรับเอาวิญญาณของโลกเช่นนี้เข้าไปเขาจะเหินห่างจา

กความจริงและติดตามโลก การทำตามพระคำของพระเจ้าเป็นสิ่ง
ที่แปลกประหลาดสำหรับเขา การทำตามโลกเป็นสิ่งที่ปกติธรรมดา
สำหรับเขาเนื่องจากเขารับเอาการงานของปีศาจและวิญญาณที่ล่อ
ลวงเข้าไป

แต่บุตรที่แท้จริงของพระเจ้าไม่รับเอาวิญญาณของโลก แต่เขา
จะรับเอาพระวิญญาณของพระเจ้าซึ่งได้แก่พระวิญญาณบริสุทธิ์ 1
โครินธ์ 2:12 อธิบายถึงเหตุผลของการประทานพระวิญญาณบริสุ
ทธิ์ให้กับเราไว้ว่า "บัดนี้เราทั้งหลายจึงไม่ได้รับวิญญาณของโลก
แต่ได้รับพระวิญญาณซึ่งมาจากพระเจ้า เพื่อเราทั้งหลายจะได้รู้ถึง
สิ่งต่างๆที่พระเจ้าได้ทรงโปรดประทานแก่เรา"

ถ้าเราได้รับค่าจ้างจากงานที่เราทำสิ่งนั้นไม่ใช่พระคุณ เราเพีย
งแต่ได้รับค่าจ้างจากสิ่งที่เราได้กระทำ แต่ถ้าเราได้รับบางสิ่งบางอ
ย่างโดยที่เราไม่ได้ทำอะไรเลย สิ่งนี้คือพระคุณ

เราไม่ได้รับความรอดเพราะเราได้ทำบางสิ่งบางอย่างหรือเพร
าะเราดำเนินชีวิตอย่างชอบธรรม มัทธิว 9:13 กล่าวว่า "ด้วยว่าเรา
มิได้มาเพื่อจะเรียกคนชอบธรรม แต่มาเรียกคนบาปให้กลับใจเสีย
ใหม่" พระเยซูเสด็จมาเพื่อเรียกคนบาป เวลานี้เราสามารถกำจัดค
วามบาปทิ้งไปและดำเนินชีวิตอย่างชอบธรรมเพราะพระเยซูทรงเ
รียกเราผู้เป็นคนบาป เราได้รับการยกโทษบาปโดยทางพระเยซูคริ
สต์และเราสามารถมีชัยชนะต่อโลกด้วยกำลังจากพระเจ้า

การแยกแยะสิ่งที่อยู่ฝ่ายวิญญาณด้วยพระวิญญาณ

คือสิ่งเหล่านั้นที่เราได้กล่าวด้วยถ้อยคำซึ่งมิใช่ปัญญาของมนุษย์สอนไว้ แต่ด้วยถ้อยคำซึ่งพระวิญญาณบริสุทธิ์ได้ทรงสั่งสอน ซึ่งเปรียบเทียบสิ่งที่อยู่ฝ่ายจิตวิญญาณกับสิ่งซึ่งเป็นของจิตวิญญาณ (2:13)

อัครทูตเปาโลไม่ได้ประกาศพระกิตติคุณด้วยสติปัญญาของถ้อยคำหรือด้วยคำสอนของมนุษย์ ท่านไม่ได้อ้างอิงถึงหนังสือหรือการศึกษาของผู้หนึ่งผู้ใด แต่ท่านสั่งสอนเฉพาะในสิ่งที่พระวิญญาณบริสุทธิ์ทรงสอนท่าน

ผู้คนจำนวนมากมีความรู้และสติปัญญาของโลกนี้ แต่การมีความรู้ของโลกนี้เพิ่มมากขึ้นไม่สามารถทำให้บุคคลทำงานพระเจ้าได้ดีขึ้น ยกตัวอย่าง แม้แต่ผู้บริหารสูงสุดของบริษัทขนาดใหญ่ก็ไม่สามารถทำหน้าที่เล็ก ๆ ในคริสตจักรได้

เพราะเหตุนี้ 1 โครินธ์ 2:4 จึงกล่าวว่า "คำพูดและคำเทศนาของข้าพเจ้า ไม่ใช่คำที่เกลี้ยกล่อมด้วยสติปัญญาของมนุษย์ แต่เป็นคำซึ่งได้แสดงพระวิญญาณและพระเดชานุภาพ" งานของพระเจ้าไม่สามารถสำเร็จลุล่วงได้ด้วยความรู้หรือส

ติปัญญาของมนุษย์ งานของพระเจ้าจะสำเร็จลุล่วงได้ด้วยการสำแดงถึงฤทธิอำนาจของพระเจ้าเท่านั้น

การฟืนฟูของคริสตจักรก็เช่นเดียวกัน ผู้คนทีมีชือเสียงซึงเคยเป็นอดีตประธานาธิบดีหรือศาสตราจารย์ในมหาวิทยาลัยและผู้นำในสังคมหลายคนกลายเป็นศิษยาภิบาล

เราอาจคิดว่าคนเหล่านีสามารถทำให้เกิดการฟืนฟูอย่างยิงใหญ่ได้ในคริสตจักรเพราะเขามีความรู้และสติปัญญามากมาย แต่ทีจริงการฟืนฟูไม่ได้เกิดขึนด้วยวิธีนัน งานของพระเจ้าไม่อาจสำเร็จลุล่วงได้ด้วยสติปัญญาและความรู้ของมนุษย์ เราต้องทำงานของพระเจ้าตามคำสังสอนของพระวิญญาณบริสุทธิเท่านัน พระวิญญาณทรงสอนอะไร ขอให้เราดูคำตอบจากพระคัมภีร์ว่าพระองค์ทรงทำให้วิญญาณทีตายไปแล้วเป็นขึนมาใหม่อย่างไรและทรงนำวิญญาณทีเป็นขึนมานันไปสู่ความจริงด้วยวิธีไหน

ยอห์น 14:26 กล่าวว่า “แต่พระองค์ผู้ปลอบประโลมใจนันคือพระวิญญาณบริสุทธิ ผู้ซึงพระบิดาจะทรงใช้มาในนามของเรา พระองค์นันจะทรงสอนท่านทังหลายทุกสิง และจะให้ท่านระลึกถึงทุกสิงทีเราได้กล่าวไว้แก่ท่านแล้ว” เราต้องรับเอาคำสังสอนและการทรงนำของพระวิญญาณบริสุทธิ

ลูกา 12:11-12 กล่าวว่า “เมือเขาพาพวกท่านเข้าในธรรมศาลา หรือต่อหน้าเจ้าเมือง และผู้ทีมีอำนาจ อย่ากระวนกระวายว่าจะตอบอย่างไรหรืออะไร หรือจะกล่าวอะไร เพราะว่าพระวิญญาณบริสุทธิจะทรงโปรดสอนท่านในเวลาโมงนันเองว่าท่านควรจะพูดอะไรบ้าง” ดังนันเราจะไม่ทำสิงทีผิดพลาดถ้าเราได้ยินพระสุรเสียงของพระวิญญาณบริสุทธิและทำตามการทรงนำของพระองค์

ในสิงใดก็ตามทีเราทำ ถ้าพระวิญญาณบริสุทธิไม่ทำงาน เราก็จะมีแต่ความคิดของมนุษย์เพียงอย่างเดียว ดังนันเราจึงไม่สามารถ

มีประสบการณ์กับฤทธิ์อำนาจของพระเจ้า ด้วยเหตุนี้ เราต้องทำโดยผ่านการสำแดงฤทธิ์อำนาจของพระวิญญาณบริสุทธิ์ ไม่ใช่ด้วยสติปัญญาหรือความรู้ของมนุษย์

สิ่งซึ่งเป็นของเนื้อหนังและการงานของเนื้อหนัง

ข้อ 13 สรุปว่า "...ซึ่งเปรียบเทียบสิ่งที่อยู่ฝ่ายจิตวิญญาณกับสิ่งซึ่งเป็นของจิตวิญญาณ" อะไรคือสิ่งซึ่งเป็นของจิตวิญญาณ ถ้ามีสิ่งที่อยู่ฝ่ายจิตวิญญาณสิ่งที่ไม่อยู่ฝ่ายวิญญาณก็มีเช่นกัน อันดับแรกขอให้เราพิจารณาดูสิ่งที่ไม่อยู่ฝ่ายวิญญาณ สิ่งเหล่านี้หมายถึงสิ่งซึ่งเป็นของเนื้อหนังและการงานของเนื้อหนัง

สิ่งซึ่งเป็นของเนื้อหนังหมายถึงลักษณะต่าง ๆ ของความบาปที่สามารถถูกกระตุ้นให้กลายเป็นการกระทำบาป เช่น ความอิจฉา ความริษยา หรือความเกลียดชัง

ในพระคัมภีร์ คำว่า "เนื้อหนัง" เป็นศัพท์ทั่วไปสำหรับคำว่า "การทำบาปและธรรมชาติบาป" คำว่า "การงานของเนื้อหนัง" หมายถึงการกระทำบาปที่เกิดขึ้นตามมา ถ้าเราต้องการที่จะชกต่อยใครบางคน สิ่งนี้ถือเป็น "สิ่งซึ่งเป็นของเนื้อหนัง" และถ้าเราลงมือชกต่อยคนนั้นจริง ๆ สิ่งนี้คือ "การงานของเนื้อหนัง"

โรม 13:14 กล่าวว่า "แต่ท่านทั้งหลายจงประดับตัวด้วยพระเยซูคริสต์เจ้า และอย่าจัดเตรียมอะไรไว้บำเรอเนื้อหนัง เพื่อจะให้สำเร็จตามความปรารถนาของเนื้อหนังนั้น" กาลาเทีย 5:19-21 พูดถึงการงานของเนื้อหนังที่ศัตรูกับสิ่งที่อยู่ฝ่ายวิญญาณ พระคัมภีร์ตอนนี้กล่าวว่า "การงานของเนื้อหนังนั้นเห็นได้ชัด คือการล่วงประเวณี การโสโครก การลามก การนับถือรูปเคารพ การถือวิทยาคม การเป็นศัตรูกัน การวิวาทกัน การริษยากัน การโกรธกัน การใฝ่สูง การทุ่มเถียงกัน การแตกก๊กกัน

การอิจฉากัน การเมาเหล้า การเล่นเป็นพาลเกเร และการอื่น ๆ ในทำนองนี้อีกเหมือนที่ข้าพเจ้าได้เตือนท่านมาก่อน บัดนี้ข้าพเจ้าขอเตือนท่านเหมือนกับที่เคยเตือนมาแล้วว่าคนที่ประพฤติเช่นนั้นจะไม่มีส่วนในแผ่นดินของพระเจ้า”

การงานของเนื้อหนังเหล่านี้เป็นอันตรายต่อเราและสามารถก่อความเดือดร้อนให้กับคนอื่นเช่นกัน สิ่งเหล่านี้ขัดขวางเราจากการเข้าไปมีส่วนในแผ่นดินของพระเจ้าและการได้รับคำตอบจากพระองค์

ดังนั้น “สิ่งที่อยู่ฝ่ายจิตวิญญาณ” จึงหมายถึงการละทิ้งหรือการกำจัดสิ่งซึ่งเป็นของเนื้อหนังและการงานของเนื้อหนัง หลังจากที่เรามาถึงระดับนี้เราก็สามารถสื่อสารกับพระเจ้า ได้รับคำตอบสำหรับทุกสิ่งที่เราทูลขอ และถวายเกียรติแด่พระองค์

บุตรของพระเจ้าอยู่ในขั้นตอนของการกลายเป็นมนุษย์ฝ่ายวิญญาณและผู้เชื่อส่วนใหญ่ยังไม่ได้เป็นมนุษย์ฝ่ายวิญญาณที่พระเจ้าทรงยอมรับอย่างสมบูรณ์ แต่ละคนมีขนาดความเชื่อที่แตกต่างกันและเราจะสามารถแยกแยะสิ่งที่อยู่ฝ่ายวิญญาณได้อย่างถูกต้องก็ต่อเมื่อเราเข้าสู่ระดับฝ่ายวิญญาณเท่านั้น

แต่มนุษย์ธรรมดาจะรับสิ่งเหล่านั้นซึ่งเป็นของพระวิญญาณแห่งพระเจ้าไม่ได้ เพราะเขาเห็นว่าเป็นสิ่งโง่เขลา และเขาไม่สามารถเข้าใจได้ เพราะว่าจะเข้าใจสิ่งเหล่านั้นได้ก็ต้องสังเกตด้วยจิตวิญญาณ (2:14)

คำว่า “มนุษย์ธรรมดา” ในข้อนี้หมายถึงคนที่ไม่ได้รักษาพระคำของพระเจ้าและยังไม่รู้จักความจริง กล่าวคือ เขายังรักโลกและยังมีความปรารถนาฝ่ายโลกอยู่ในเขา

คนเช่นนี้ไม่สามารถได้ยินพระสุรเสียงของพระวิญญาณบริสุทธิ์และไม่อาจรับการทรงนำจากพระองค์ได้ พระวิญญาณบริสุทธิ์ท

รงสอนเราและทรงนำเราอยู่เสมอ แต่ถ้าหูฝ่ายวิญญาณของเราถูกปิดไว้ไม่ให้ได้ยินพระสุรเสียงของพระวิญญาณ เราก็ไม่สามารถแยกแยะสิ่งที่อยู่ฝ่ายวิญญาณได้ มนุษย์ธรรมดาคิดว่ามนุษย์ฝ่ายวิญญาณเป็นพวกปัญญาทึบและงุ่มง่าม

แม้เราอาจไม่ได้รับพระพรในธุรกิจหรือในที่ทำงานของเรา แต่การดำเนินชีวิตด้วยพระคำของพระเจ้าก็ถือเป็นพระพรอยู่แล้ว คนชาวโลกมักพูดว่าคนที่ร่ำรวยคือคนที่ได้รับพระพร แต่พระคัมภีร์ไม่ได้บอกว่าพระพรของพระเจ้าเกี่ยวกับข้องกับพระพรด้านการเงินเท่านั้น

สดุดี 1:1-2 กล่าวว่า “บุคคลผู้ไม่ดำเนินตามคำแนะนำของคนอธรรมหรือยืนอยู่ในทางของคนบาป หรือนั่งอยู่ในที่นั่งของคนที่ชอบเยาะเย้ย ผู้นั้นก็เป็นสุข แต่ความปีติยินดีของผู้นั้นอยู่ในพระราชบัญญัติของพระเยโฮวาห์ เขาไตร่ตรองถึงพระราชบัญญัติของพระองค์ทั้งกลางวันและกลางคืน”

ตามที่เราได้เรียนรู้จากคำอุปมาเรื่องเศรษฐีกับลาซารัสคนขอทานว่าทรัพย์สินเงินทองบนโลกนี้ไม่ใช่พระพรที่แท้จริง ลาซารัสได้รับพระพรเพราะท่านรับใช้พระเจ้าและได้รับความรอด ชีวิตในโลกนี้เป็นสิ่งที่ชั่วคราว แต่แผ่นดินสวรรค์เป็นสิ่งที่นิรันดร์ ผู้คนที่ยอมรับพระคำข้อนี้ด้วยความยินดีก็สามารถเข้าไปสู่ระดับฝ่ายวิญญาณ

คนที่ยอมรับเอาการทำงานของพระวิญญาณของพระเจ้าเท่านั้นที่สามารถเข้าใจในเรื่องนี้ เขาจะไม่ล้มลงไปสู่การงานของเนื้อหนังและสามารถดำเนินชีวิตในความจริงได้ด้วยวิธีนี้ เหมือนที่ 1 โครินธ์ 2:14 กล่าวไว้ว่าเราสามารถเข้าใจ (แยกแยะ) สิ่งเหล่านั้นได้ด้วยจิตวิญญาณเท่านั้น

การ “เข้าใจ” หมายถึงการแยกแยะหรือการวินิจฉัยระหว่างสิ่งสองสิ่ง ความจริงบอกให้เรารู้ในสิ่งที่ถูกต้อง แต่คนที่อยู่กับการงา

นของเนื้อหนังจะไม่สามารถพิจารณาสิ่งสองสิ่งนี้ได้อย่างถูกต้อง เขาคิดว่าความคิดของตนเท่านั้นที่ถูกต้อง แต่เขาจะสามารถแยกแยะสิ่งที่ถูกต้องได้อย่างแท้จริงก็ต่อเมื่อเขาเข้าไปสู่มิติฝ่ายวิญญาณเท่านั้น

แต่มนุษย์ฝ่ายจิตวิญญาณสังเกตสิ่งสารพัดได้ แต่ไม่มีผู้ใดจะรู้จักใจคนนั้นได้ (2:15)

พระคัมภีร์หลายตอนบอกไม่ให้เราพิพากษาคนอื่น พระคัมภีร์ข้อนี้หมายถึงอะไร "มนุษย์ฝ่ายจิตวิญญาณ" คือคนที่ดำเนินชีวิตอยู่ในพระคำของพระเจ้า เพราะเขาดำเนินชีวิตอยู่ในพระคำแห่งความจริงของพระเจ้าอย่างสมบูรณ์เขาจึงเข้าใจความหมายของพระคำและสามารถสังเกตทุกคน

คำว่า "สังเกต" ในข้อนี้หมายถึงอะไร มนุษย์ฝ่ายวิญญาณจะไม่เกลียดชังหรืออิจฉาผู้หนึ่งผู้ใดและเขาจะไม่หยิ่งผยองด้วยการพิพากษาคนอื่น การสังเกตของเขาเป็นการสังเกตด้วยความรัก

มัทธิว 7:3-5 กล่าวว่า "เหตุไฉนท่านมองดูผงที่อยู่ในตาพี่น้องของท่าน แต่ไม่ยอมพิจารณาไม้ทั้งท่อนที่อยู่ในตาของท่านเอง หรือเหตุไฉนท่านจะกล่าวแก่พี่น้องของท่านว่า 'ให้เราเขี่ยผงออกจากตาของท่าน' แต่ดูเถิด ไม้ทั้งท่อนก็อยู่ในตาของท่านเอง ท่านคนหน้าซื่อใจคด จงชักไม้ทั้งท่อนออกจากตาของท่านก่อน แล้วท่านจะเห็นได้ถนัด จึงจะเขี่ยผงออกจากตาพี่น้องของท่านได้"

พระคัมภีร์ตอนนี้บอกเราว่าถ้าเราเอา "ไม้ทั้งท่อน" ออกจากตาของเรา เราก็สามารถมองเห็นคนอื่นอย่างชัดเจน การเอาไม้ทั้งท่อนออกจากตาของเราหมายถึงการกำจัดสิ่งที่อยู่ฝ่ายเนื้อหนังทุกอย่างให้หมดสิ้นไปจากเรา คนที่ดำเนินชีวิตอยู่ในความจริ

งจะรักพระเจ้าและพี่น้องของตนโดยอัตโนมัติ เขาไม่มีความอิจฉา ความริษยา หรือความหยิ่งผยอง เขามองดูพี่น้องด้วยความรักเพียงอย่างเดียวและคนเหล่านี้เท่านั้นที่สามารถมองเห็นผงที่อยู่ในตาของพี่น้องของตน "มนุษย์ฝ่ายจิตวิญญาณ" ในพระคัมภีร์ตอนนี้หมายถึงคนที่อยู่ฝ่ายวิญญาณประเภทนี้

ถ้าเช่นนั้นใครสามารถพิพากษามนุษย์ฝ่ายวิญญาณ คนชาวโลกพิพากษาคนอื่นอย่างง่ายดาย เขาไม่รู้ว่าสิ่งซึ่งอยู่ฝ่ายวิญญาณคืออะไรและเขาเพียงแต่คิดว่าเขาคือคนที่ถูกต้อง ดังนั้นเขาจึงเห็นว่าผู้ที่อยู่ฝ่ายวิญญาณเป็นคนโง่เขลาและพิพากษาคนเหล่านี้ พวกฟาริสี พวกธรรมาจารย์ และผู้คนที่ไม่เชื่อพิพากษาและกล่าวประณามพระเยซู แต่ที่จริงคนที่ไม่รู้จักสิ่งที่อยู่ฝ่ายวิญญาณไม่สามารถพิพากษาคนที่อยู่ฝ่ายวิญญาณ

เรื่องนี้เป็นเหมือนการที่นักเรียนชั้นประถมไม่สามารถตัดสินทักษะทางด้านคณิตศาสตร์ของนักศึกษามหาวิทยาลัย เขาจะสามารถตัดสินว่านักศึกษามหาวิทยาลัยคนนั้นเก่งคณิตศาสตร์หรือไม่ก็ต่อเมื่อเขาเข้าเรียนในมหาวิทยาลัยและมีคะแนนเป็นเลิศในการศึกษาของระดับมหาวิทยาลัยแล้วเท่านั้น ดังนั้นมนุษย์ฝ่ายวิญญาณจึงสามารถสังเกตคนทุกคน แต่คนที่ไม่ได้อยู่ฝ่ายวิญญาณไม่สามารถสังเกตมนุษย์ฝ่ายวิญญาณ

เพราะว่า 'ใครเล่ารู้จักพระทัยขององค์พระผู้เป็นเจ้าเพื่อจะแนะนำสั่งสอนพระองค์ได้' แต่เราก็มีพระทัยของพระคริสต์ (2:16)

ท่านสามารถสอนคนบางคนที่อยู่ฝ่ายวิญญาณมากกว่าท่านได้หรือไม่ ผมกำลังถามว่าท่านสามารถสอนคนบางคนที่ได้ยินพระสุรเสียงของพระวิญญาณบริสุทธิ์ชัดเจนกว่าท่านได้หรือไม่ ถ้าท่านทำได้ก็หมายความว่าท่านกำลังพยายามที่จะสอนพระเจ้านั่นเอง ถ้

าท่านพยายามที่จะสอนคนที่ได้ยินพระสุรเสียงของพระวิญญาณบริสุทธิ์อย่างชัดเจน สิ่งนี้ก็หมายความว่าท่านวางตนเองไว้สูงกว่าพระเจ้า

ด้วยเหตุนี้ เราต้องรักษาลำดับขั้นของคริสตจักรไว้อย่างเข้มงวด ซาตานจะเริ่มทำงานถ้าลำดับขั้นนี้ถูกทำลาย เพราะเหตุนี้เปาโลจึงกล่าวว่า "ใครเล่ารู้จักพระทัยขององค์พระผู้เป็นเจ้าเพื่อจะแนะนำสั่งสอนพระองค์ได้" เมื่อได้ยินเช่นนี้ผู้เชื่ออาจรู้สึกท้อแท้ใจและด้วยเหตุนี้ท่านจึงกล่าวว่า "แต่เรามีพระทัยของพระคริสต์" ในข้อ 16 เราไม่ควรรู้สึกผิดหวังเพราะเรามีพระทัยของพระคริสต์

พระวิญญาณบริสุทธิ์ทรงสถิตอยู่ในเรา ดังนั้นถ้าเราดำเนินชีวิตอยู่ในความจริงเราก็สามารถได้ยินพระสุรเสียงของพระองค์เพื่อเป็นเหมือนองค์พระผู้เป็นเจ้าและอยู่ฝ่ายวิญญาณมากขึ้นด้วยการสามารถเข้าใจและแยกแยะสิ่งที่อยู่ฝ่ายวิญญาณ จากนั้นเราก็จะได้รับการยอมรับให้เป็นบุตรที่แท้จริงของพระเจ้า

โรม 8:14 กล่าวว่า "ด้วยว่าพระวิญญาณของพระเจ้าได้ทรงนำพาคนหนึ่งคนใด คนเหล่านั้นก็เป็นบุตรของพระเจ้า" ไม่ใช่ทุกคนแต่เฉพาะคนที่ได้รับการทรงนำด้วยพระวิญญาณของพระเจ้า คนเหล่านั้นเท่านั้นที่เป็นบุตรของพระเจ้า ด้วยเหตุนี้ ขอให้เราเข้าไปสู่มิติฝ่ายวิญญาณและกลายเป็นบุตรของพระเจ้าผู้ที่ได้รับการทรงนำจากพระวิญญาณของพระเจ้า

บทที่ 3

เราเป็นวิหารของพระเจ้า

คริสตจักรโครินธ์อยู่ฝ่ายเนื้อหนัง
พระเจ้าทรงทำให้เติบโต
นายช่างผู้ชำนาญ
การงานของแต่ละคน
การทำลายวิหารของพระเจ้า
ปัญญาฝ่ายโลกเป็นสิ่งโง่เขลา

คริสตจักรโครินธ์อยู่ฝ่ายเนื้อหนัง

พี่น้องทั้งหลาย ข้าพเจ้าไม่อาจจะพูดกับท่านเหมือนพูดกับผู้ที่อยู่ฝ่ายจิตวิญญาณแล้วได้ แต่ต้องพูดกับท่านเหมือนคนที่อยู่ฝ่ายเนื้อหนัง เหมือนกับท่านเป็นทารกในพระคริสต์ (3:1)

เปาโลพูดว่า "ข้าพเจ้าไม่อาจจะพูดกับท่านเหมือนพูดกับผู้ที่อยู่ฝ่ายจิตวิญญาณ..." จากข้อความนี้เราเห็นได้ว่าผู้เชื่อแห่งคริสตจักรโครินธ์ยังไม่ได้เป็นผู้ที่อยู่ฝ่ายวิญญาณ เปาโลไม่อาจพูดกับคนเหล่านั้นเหมือนกับผู้ที่อยู่ฝ่ายวิญญาณได้เพราะเขายังอยู่ฝ่ายเนื้อหนัง คนเหล่านั้นเป็นผู้ที่เป็นมิตรกับโลกและอยู่ฝ่ายเนื้อหนัง

เปาโลบรรยายถึงผู้คนที่ยังไม่ได้เข้าถึงระดับฝ่ายวิญญาณว่า "...แต่ต้องพูดกับท่านเหมือนคนที่อยู่ฝ่ายเนื้อหนัง" ทารกไม่สามารถย่อยอาหารแข็งได้ ถ้าคนเหล่านั้นกินอาหารแข็งในขณะที่เขาไม่สามารถย่อยอาหารนั้นได้ อาหารนั้นก็จะทำให้ชีวิตของเขาตกอยู่ในอันตราย เพราะเหตุนี้เราจึงต้องป้อนทารกด้วยน้ำนม

เช่นเดียวกัน คนที่พูดว่าเขาเชื่อในพระเจ้า (แต่ยังอยู่ในเนื้อหนัง) ไม่สามารถรับเอาและเข้าใจพระคำของพร

ะเจ้าได้ คนเหล่านี้ไม่สามารถดำเนินชีวิตด้วยพระคำของพระองค์ แม้เขาได้รับการยอมรับว่าเป็นคนที่มีความเฉลียวฉลาดในโลกนี้ แต่คนเหล่านี้ยังคงเป็นทารกในพระคริสต์ที่ไม่รู้จักความจริง

ข้าพเจ้าเลี้ยงท่านด้วยน้ำนมมิใช่ด้วยอาหารแข็ง เพราะว่าเมื่อก่อนนั้นท่านยังไม่สามารถรับและถึงแม้เดียวนี้ท่านก็ยังไม่สามารถ (3:2)

อัครทูตเปาโลกล่าวว่าท่านไม่ได้ให้อาหารแข็งกับคนเหล่านั้น แต่ท่านเลี้ยงเขาด้วยน้ำนม เหมือนที่อธิบายที่ไว้ในข้อ 1 ว่าผู้เชื่อในคริสตจักรโครินธ์ยังเป็นทารกฝ่ายวิญญาณที่ไม่สามารถรับประทานอาหารแข็งได้ เพราะเหตุนี้เปาโลจึงกล่าวว่าท่านต้องเลี้ยงเขาด้วยน้ำนมเพียงอย่างเดียวเพราะเขาไม่สามารถเข้าใจสิ่งที่อยู่ฝ่ายวิญญาณ

เราเข้าใจได้ว่าผู้เชื่อในคริสตจักรโครินธ์ยังอยู่ฝ่ายเนื้อหนังจาก 1 โครินธ์บทที่ 1 เช่นกัน คนเหล่านั้นทำให้เกิดการแตกแยกกันภายในคริสตจักรโดยพูดว่า “ข้าพเจ้าเป็นศิษย์เปาโล" หรือ "ข้าพเจ้าเป็นศิษย์อปอลโล" หรือ "ข้าพเจ้าเป็นศิษย์เคฟาส" สิ่งนี้หมายความว่าคนเหล่านั้นไม่ได้เป็นอันหนึ่งเดียวกันในความจริง

ถ้าหากคนเหล่านั้นรู้จักวิธีการกินอาหารฝ่ายวิญญาณ เขาก็คงเป็นอันหนึ่งอันเดียวกันในความรักที่จะอธิษฐาน ทำตามน้ำพระทัยของพระเจ้า และช่วยดวงวิญญาณจำนวนมากให้รอด แต่เนื่องจากเขายังเป็นทารกฝ่ายวิญญาณที่ต้องดื่มน้ำนมเพียงอย่างเดียว คนเหล่านั้นจึงยืนกรานว่าตนเป็นฝ่ายถูก นี่หมายความว่าคนเหล่านั้นไม่ได้รับเอาสิ่งที่อยู่ฝ่ายวิญญาณเข้าไป

เราต้องมีความเชื่อชนิดใดเพื่อจะทำให้เรากลายเป็นชายและห

ญิงแห่งความเชื่อฝ่ายวิญญาณที่หนักแน่นมั่นคง

ถ้าเราคิดถึงการวัดความเชื่อฝ่ายวิญญาณในรูปของเปอร์เซ็นต์ ชายและหญิงฝ่ายวิญญาณจะได้แก่ผู้คนที่ผ่าน 60 เปอร์เซ็นต์ของความเชื่อระดับที่สาม เมื่อเขาอยู่ที่ 50 เปอร์เซ็นต์คนเหล่านี้อาจโอนเอียงไปทางซ้ายหรือไปทางขวา แต่เมื่อเขาอยู่ที่ 60 เปอร์เซ็นต์คนเหล่านี้จะไม่หวั่นไหวและเขาสามารถเอาชนะความต้องการของเนื้อหนัง ดังนั้นเราจึงสามารถพูดว่าคนเหล่านี้ "ยืนอยู่บนศิลาแห่งความเชื่อ" จากขั้นนี้เป็นต้นไปเขาจะถูกเรียกว่าชายและหญิงฝ่ายวิญญาณและเขาจะเสาะหาสิ่งที่อยู่ฝ่ายวิญญาณ

โปรดตรวจสอบตัวท่านเองเพื่อดูว่าจากระดับหนึ่งถึงร้อยเวลานี้ท่านอยู่ที่ไหน ถ้าท่านอยู่ในระดับ 10 หรือ 20 เปอร์เซ็นต์ของความเชื่อ สิ่งนี้ก็หมายความว่าท่านยังคงเป็นทารกฝ่ายวิญญาณ เหมือนที่ได้อธิบายไว้ก่อนหน้านี้ว่าถึงแม้คนเหล่านี้จะเป็นผู้ใหญ่ในโลกนี้ แต่ในฝ่ายวิญญาณคนเหล่านี้ก็ยังเป็นทารกถ้าเขาไม่สามารถรับเอาและเข้าใจสิ่งที่อยู่ฝ่ายวิญญาณซึ่งเป็นเหมือนอาหารแข็ง ถ้าอยู่ในกรณีนี้เขาต้องฟังพระคำและประพฤติตามพระคำอย่างขยันหมั่นเพียรเพื่อจะเป็นผู้เชื่อที่เติบโตฝ่ายวิญญาณ

นอกจากนั้น ในฝ่ายวิญญาณ ผู้เชื่อใหม่ก็เป็นเหมือนทารกฝ่ายวิญญาณด้วยเช่นกัน เราต้องเลี้ยงดูและเอาใจใส่คนเหล่านี้ในฝ่ายวิญญาณตามขนาดแห่งความเชื่อของเขา สมมุติว่าผู้เชื่อใหม่เปิดร้านขายของแห่งหนึ่ง ในวันอาทิตย์เขาอาจเข้าร่วมนมัสการในตอนเช้าและเปิดร้านของตนในภายหลังเพราะเขายังอยู่ในระดับความเชื่อของทารกฝ่ายวิญญาณ ถ้าเขาปิดร้านของตนในวันอาทิตย์พระเจ้าจะทรงอวยพรเขา แต่เขายังไม่มีความเชื่อมากพอที่จะรับเอาความจริงข้อนี้

ถ้าเราบอกคนเช่นนี้ว่าเพื่อรักษาวันขององค์พระผู้เป็นเจ้าให้บริสุทธิ์เขาต้องปิดร้านของตนในวันอาทิตย์และใช้เวลาทั้งวันอยู่ที่คริ

สตจักร เขาจะรู้สึกเป็นภาระหนักและปฏิเสธที่จะทำเช่นนั้น

ด้วยเหตุนี้ เราต้องสอนเขาทีละขั้นเกี่ยวกับวิธีการรักษาวันขององค์พระผู้เป็นเจ้าให้บริสุทธิ์ เราสามารถให้คำแนะนำกับเขาว่า "ถ้าคุณไม่อยากปิดร้านในวันอาทิตย์คุณก็สามารถเปิดร้าน แต่จงอธิษฐานต่อพระเจ้าเพื่อขอให้พระองค์เพิ่มความเชื่อให้กับคุณ เมื่อความเชื่อของคุณเพิ่มขึ้นคุณก็พร้อมที่จะปิดร้านและเข้าร่วมนมัสการในคริสตจักร" เพราะเวลานี้เขายังอยู่ในช่วงของการรักเงินทองมากกว่ารักพระเจ้า เราจึงไม่ควรก่อให้เกิดอาการท้องอืดฝ่ายวิญญาณให้กับเขา

ถ้าความเชื่อของเขาเติบโตขึ้นและถ้าเขาเริ่มกินอาหารอ่อนในฝ่ายวิญญาณ ปกติเขาอาจปิดร้านในวันอาทิตย์ แต่ในวันหยุดสำคัญวันอื่น ๆ เขาอาจพ่ายแพ้การทดลองและเปิดร้านของตน เขาไม่สามารถรักวันขององค์พระผู้เป็นเจ้าให้บริสุทธิ์ด้วยความยินดี นี่เป็นขั้นตอนที่เขากินอาหารอ่อนในฝ่ายวิญญาณ ก่อนมาถึงขั้นนี้เราอาจพูดว่าเขา "อยู่ฝ่ายเนื้อหนัง"

แต่ถ้าคนหนึ่งกลายเป็นมนุษย์ฝ่ายวิญญาณเขาก็จะปิดร้านในวันอาทิตย์และรักษาวันขององค์พระผู้เป็นเจ้าให้บริสุทธิ์แม้สิ่งนั้นจะหมายความว่าเขาอาจสูญเสียรายได้ก็ตาม ผู้เชื่อที่เป็นบุคคลฝ่ายวิญญาณจะไม่ยอมเอาแผ่นดินสวรรค์ไปแลกกับเงินทองที่เพิ่มขึ้นเพียงเล็กน้อยและเขาจะไม่ยอมฝ่าฝืนพระคำของพระเจ้าเพื่อประโยชน์ส่วนตัว นอกจากนั้น มนุษย์ฝ่ายวิญญาณยินดีที่จะทำสิ่งนี้เพราะเขารู้ว่าการปิดร้านในวันอาทิตย์ไม่ใช่เป็นการสูญเสียรายได้ เขาทำให้พระเจ้าพอพระทัยด้วยการรักษาพระคำของพระองค์ด้วยความเชื่อและชื่นชมยินดีในความจริงที่ว่าเขาได้รับการยอมรับให้เป็นบุตรของพระเจ้า เราพูดว่าคนเหล่านี้ "ยืนอยู่บนศิลาแห่งความเชื่อ"

ด้วยว่าท่านยังอยู่ฝ่ายเนื้อหนัง เพราะว่าเมื่อท่านยังอิจฉากัน โต้เถียงกัน และแตกแยกกัน ท่านไม่ได้อยู่ฝ่ายเนื้อหนังหรือ และไม่ได้ดำเนินตามมนุษย์สามัญดอกหรือ (3:3)

อัครทูตเปาโลกำลังเน้นว่าผู้เชื่อในคริสตจักรโครินธ์ยังอยู่ฝ่ายเนื้อหนังด้วยการชี้ให้เขาเห็นว่าคนเหล่านั้นยังมีความอิจฉาและการโต้แย้งกันอยู่

การอิจฉากันคือการเป็นศัตรูกับคนที่เป็นคู่แข่งหรือการที่คนหนึ่งเชื่อว่าตนได้เปรียบคนอื่น การโต้แย้งกันคือความขัดแย้งกันอย่างรุนแรงหรือขมขื่นหรือบางครั้งเป็นการแตกแยกกัน สิ่งนี้เริ่มต้นจากความโลภและก่อให้เกิดการทะเลาะวิวาทกัน

เหมือนที่อธิบายไปแล้วว่าสมาชิกคริสตจักรโครินธ์พูดว่าตนเป็นศิษย์ของเปาโล ศิษย์ของเคฟาส ศิษย์ของอปอลโล หรือศิษย์ของพระคริสต์เพื่อก่อให้เกิดการอิจฉากันและการโต้เถียงกัน ไม่เฉพาะในเวลานั้น แต่ยังมีคริสตจักรหลายแห่งที่มีการโต้เถียงกันและการแตกแยกกันในคริสตจักรในปัจจุบันด้วยเช่นกัน

ยกตัวอย่าง สมาชิกของกลุ่มพันธกิจมิชชันในคริสตจักรแห่งหนึ่งต้องเชื่อฟังผู้นำกลุ่ม สมมุติว่าผู้นำคนนั้นได้รับการเลือกสรรจากคุณลักษณะบางอย่างที่ชี้ให้เห็นว่าเขามีความก้าวหน้าฝ่ายวิญญาณมากกว่าคนอื่น ถ้าสมาชิกของกลุ่มไม่เชื่อฟังผู้นำ สิ่งนี้มักเกี่ยวข้องกับความอิจฉาและการโต้เถียงกัน

สมมุติว่าท่านรู้สึกอึดอัดใจเกี่ยวกับผู้นำของท่านโดยคิดว่า "ผมเรียนมามากกว่าเขาและผมมีความเชื่อมากกว่าเขา" จากนั้นพระเจ้าจะคิดกับท่านอย่างไร พระเจ้าจะตรัสว่าท่านอยู่ฝ่ายเนื้อหนังเหมือนในกรณีของสมาชิกคริสตจักรโครินธ์ ด้วยเหตุนี้ ถ้าเรามีความคิดเช่นนั้นเราต้องกำจัดสิ่งนั้นทิ้งไปและกลายเป็นชายและหญิงฝ่ายวิญญาณอย่างรวดเร็ว

เพราะเมื่อคนหนึ่งกล่าวว่า "ข้าพเจ้าเป็นศิษย์ของเปาโล" และอีกคนหนึ่งกล่าวว่า "ข้าพเจ้าเป็นศิษย์ของอปอลโล" ท่านทั้งหลายมิได้อยู่ฝ่ายเนื้อหนังหรือ เปาโลคือผู้ใด อปอลโลคือผู้ใด เขาเป็นผู้รับใช้มาแจ้งให้ท่านทั้งหลายเชื่อ ตามซึ่งองค์พระผู้เป็นเจ้าได้ทรงโปรดประทานแก่ทุกคน (3:4-5)

กิจการ 4:12 กล่าวว่า “ในผู้อื่นความรอดไม่มีเลย ด้วยว่านามอื่นซึ่งให้เราทั้งหลายรอดได้ ไม่ทรงโปรดให้มีในท่ามกลางมนุษย์ทั่วใต้ฟ้า” ข้อนี้ระบุว่าเราได้รับความรอดโดยพระนามของพระเยซูคริสต์ อัครทูตเปาโล อปอลโล หรือใครก็ตามอาจมีฤทธิ์อำนาจมาก แต่สิ่งนี้ไม่ได้หมายความว่าเราได้รับความรอดโดยผ่านคนเหล่านั้น

แต่เมื่อผู้เชื่อในคริสตจักรโครินธ์พูดว่าเขาเป็นศิษย์ของ “คนนี้” หรือ “คนนั้น” เปาโลกล่าวว่าอปอลโลและตัวท่านเป็นผู้รับใช้ ผู้รับใช้คือผู้คนที่ได้รับหน้าที่จากคนอื่นและทำหน้าที่นั้นให้สำเร็จ อัครทูตเปาโลและอปอลโลเป็นผู้รับใช้ของพระเจ้าซึ่งทำหน้าที่ในการช่วยดวงวิญญาณให้รอด

ผู้รับใช้ไม่ได้ทำตามความต้องการของตนเองแต่เขาทำตามพระประสงค์ของพระเจ้า ด้วยเหตุนี้ อปอลโลหรือปอลโลเชื่อฟังน้ำพระทัยของพระเจ้าเพื่อช่วยดวงวิญญาณให้รอดด้วยการปลูกฝังความเชื่อไว้ในลูกแกะและเอาใจใส่ดูแลคนเหล่านั้น ความรอดมาจากพระคริสต์แต่เพียงผู้เดียว ดังนั้นเปาโลจึงเป็นห่วงผู้เชื่อในเมืองโครินธ์อย่างมากเพราะเขาพูดว่าเขาเป็นศิษย์ “ของเปาโล” หรือ “ของอปอลโล”

พระเจ้าทรงทำให้เติบโต

ข้าพเจ้าได้ปลูก อปอลโลได้รดน้ำ แต่พระเจ้าทรงทำให้เติบโต (3:6)

อปอลโลต้อนรับเอาองค์พระผู้เป็นเจ้าก่อนอัครทูตเปาโล แต่พระเจ้าทรงถือว่าอัครทูตเปาโลเป็นภาชนะที่เหมาะสมและทรงอนุญาตให้ท่านสำแดงถึงฤทธิ์อำนาจของพระเจ้ายิ่งใหญ่กว่าอปอลโล ทั้งสองคนเป็นอันหนึ่งอันเดียวกัน แต่เปาโลปลูกและอปอลโลรดน้ำ "เปาโลปลูก" หมายความว่าเปาโลปลูกฝังความเชื่อไว้ในจิตใจของผู้คน ท่านเป็นพยานถึงพระเจ้าผู้ทรงพระชนม์อยู่ด้วยหมายสำคัญมากมายและผู้คนมีความเชื่อ เมล็ดแห่งความเชื่อถูกปลูกฝังไว้ในคนเหล่านั้นด้วยวิธีนี้

พระเยซูทรงปลูกฝังความเชื่อผ่านหมายสำคัญและการอัศจรรย์ด้วยเช่นกัน ถ้าพระองค์ไม่ได้สำแดงหมายสำคัญและการอัศจรรย์เหล่านั้นคงไม่มีใครเชื่อว่าพระองค์เป็นพระบุตรของพระเจ้าผู้ทรงเป็นพระผู้ช่วยให้รอด

หมายสำคัญและการอัศจรรย์จำนวนมากที่พระองค์ได้ทรงกระทำถูกบันทึกไว้ในพระคัมภีร์ ในมาระโกบทที่ 4 เราพบว่าพระอง

ค์ทรงทำให้ลมพายุและคลื่นสงบลง มัทธิว 4:23-24 กล่าวว่า "พระเยซูได้เสด็จไปทั่วแคว้นกาลิลี ทรงสั่งสอนในธรรมศาลาของเขา ทรงประกาศข่าวประเสริฐแห่งอาณาจักรนั้น และทรงรักษาโรคภัยไข้เจ็บทุกอย่างของชาวเมืองให้หาย กิตติศัพท์ของพระองค์ก็เลื่องลือไปทั่วประเทศซีเรีย เขาจึงพาบรรดาคนป่วยเป็นโรคต่าง ๆ คนที่ทนทุกข์เวทนา คนผีเข้าสิง คนบ้า และคนเป็นอัมพาตมาหาพระองค์ พระองค์ก็ทรงรักษาเขาให้หาย"

ในทำนองเดียวกัน เหล่าสาวกของพระเยซูและอัครทูตเปาโลก็ได้ปลูกฝังความเชื่อผ่านทางหมายสำคัญที่คนเหล่านั้นสำแดงเช่นกัน ผู้คนจำนวนมากเชื่อและยอมรับพระกิตติคุณด้วยวิธีนั้น

อปอลโลรดน้ำ หลังจากเมล็ดถูกปลูกลงไปเมล็ดต้องได้รับการรดน้ำ น้ำในที่นี้ในฝ่ายวิญญาณได้แก่พระคำของพระเจ้า ศิษยาภิบาลและผู้นำต้องให้พระคำของพระเจ้ากับผู้เชื่อเพื่อความเชื่อของเขาจะเติบโตขึ้น ด้วยวิธีนี้ทุกคนจึงทำงานร่วมกันเพื่อทำให้แผ่นดินของพระเจ้าสำเร็จ

แน่นอน การพูดว่าอัครทูตเปาโลปลูกฝังความเชื่อและอปอลโลช่วยให้ความเชื่อเติบโตนั้นไม่ได้หมายความว่าการปลูกและการรดน้ำเป็นสิ่งที่แยกกัน คนที่รดน้ำก็สามารถปลูกฝังความเชื่อและคนที่ปลูกฝังความเชื่อก็สามารถรดน้ำได้เช่นกัน ทั้งอัครทูตเปาโลและอปอลโลปลูกและรดน้ำ แต่ประเด็นอยู่ที่ว่าส่วนใหญ่อัครทูตเปาโลปลูกและอปอลโลรดน้ำ

เพราะฉะนั้น คนที่ปลูกและคนที่รดน้ำไม่สำคัญอะไร แต่พระเจ้าผู้ทรงโปรดให้เติบโตนั้นต่างหากที่สำคัญ (3:7)

หลังจากเมล็ดถูกหว่านลงไปและได้รับการรดน้ำแล้ว สิ่งนั้นจะไร้ประโยชน์เว้นแต่เมล็ดนั้นเติบโตขึ้นด้วยฤทธิ์อำนาจของพระเจ้า

เมล็ดที่ปลูกไว้แตกหน่อและเติบโตขึ้นได้ด้วยฤทธิ์อำนาจของพระเจ้า

ในฝ่ายวิญญาณก็เช่นเดียวกัน พระเจ้าทรงปลูกฝังความเชื่อและทรงรดน้ำผู้คนให้เชื่อฟังพระคำของพระองค์และดำเนินชีวิตที่เป็นพระพรผ่านทางผู้รับใช้ของพระองค์ แต่คนที่ปลูกและคนที่รดน้ำไม่สำคัญอะไร

แต่พระเจ้าเท่านั้นที่เป็นต้นเหตุของการเจริญเติบโต อัครทูตเปาโลปลูกและอปอลโลรดน้ำ แต่สิ่งนั้นจะไร้ประโยชน์เว้นแต่พระเจ้าทรงเป็นต้นเหตุของการเจริญเติบโต ดังนั้น ทั้งคนที่ปลูกและคนที่รดน้ำต้องถวายเกียรติทั้งสิ้นแด่พระเจ้า

ดังนั้นคนที่ปลูกและคนที่รดน้ำก็เป็นพวกเดียวกัน แต่ทุกคนก็จะได้ค่าจ้างของตนตามการที่ตนได้กระทำไว้ (3:8)

คนที่ปลูกและคนที่รดน้ำเป็นพวกเดียวกันเพราะเขาล้วนเป็นคนงานของพระเจ้า ถ้าเมล็ดไม่ถูกปลูกลงไปอย่างถูกต้องการรดน้ำก็จะไร้ประโยชน์ สิ่งสารพัดจะเกิดขึ้นโดยพระคุณได้ก็ต่อเมื่อผู้รับใช้ทำงานร่วมกันพร้อมกับปลูกและรดน้ำอย่างถูกต้องเท่านั้น

เพราะเหตุนี้ พระคัมภีร์จึงกล่าวว่า "ดังนั้นคนที่ปลูกและคนที่รดน้ำก็เป็นพวกเดียวกัน แต่ทุกคนก็จะได้ค่าจ้างของตนตามการที่ตนได้กระทำไว้" แต่ละคนจะมีลักษณะของความเป็นภาชนะที่แตกต่างกัน บางคนสำแดงหมายสำคัญ บางคนเทศนาสั่งสอน และบางคนให้การเอาใจใส่ดูแลฝ่ายวิญญาณกับผู้เชื่อ สรรเสริญพระเจ้าหรือเป็นอาสาสมัคร แต่ละคนจะได้รับรางวัลตามการกระทำของตน

ไม่ใช่ศิษยาภิบาลทุกคนจะได้รับรางวัลที่ยิ่งใหญ่กว่า แต่ละคนจะได้รับรางวัลตามขนาดที่เขาได้รับการชำระให้บริสุทธิ์และทำหน้า

ที่ของตนให้สำเร็จ รางวัลไม่ได้ขึ้นอยู่กับตำแหน่งหน้าที่

นักเรียนนักศึกษาอาจคิดว่า "ผมเป็นนักเรียนและสิ่งเดียวที่ผมทำคือเรียน แล้วผมจะรับรางวัลในแผ่นสวรรค์ได้อย่างไร" การคิดเช่นนี้ไม่มีรากฐานรองรับ พระเจ้าทรงมอบหมายหน้าที่ให้กับนักเรียนนักศึกษาด้วยเช่นกัน การอธิษฐาน การนมัสการพระเจ้า และการศึกษาเล่าเรียนเป็นอย่างดีในฐานะนักเรียนนักศึกษาคือการถวายเกียรติแด่พระเจ้า นอกจากนั้น ถ้าเขาส่งกลิ่นหอมของพระคริสต์ออกไปในที่ใดก็ตามที่เขาอยู่และได้รับคำยกย่องจากคนอื่นด้วยการเคารพนับถือพ่อแม่ สิ่งเหล่านี้จะกลายเป็นรางวัลของเขา

เนื่องจากเด็ก ๆ ก็มีหน้าที่ของตน ดังนั้นเขาจึงมีรางวัลในแผ่นดินสวรรค์ด้วยเช่นกัน หน้าที่ของเด็กก็คือการเข้าร่วมนมัสการโดยไม่ร้องเสียงดัง อธิษฐาน และไม่สร้างปัญหา เพราะเหตุนี้ รางวัลของเด็กจะแตกต่างไปตามวิธีการอบรมเลี้ยงดูในความเชื่อที่เขาได้รับจากพ่อแม่ของตน

แม้แต่ศิษยาภิบาลก็จะถูกพิพากษาอย่างเข้มงวดถ้าเขาไม่ได้ทำหน้าที่ของตนในการดูแลเอาใจใส่ดวงวิญญาณที่เขาได้รับมอบหมาย เพราะเหตุนี้ยากอบ 3:1 จึงกล่าวว่า "พี่น้องทั้งหลายของข้าพเจ้า อย่าเป็นอาจารย์กันมากมายหลายคนนักเลย เพราะท่านก็รู้ว่าเราทั้งหลายจะได้รับการพิพากษาที่เข้มงวดกว่าผู้อื่น"

เพราะว่าเราทั้งหลายเป็นผู้ร่วมทำการด้วยกันกับพระเจ้า ท่านทั้งหลายเป็นไร่นาของพระเจ้า และเป็นตึกของพระเจ้า (3:9)

ผู้ร่วมทำการได้แก่ผู้คนที่ทำงานร่วมกันเพื่อทำให้งานเดียวกันสำเร็จลุล่วง อัครทูตเปาโลและอปอลโลคือผู้ร่วมทำการเพราะท่านทั้งสองทำงานร่วมกันเพื่อปลูกและรดน้ำความรอดของดวงวิญญา

ณและการทำให้แผ่นดินของพระเจ้าสำเร็จ

เปาโลกล่าวว่า "ท่านทั้งหลายเป็นไร่นาของพระเจ้า" ไร่นาที่ท่านกล่าวถึงในข้อนี้ได้แก่จิตใจของมนุษย์ จิตใจของผู้คนที่มีความเชื่อคือไร่นาของพระเจ้าและเพราะเหตุนี้เราจึงต้องเอาใจใส่ดูแลไร่นานี้เป็นอย่างดี

มัทธิวบทที่ 13 แบ่ง "ไร่นา" ออกเป็นไร่นาที่เป็นดินดี ดินที่มีหนามปกคลุม ดินที่มีหิน และดินที่อยู่ริมทางเดิน บุตรของพระเจ้าต้องทำให้จิตใจของตนเป็นดินดี

เปาโลกล่าวเช่นกันว่า "ท่านเป็นตึกของพระเจ้า" บุตรของพระเจ้าที่ได้รับพระวิญญาณบริสุทธิ์คือตึกของพระเจ้าเพราะพระวิญญาณบริสุทธิ์ทรงสถิตอยู่ในเขา

เพราะเหตุนี้ 1 โครินธ์ 3:16-17 จึงกล่าวว่า "ท่านทั้งหลายไม่รู้หรือว่าท่านเป็นวิหารของพระเจ้า และพระวิญญาณของพระเจ้าสถิตอยู่ในท่าน ถ้าผู้ใดทำลายวิหารของพระเจ้า พระเจ้าจะทรงทำลายผู้นั้น เพราะวิหารของพระเจ้าเป็นที่บริสุทธิ์และท่านทั้งหลายเป็นวิหารนั้น"

เราเป็นไร่นาของพระเจ้าและเป็นสถานที่สถิตของพระเจ้า ดังนั้นเราจึงควรเป็นมนุษย์ฝ่ายวิญญาณไม่ใช่มนุษย์ฝ่ายเนื้อหนังที่ยังมีความอิจฉาและประพฤติตนอยู่ในความเท็จ

นายช่างผู้ชำนาญ

โดยพระคุณของพระเจ้าซึ่งได้ทรงโปรดประทานแก่ข้าพเจ้า ข้าพเจ้าได้วางรากลงแล้วเหมือนนายช่างผู้ชำนาญ และอีกคนหนึ่งก็มาก่อขึ้น ขอทุกคนจงระวังให้ดีว่าเขาจะก่อขึ้นมาอย่างไร (3:10)

ข้อนี้ดูเป็นสิ่งที่เข้าใจง่ายในความหมายตามตัวอักษร แต่ข้อนี้มีความหมายฝ่ายวิญญาณที่สำคัญอยู่สามอย่าง ข้อพระคัมภีร์ประเภทนี้เป็นพระคำที่มีลักษณะเหมือนเชือกสามเกลียว

การตีความแบบตามตัวอักษรของข้อ 10 คือเกลียวแรก การตีความเกลียวนี้ประยุกต์ใช้กับอัครทูตเปาโลเท่านั้น แต่มีการตีความอีกสองเกลียวที่ประยุกต์ใช้กับเรา เมื่อนำเกลียวที่ประยุกต์ใช้กับเปาโลมาผสมเข้ากับเกลียวที่ประยุกต์กับเรา สิ่งนี้ก็จะกลายเป็นเหมือนเชือกสามเกลียว

"ข้าพเจ้า" ในข้อนี้หมายถึงอัครทูตเปาโล ก่อนที่ท่านพบกับองค์พระผู้เป็นเจ้าท่านมีชื่อว่า "เซาโล" ท่านเป็นคนยิวที่เข้มงวดและเคยข่มเหงผู้คนที่เชื่อในพระเยซูอย่างรุนแรง

ท่านได้รับหนังสืออย่างเป็นทางการจากปุโรหิตให้จับกุมผู้ค

นที่เชื่อในพระเยซูคริสต์และนำตัวคนเหล่านั้นมาที่กรุงเยรูซาเล็ม บนเส้นทางไปยังเมืองดามัสกัสท่านได้พบกับพระเยซูคริสต์ กิจการบทที่ 19 อธิบายโดยละเอียดว่าเซาโลต้อนรับเอาองค์พระผู้เป็นเจ้าอย่างไร

จากช่วงเวลาที่เซาโลได้พบกับองค์พระผู้เป็นเจ้าบนถนนไปยังเมืองดามัสกัสเป็นต้นมาท่านรักองค์พระผู้เป็นเจ้าอย่างลึกซึ้ง โรม 8:35-39 กล่าวว่า "แล้วใครจะให้เราทั้งหลายขาดจากความรักของพระคริสต์ได้เล่า จะเป็นความยากลำบาก หรือความทุกข์ หรือการข่มเหง หรือการกันดารอาหาร หรือการเปลือยกาย หรือการถูกโพยภัย หรือการถูกคมดาบหรือ ตามที่เขียนไว้แล้วว่า 'เพราะเห็นแก่พระองค์ ข้าพระองค์ทั้งหลายจึงถูกประหารวันยังค่ำ และนับว่าเป็นเหมือนแกะสำหรับจะเอาไปฆ่า' แต่ว่าในเหตุการณ์ทั้งปวงเหล่านี้ เรามีชัยยิ่งกว่าผู้พิชิตโดยพระองค์ผู้ได้ทรงรักเราทั้งหลาย เพราะข้าพเจ้าเชื่อมั่นว่า แม้ความตาย หรือชีวิต หรือทูตสวรรค์ หรือผู้มีบรรดาศักดิ์ หรือฤทธิ์เดชทั้งหลาย หรือสิ่งซึ่งมีอยู่ในปัจจุบันนี้ หรือสิ่งซึ่งจะมีในภายหน้า หรือซึ่งสูง หรือซึ่งลึก หรือสิ่งอื่นใดๆที่ได้ทรงสร้างแล้วนั้น จะไม่สามารถกระทำให้เราทั้งหลายขาดจากความรักของพระเจ้า ซึ่งมีอยู่ในพระเยซูคริสต์องค์พระผู้เป็นเจ้าของเราได้"

อัครทูตเปาโลรู้ว่าความรู้เรื่องพระเยซูคริสต์เป็นสิ่งที่มีค่ามากที่สุด ในเชิงเปรียบเทียบท่านถือว่าสิ่งสารพัดทั้งปวงเป็นเพียงสิ่งที่ไร้ค่าและเป็นเหมือนหยากเยื่อ ท่านเป็นผู้ประกาศพระกิตติคุณที่มีใจร้อนรนเมื่อท่านเดินทางไปในที่แห่งใดก็ตามที่พระเจ้าทรงต้องการให้ท่านไป

ท่านอธิษฐานตามน้ำพระทัยของพระเจ้า ในกิจการ 19:12 เราพบว่าเมื่อมีคนนำเอาผ้าเช็ดหน้าหรือผ้ากันเปื้อนที่ท่านสวมใส่ไปถูกต้องตัวของผู้คนที่เจ็บป่วย โรคภัยไข้เจ็บของเขาก็หายและวิญญา

ณชั่วก็หนีออกไปจากคนเหล่านั้น

อัครทูตเปาโลได้รับการแต่งตั้งจากคริสตจักรในเมืองอันทิโอกเพื่อให้เป็นมิชชันนารีและท่านก่อตั้งคริสตจักรในหลายที่หลายแห่ง ท่านประกาศพระกิตติคุณในเมืองโครินธ์ กาลาเทีย และเมืองอื่น ๆ อีกมากมายและได้เปิดคริสตจักรใหม่อีกหลายแห่ง

ท่านจะมอบหมายให้ผู้รับใช้พระเจ้าหรือคนงานของพระเจ้าดูแลคริสตจักรแต่ละแห่งเพื่อเป็นศิษยาภิบาลของคริสตจักรและจากนั้นท่านก็จะจากสถานที่แห่งนั้นเพื่อออกเผยแพร่พระกิตติคุณต่อไป ในเวลานี้ท่านกล่าวกับผู้คนที่ดูแลคริสตจักรเหล่านั้นว่า "โดยพระคุณของพระเจ้าซึ่งได้ทรงโปรดประทานแก่ข้าพเจ้า ข้าพเจ้าได้วางรากลงแล้วเหมือนนายช่างผู้ชำนาญและอีกคนหนึ่งก็มาก่อขึ้น ขอทุกคนจงระวังให้ดีว่าเขาจะก่อขึ้นมาอย่างไร"

เปาโลเป็นเหมือนนายช่างผู้ชำนาญ ท่านประกาศและเป็นพยานถึงพระเยซูคริสต์โดยพระคุณของพระเจ้าและได้วางรากฐานเอาไว้ ณ จุดนี้เองที่ท่านกำลังวิงวอนให้ศิษยาภิบาลในคริสตจักรเหล่านั้นเป็นพยานถึงพระกิตติคุณของพระเยซูคริสต์เหมือนที่ท่านได้กระทำ

นี่เป็นเชือกเกลียวแรกที่บอกให้เราทราบถึงสถานการณ์ของอัครทูตเปาโลที่เกี่ยวข้องกับคริสตจักรในเวลานั้น เชือกเกลียวที่สองและเกลียวที่สามที่บอกเราให้ทราบถึงน้ำพระทัยของพระเจ้าในวันนี้ยิ่งมีความหมายและความสำคัญในปัจจุบัน

ความหมายที่สองที่พระเจ้าทรงมอบให้กับเราในข้อนี้คืออะไร

ความหมายที่สองก็คือว่าเราผู้เป็นบุตรของพระเจ้าต้องสร้างตนเองขึ้นและสร้างจิตใจของเราให้เป็นวิหารอันบริสุทธิ์ด้วยการเอาใจใส่ดูแลและด้วยความขยันหมั่นเพียรอย่างต่อเนื่อง เมื่อเราเปิดจิตใจของเราและต้อนรับเอาพระเยซูคริสต์ พระวิญญาณบริสุทธิ์ก็เสด็จเข้ามาในจิตใจของเรา เวลานี้เราเป็นวิหารของพระเจ้าเพราะพร

ะวิญญาณบริสุทธิ์ทรงสถิตอยู่ในเรา (1 โครินธ์ 3:16)

ถ้าเช่นนั้นเราจะสร้างวิหารของพระเจ้าได้อย่างไร ในช่วงแรก (ซึ่งเป็นช่วงก่อนที่เราได้รับพระวิญญาณบริสุทธิ์) เราเป็นตึกที่ถูกสร้างขึ้นบนผีมารซาตาน เราไม่ใช่วิหารของพระเจ้า บางคนอาจสงสัยว่าทำไมผมจึงพูดเช่นนี้ แต่ขอให้เราคิดดูสักครู่ว่าก่อนที่เราได้รับพระวิญญาณบริสุทธิ์เราเป็นคนแบบใด

ความคิดของเราเคยถูกปลุกปั่นจากซาตานและเราทำตามการงานของมาร เราชอบดูและฟังสิ่งสกปรกชนิดต่าง ๆ เราไปยังสถานที่สกปรก และเราชอบทำสิ่งที่สกปรกหลายอย่าง เราชอบทำในสิ่งที่ตรงกันข้ามกับความจริง ดังนั้นเราจึงเป็นตึกที่ถูกสร้างขึ้นบนรากฐานของมารซาตาน

จากนั้น เมื่อพระเจ้าทรงบอกให้เราเป็นคนบริสุทธิ์ด้วยความช่วยเหลือของพระวิญญาณบริสุทธิ์ เราจึงเริ่มต่อสู้กับความบาป จิตใจของเราเปลี่ยนแปลงด้วยความจริง เราเริ่มคิดในสิ่งที่เป็นความจริง ความคิดและแผนการของเราเกิดจากความจริง เราทำลายตึกของมารซาตานลงและสร้างวิหารของพระเจ้าขึ้นด้วยวิธีนี้

ยกตัวอย่าง เราเคยเกลียดชัง นินทาว่าร้าย และอิจฉาคนอื่น แต่บัดนี้เราพยายามที่จะพูดถึงพระคำแห่งความจริง ยกย่องสรรเสริญและอธิษฐานต่อพระเจ้า และให้เกียรติคนอื่น ครั้งหนึ่งเราเคยไปในสถานที่ซึ่งไม่เหมาะสม แต่บัดนี้เราไปยังคริสตจักร บ้านเรือนของเรากลายเป็นสถานที่สามัคคีธรรมกับพี่น้องในความเชื่อ

เราดูสิ่งที่ดีและสิ่งที่เป็นความจริง เราไม่อยากได้ยินคำนินทาหรือคำพูดใส่ร้ายที่พูดออกมาจากความอิจฉา แต่เราต้องการฟังพระคำแห่งความจริงเท่านั้น เราต้องการที่จะสนทนาต่อพระพักตร์พระเจ้าในความจริงเท่านั้น

เมื่อเราเปลี่ยนแปลงด้วยวิธีนี้ ร่างกายของเราก็กลายเป็นตึกแห่งความจริงอันงดงามซึ่งได้แก่วิหารของพระเจ้า ถ้าเรามีความจริง

และความเท็จครึ่งต่อครึ่ง ชีวิตของเราครึ่งหนึ่งก็ถูกมารควบคุม สิ่ง นี้ก็หมายความว่าเราสร้างวิหารแบบ "ครึ่ง ๆ กลาง ๆ" เราจะสร้าง วิหารของพระเจ้าไว้ในเราได้ตามขนาดที่เราละทิ้งความบาปและต่อ สู้กับบาปจนถึงเลือดไหลและสวมใส่ความจริงให้กับตนเอง

เมื่อเรากำจัดทุกสิ่งที่ต่อสู้กับความจริงทิ้งไปและดำเนินชีวิตอยู่ใ นพระคำของพระเจ้า เราจะถูกเรียกว่า "มนุษย์ฝ่ายวิญญาณ" สิ่งนี้ หมายความว่าเราได้สร้างวิหารของพระเจ้าไว้ในจิตใจของเราอย่า งสมบูรณ์ คนเหล่านี้เดินกับพระเจ้าและสื่อสารกับพระองค์ เขาจะไ ด้รับทุกสิ่งที่เขาทูลขอและเขาจะได้รับการทรงนำไปสู่วิถีของความ มั่งคั่ง เพราะเขากลายเป็นวิหารอันบริสุทธิ์ของพระเจ้า การทดลอง และการทดสอบทุกอย่างจึงหมดไปจากเขาและเขาจะดำเนินชีวิตอ ยู่ภายใต้การปกป้องคุ้มครองของพระเจ้า

เชือกเกลียวที่สามเกี่ยวข้องกับคริสตจักรทั้งมวล ศิษยาภิบาลสั่ งสอนพระคำของพระเจ้าในแต่ละคริสตจักร ฝูงแกะจะรับเอาสิ่ง ที่ผู้เลี้ยงป้อนให้กับเขาและเติบโตขึ้นในฝ่ายวิญญาณ บางคนเป็น เหมือนเสาในวิหารของพระเจ้า บางคนทำหน้าที่เหมือนก้อนอิฐ และบางคนทำหน้าที่เหมือนสี แต่ละคนล้วนเป็นส่วนหนึ่งของตึก

ถ้าคนเหล่านี้เพียงแต่มาเข้าร่วมนมัสการ เขาก็จะเป็นเหมือนท รายกับปูนซีเมนต์ ด้วยเหตุนี้ ในสายพระเนตรของพระเจ้าทุกคนจึ งมีความสำคัญเพราะแต่ละคนล้วนเป็นส่วนหนึ่งของวิหารของพร ะเจ้าแม้เขาอาจไม่มีตำแหน่งใดเลยในคริสตจักรก็ตาม

ไม่ว่าเขาจะมีตำแหน่ง "สูงกว่า" หรือ "ต่ำกว่า" หรือไม่ว่าเขาจะ มีตำแหน่งใดเลยหรือไม่ก็ตาม วิหารของพระเจ้าจะถูกสร้างขึ้นได้ ก็ต่อเมื่อแต่ละคนทำส่วนของตนเองเท่านั้น ผู้คนที่เป็นเหมือนเสา ต้องทำหน้าที่ของตนในฐานะเสาของตึกเพราะโครงสร้างจะพังทล ายลงถ้าปราศจากเสา

นอกเหนือจากเสาแล้วยังมีอิฐและปูนซีเมนต์และการทาสีผนัง

ทุกส่วนล้วนมีความสำคัญทั้งสิ้น ถ้าสีลอกออกมาเพียงเล็กน้อยก็จะทำให้ผนังไม่น่าดู ตึกของพระเจ้าจะถูกสร้างขึ้นอย่างงดงามเมื่อแต่ละคนทำส่วนของตนอย่างถูกต้อง สิ่งเหล่านี้คือเชือกสามเกลียวในข้อนี้

ข้อ 10 กล่าวว่า "โดยพระคุณของพระเจ้าซึ่งได้ทรงโปรดประทานแก่ข้าพเจ้า ข้าพเจ้าได้วางรากลงแล้วเหมือนนายช่างผู้ชำนาญ" คำว่า "ราก" ในข้อนี้หมายถึงพระเยซูคริสต์ ในฝ่ายวิญญาณ การที่บุคคลจะเป็นผู้ชำนาญได้นั้นเขาต้องได้รับสติปัญญาจากพระเจ้าไม่ใช่จากโลกนี้หรือผ่านการศึกษา

สติปัญญาที่พระเจ้าทรงมอบให้นั้นคืออะไร สิ่งนี้คือการชื่นชมยินดีอยู่เสมอ การอธิษฐานโดยไม่หยุดหย่อน และการขอบพระคุณในทุกสถานการณ์ การดำเนินชีวิตในพระคำของพระเจ้า การกำจัดความชั่วทุกชนิดทิ้งไป และการได้รับการชำระให้บริสุทธิ์คือสติปัญญาและน้ำพระทัยของพระเจ้าด้วยเช่นกัน

เราต้องสร้างรากฐานของเราด้วยพระคำแห่งความจริงของพระเยซูคริสต์เหมือนนายช่างผู้ชำนาญ กล่าวคือ เราต้องรักษาพระคำของพระเจ้าเพื่อจะกลายเป็นมนุษย์ฝ่ายวิญญาณ

ในการสร้างตึกนั้นเราต้องมีเครื่องมือ อุปกรณ์ และวัสดุสำหรับการก่อสร้างอื่น ๆ เช่น ปูนซีเมนต์ อิฐ และไม้ เป็นต้น แต่ในการสร้างวิหารของพระเจ้านั้นเราต้องใช้อะไรบ้าง

เราต้องมี "ตัวตน" ของเรา นั่นคือ เราต้องมีจิตใจ ความคิด และวิญญาณจิตของเรา จากนั้นเราต้องเติมส่วนต่าง ๆ เหล่านี้ด้วยพระคำแห่งความจริง นอกจากนั้น เราจะสามารถสร้างวิหารของเราได้ก็ต่อเมื่อพระวิญญาณบริสุทธิ์ทรงกระทำการของพระองค์ในฐานะเครื่องมือที่จำเป็นสำหรับการก่อสร้าง

อะไรคือวัสดุที่จำเป็นต่อการก่อสร้างวิหารของเรา เมื่อเ

าร้องเพลงสรรเสริญเราก็จะเต็มล้นด้วยความเชือ พระคุณและความรักทีมีต่อพระเจ้า เราสามารถรับเอาความช่วยเหลือจากพระวิญญาณบริสุทธิ์โดยการอธิษฐานเพือให้เรามีชัยชนะต่อโลกและกำจัดสิงทีขัดแย้งกับความจริงทิ้งไป การรักษาพระคำของพระเจ้า การสรรเสริญพระเจ้า และการอธิษฐานคือวัสดุทีจำเป็นต่อการสร้างวิหารของพระเจ้า

จากนันข้อ 10 กล่าวต่อไปว่า "และอีกคนหนึงก็มาก่อขึน ขอทุกคนจงระวังให้ดีว่าเขาจะก่อขึนมาอย่างไร"

สมมุติว่าศิษยาภิบาลสังสอนพระคำของพระเจ้าเรืองรากฐานของพระเยซูคริสต์เหมือนอย่างนายช่างผู้ชำนาญ ศิษยาภิบาลและเพือนร่วมงานของเขาก็จะเป็นคนทีชำนาญในการนำลูกแกะไปสู่ความจริงด้วยเช่นกัน ด้วยวิธีนี เขาก็จะมีวิหารอันบริสุทธิ์ของพระเจ้าตามความหมายของเชือกสามเกลียว

แต่ตอนนีขอให้เราลองคิดถึงอีกสถานการณ์หนึง สมมุติว่าศิษยาภิบาลสังสอนพระคำของพระเจ้าเป็นอย่างดี แต่เพือนร่วมงานคนอืน ๆ ในคริสตจักรกลับใช้ความคิดของตนเมือเขาเลียงดูลูกแกะ สิงนีก็จะเป็นเหมือนการสร้างบ้านไว้บนดินทราย แม้ว่ารากฐานจะมันคง แต่ถ้าเราสร้างชันแรกด้วยดินทรายและสร้างชันทีสองเพิมเข้ามาอีก บ้านหลังนีก็จะพังทลาย

คนทีสร้างบนรากฐานก็มีความสำคัญเช่นกัน ด้วยเหตุนี ผู้ทำการในคริสตจักรและศิษยาภิบาลต้องได้รับพระคำอย่างถูกต้องและสร้างตึก ไม่เช่นนันตึกทีเขาสร้างขึนก็จะเป็นเหมือนบ้านทีสร้างไว้บนดินทราย

เราต้องไม่สร้างวิหารอันบริสุทธิ์ของพระเจ้าด้วยความคิดของมนุษย์ เราต้องได้ยินพระสุรเสียงของพระวิญญาณบริสุทธิ์อย่างชัดเจนเพือให้เราสามารถสร้างวิหารทีสมบูรณ์แบบ

เพราะว่าผู้ใดจะวางรากอื่นอีกไม่ได้แล้ว นอกจากที่วางไว้แล้วคือ พระเยซูคริสต์ (3:11)

หลังจากวางรากฐานไว้บนพระเยซูคริสต์ผู้ทรงเป็นพระศิลาแล้ว เราต้องไม่วางรากฐานอย่างอื่นเพิ่มเข้าไปกับรากฐานนั้น เพราะเหตุนี้ข้อ 10 จึงบอกให้เราระมัดระวังซึ่งหมายความว่าเราต้องไม่เพิ่มความรู้ของมนุษย์หรือเนื้อหาอย่างอื่นที่วางอยู่บนพื้นฐานของหลักทฤษฏีของมนุษย์เข้าไปอีก เราสามารถสร้างวิหารของพระเจ้าอย่างสมบูรณ์ได้ก็ต่อเมื่อเราสร้างขึ้นบนพระเยซูคริสต์ซึ่งเป็นพระศิลาแห่งความจริง

การงานของแต่ละคน

แล้วบนรากนั้นถ้าผู้ใดจะก่อขึ้นด้วยทองคำ เงิน เพชรพลอย ไม้ หญ้าแห้งหรือฟาง (3:12)

เหมือนที่อธิบายไว้ก่อนหน้านี้ว่ารากในที่นี้หมายถึงองค์พระผู้เป็นเจ้า มนุษย์สร้างตึกไว้บนรากฐานของพระเยซูคริสต์ บางคนสร้างขึ้นด้วยทองคำ บางคนสร้างด้วยเงิน บางคนสร้างด้วยเพชรพลอย และบางคนสร้างด้วยไม้ หญ้าแห้ง หรือฟาง

ทองคำไม่ทำปฏิกิริยาทางเคมีกับแร่ธาตุชนิดใด ดังนั้นทองคำจึงรักษาแสงแวววาวของตนเอาไว้ได้และในฐานะแร่ชนิดหนึ่งทองคำไม่เปลี่ยนแปลง ทองคำสามารถนำไปใช้เพื่อวัตถุประสงค์หลายอย่างเพราะเราสามารถหลอมทองคำเป็นรูปทรงที่หลากหลาย

แน่นอน บางคนอาจคิดว่าเพชรพลอยมีค่ามากกว่าทองคำ แต่เราไม่อาจใช้เพชรพลอยเพื่อจุดประสงค์ที่หลากหลายได้เหมือนอย่างทองคำ เพชร นิลสีน้ำเงิน มรกต และของมีค่าชนิดอื่นอาจมีสีสันและแสงแวววาวที่งดงาม แต่สิ่งเหล่านี้จะไร้ค่าทันทีเมื่อมันแตกสล

าย เงินมีคุณค่าและความงดงามน้อยกว่าทองคำ พระเจ้าทรงถือว่าทองคำมีค่ามากที่สุด รองลงมาได้แก่เงิน และเพชรพลอยตามลักษณะการใช้ของสิ่งเหล่านี้

วิวรณ์ 4:2-3 กล่าวว่า "ในทันใดนั้นพระวิญญาณก็ทรงดลใจข้าพเจ้า และดูเถิด มีพระที่นั่งตั้งอยู่ในสวรรค์ และมีท่านองค์หนึ่งประทับบนพระที่นั่งนั้นและพระองค์ผู้ประทับบนพระที่นั่งนั้นปรากฏประดุจพลอยหยกและพลอยทับทิม และมีรุ้งล้อมรอบพระที่นั่งนั้นดูประหนึ่งพลอยมรกต" พระคัมภีร์ข้อนี้เปรียบพระฉายาของพระเจ้าเหมือนพลอยหยก พลอยทับทิม และพลอยมรกต นี่เป็นเพียงการเปรียบเทียบเพื่อบรรยายให้เห็นถึงความงดงามของพระเจ้า แต่ในข้อพระคัมภีร์ก่อนหน้านี้กล่าวว่าทองคำเป็นสิ่งที่มีค่ามากที่สุด รองลงมาได้แก่เงินและเพชรพลอย

ต่อจากธาตุโลหะและเพชรพลอยแล้วสิ่งที่ตามมาได้แก่ไม้ หญ้าแห้ง และฟาง เปาโลเปรียบเทียบความเชื่อของเรากับทองคำ เงิน เพชรพลอย ไม้ หญ้าแห้ง และฟาง

การงานของแต่ละคนก็จะได้ปรากฏให้เห็น เพราะเวลาวันนั้นจะให้เห็นได้ชัดเจน เพราะว่าจะเห็นชัดได้ด้วยไฟ ไฟนั้นจะพิสูจน์ให้เห็นการงานของแต่ละคนว่าเป็นอย่างไร (3:13)

วลีที่ว่า "การงานของแต่ละคน" ในข้อนี้หมายถึงอะไร

"การงานของแต่ละคน" ในข้อนี้คือสิ่งที่เราแต่ละคนทำให้กับพระเจ้าด้วยสิ้นสุดความคิด จิตใจ และกำลังของเรา ความเชื่อของเราสามารถแบ่งออกได้เป็นหกชนิดตามลักษณ

ะของจิตใจ ความคิด และจิตวิญญาณที่เรามอบให้กับพระเจ้าและวิธีการที่เราดำเนินชีวิตอยู่ในพระคำของพระองค์ บางคนมีความเชื่อเหมือนทองคำ บางคนมีความเชื่อเหมือนเงิน บางคนมีความเชื่อเหมือนเพชรพลอย ไม้ หญ้าแห้ง หรือฟาง

ระดับของความลึกและความยิ่งใหญ่ของความเชื่อจะแตกต่างกันออกไปจากความเชื่อที่เป็นเหมือนทองคำถึงความเชื่อที่เป็นเหมือนฟาง เรามีความเชื่อเพื่อทำให้เราได้รับความรอดโดยผ่านความเชื่อที่เป็นเหมือนหญ้าแห้ง แต่ถ้าเรามีความเชื่อที่เป็นเหมือนฟางเราไม่อาจได้รับความรอด

คำว่า "วันนั้น" หมายถึงอะไร
การงานของเราจะปรากฏให้เห็นใน "วันนั้น" ตามสิ่งที่เราได้กระทำ ถ้าเช่นนั้นคำว่า "วันนั้น" หมายถึงอะไร

ประการแรก "วันนั้น" เป็นวันแห่งการประเมินผลว่าเราได้ทำหน้าที่ของตนสำเร็จลุล่วงเพียงใด

นี่เป็นช่วงสิ้นปีของแต่ละปี เมื่อเรามีหน้าที่ปรนนิบัติรับใช้ในคริสตจักร บางคนเกิดผลอย่างมากในช่วงสิ้นปีในขณะที่คนอื่นไม่เกิดผลมากนัก

ในช่วงสิ้นปีเราสามารถเห็นอย่างชัดเจนว่าแต่ละคนอดอาหารและอธิษฐาน ถวายเวลาและเงินสนับสนุน และมอบความรักให้กับคนอื่นเพื่อแผ่นดินและความชอบธรรมของพระเจ้ามากเพียงใด เมื่อการงานของเราปรากฏให้เห็นอย่างชัดเจนเราก็จะได้รับบำเหน็จรางวัลในแผ่นดินสวรรค์

สมมุติว่าศิษยาภิบาลคนหนึ่งอธิษฐานอย่างหนักและเอาใจใส่ดูแลฝ่ายวิญญาณให้กับสมาชิก แต่ในช่วงสิ้นปีกลับไม่ปรากฏผลงา

นใดให้เห็นอย่างชัดเจน เขาพยายามอย่างหนัก แต่ที่จริงเขายังอยู่ที่เดิมเหมือนที่เขาเคยอยู่เมื่อหนึ่งปีที่แล้ว ผลลัพธ์ก็คือเขาไม่ได้คำชมเชยหรือรางวัลใด ๆ จากพระเจ้า

สมาชิกฆราวาสอาจคิดว่า "ในเมื่อศิษยาภิบาลทำงานขององค์พระผู้เป็นเจ้าตลอดทั้งวัน คนเหล่านี้จึงสำสมรางวัลไว้อย่างมากมาย แต่เราที่เป็นสมาชิกฆราวาสคงมีรางวัลเพียงเล็กน้อยในสวรรค์" แต่สิ่งนี้ไม่ถูกต้อง เมื่อศิษยาภิบาลไม่ได้สำแดงการงานที่พระเจ้าทรงยอมรับให้เห็นเลย คนเหล่านี้ก็จะไม่ได้รับรางวัลใดเลย ศิษยาภิบาลมีหน้าที่ช่วยดวงวิญญาณให้รอดและดูแลดวงวิญญาณเหล่านั้น ด้วยเหตุนี้ เขาต้องสำแดงหลักฐานของการงานของตนให้เห็นอย่างชัดเจน

อย่างไรก็ตาม ไม่ว่าเขาจะเป็นนักเรียนนักศึกษาที่ศึกษาเล่าเรียนหรือไม่ว่าเขาจะเป็นนักธุรกิจที่ทำธุรกิจของตน สมาชิกฆราวาสที่มีความเชื่อสามารถทำสิ่งใดก็ตามที่เขาทำเพื่อสง่าราศีของพระเจ้า เมื่อเขาเพิ่มพูนความรู้หรือขยายธุรกิจของตนเพื่อจะมีทรัพย์สินและชื่อเสียง เขาก็ทำสิ่งนั้นเพื่อสง่าราศีของพระเจ้า เขาทำงานหนักในธุรกิจและในที่ทำงานของตน จากนั้นเขานำรายได้ของตนไปใช้เพื่อสนับสนุนการทำงานของ

มิชชันนารีและงานการกุศลอย่างอื่นเพื่อแผ่นดินของพระเจ้า

ด้วยเหตุนี้ พระเจ้าทรงประเมินการงานของสมาชิกฆราวาสที่ทำงานทั่วไปอยู่ในโลกเช่นกัน ถ้าเขาทำหน้าที่ของตนอย่างสัตย์ซื่อในฐานะสมาชิกฆราวาสและถวายเกียรติแด่พระเจ้าในชีวิตของตน สิ่งนั้นก็หมายความว่าการงานของเขาจะปรากฏอย่างชัดเจนในสายพระเนตรของพระเจ้าและเขาสามารถรับรางวัลของตนด้วยเช่นกัน พระเจ้าทรงสำรวจทุกคนและทรงวัดผลทุกคนอย่างแม่นยำใน

ความยุติธรรมของพระองค์ พระองค์ทรงยกย่องการงานของผู้คนที่สำแดงการงานที่เป็นเหมือนทองคำ เงิน หรือไม้

ประการที่สอง "วันนั้น" หมายถึงช่วงเวลาของการทดลองอย่างรุนแรง

เมื่อเราพบกับการทดสอบและการทดลอง เราสำแดงความเชื่อของตนต่อพระพักตร์พระเจ้า บางคนสำแดงความเชื่อที่เป็นเหมือนทองคำ บางคนสำแดงความเชื่อที่เป็นเหมือนเงิน และบางคนสำแดงความเชื่อที่เป็นเหมือนเพชรพลอยหรือไม้ หญ้าแห้ง หรือฟาง

จะเกิดอะไรขึ้นถ้าคนที่มีความเชื่อเป็นเหมือนทองคำพบกับการทดลองครั้งใหญ่ เขาจะไม่หวั่นไหวหรือล้มลงแม้ต้องพบกับปัญหาร้ายแรง แม้ทองคำจะแตกออกเป็นชิ้น ๆ เราก็สามารถหลอมทองคำนั้นให้อยู่ในรูปทรงดังเดิมอีกครั้งหนึ่ง ผู้คนที่มีความเชื่อเช่นนี้จะยืนขึ้นมาอีกครั้งหนึ่งในความยากลำบากแม้จะดูเหมือนว่าเขาอาจล้มลงในช่วงเวลาหนึ่ง คนเหล่านี้ไม่บ่นต่อว่าพระเจ้าในสถานการณ์ใดก็ตาม แต่เขาจะชื่นชมยินดีและขอบพระคุณพระองค์

ผู้คนในพระคัมภีร์ที่มีความเชื่อเป็นเหมือนทองคำมีใครบ้าง

เปโตร (สาวกของพระเยซู) รักษาความชอบธรรมของท่านเอาไว้ในพระเจ้า แม้ในขณะที่ท่านถูกตรึงหัวกลับท่านก็ยังประกาศพระกิตติคุณของพระเยซูคริสต์ แน่นอน ครั้งหนึ่งท่านเคยปฏิเสธองค์พระผู้เป็นเจ้าถึงสามครั้ง แต่นั่นเป็นช่วงเวลาก่อนที่ท่านได้รับพระวิญญาณบริสุทธิ์ แต่นับจากช่วงเวลาที่ท่านได้รับพระวิญญาณบริสุทธิ์เป็นต้นมาเปโตรสัตย์ซื่อไปจนถึงวันตาย

ขอให้เราพิจารณาดูมารีย์หญิงพรหมจารีผู้ซึ่งตั้งครรภ์พระเยซูโดยฤทธิ์อำนาจของพระวิญญาณบริสุทธิ์ด้วยเช่นกัน ลูกา 1:31-

33 กล่าวว่า "ดูเถิด เธอจะตั้งครรภ์และคลอดบุตรชายคนหนึ่ง จงตั้งชื่อบุตรนั้นว่า เยซู บุตรนั้นจะเป็นใหญ่ และจะทรงเรียกว่าเป็นบุตรของพระเจ้าสูงสุด พระเจ้าซึ่งเป็นองค์พระผู้เป็นเจ้า จะทรงประทานพระที่นั่งของดาวิดบรรพบุรุษของท่านให้แก่ท่านและท่านจะครอบครองวงศ์วานของยาโคบสืบไปเป็นนิตย์ และอาณาจักรของท่านจะไม่รู้จักสิ้นสุดเลย"

นี่คือสิ่งที่ทูตสวรรค์กาเบรียลบอกมารีย์หญิงพรหมจารีเกี่ยวกับการบังเกิดของพระเยซู มารีย์ทูลตอบว่า "ดูเถิด ข้าพเจ้าเป็นหญิงคนใช้ขององค์พระผู้เป็นเจ้า ขอให้บังเกิดแก่ข้าพเจ้าตามคำของท่านเถิด" แล้วทูตสวรรค์นั้นจึงจากเธอไป" (ข้อ 38)

ตามธรรมบัญญัติ ถ้าคนหนึ่งถูกจับฐานล่วงประเวณีเขาต้องถูกหินขว้างจนตาย ถ้ามารีย์ตั้งท้อง ผู้คนอาจตัดสินว่าเธอล่วงประเวณี แต่มารีย์ไม่กลัวและเพียงแต่เชื่อฟัง เธอมีความเชื่อที่เป็นเหมือนทองคำ

อัครทูตเปาโลมีจิตใจที่ไม่แปรปรวนเช่นกัน นับจากช่วงเวลาที่ท่านพบกับองค์พระผู้เป็นเจ้าท่านได้ประกาศพระกิตติคุณกับคนต่างชาติจนกระทั่งท่านเสียชีวิต

กิจการ 16:25 กล่าวว่า "ประมาณเที่ยงคืนเปาโลกับสิลาสก็อธิษฐานและร้องเพลงสรรเสริญพระเจ้า นักโทษทั้งหลายก็ฟังอยู่" ท่านถูกจำคุกเพราะประกาศข่าวประเสริฐ แต่ท่านไม่ได้บ่นต่อว่าพระเจ้า ท่านเพียงแต่ร้องเพลงสรรเสริญและอธิษฐานต่อพระองค์

ท่านชื่นชมยินดีและขอบพระคุณแม้ในความทุกข์ลำบากอย่างแสนสาหัส เพราะท่านมีความเชื่อที่เป็นเหมือนทองคำเปาโลจึงสามารถรับใช้องค์พระผู้เป็นเจ้าโดยไม่เสียดายแม้กระทั่งชีวิตของท่าน

นเอง

ผู้คนที่มีความเชื่อเหมือนเงินก็มีความเชื่อด้อยกว่าคนที่มีความเ
ชื่อเหมือนทองคำเพียงเล็กน้อย แต่คนเหล่านี้ก็มีความเชื่อที่ยิ่งใหญ่
เช่นกัน

ถ้าเช่นนั้น ในผู้คนที่มีความเชื่อเหมือนเพชรพลอย เมื่อผู้คนได้
รับการเติมเต็มด้วยพระคุณของพระเจ้าหรือเมื่อเขาได้รับการรักษ
าให้หายจากโรคด้วยฤทธิ์อำนาจของพระเจ้า คนเหล่านี้อาจตัดสิน
ใจและประกาศว่าเขาจะอุทิศตนให้กับพระเจ้าและประกาศพระกิต
ติคุณอย่างขยันหมั่นเพียร คนเหล่านี้อาจพูดเช่นกันว่าเขาต้องการ
ที่จะมีชีวิตอยู่เพื่อพระเจ้าเพียงอย่างเดียวเมื่อคำอธิษฐานของเขาไ
ด้รับคำตอบ

เมื่อผู้คนที่มีความเชื่อเหมือนเพชรพลอยทำตามที่เขาประกาศ
เขาจะมีลักษณะคล้ายกับคนที่มีความเชื่อเหมือนทองคำ แต่จริง ๆ
แล้วเขาไม่ได้มีความเชื่อแบบนั้น เมื่อพบกับการทดลอง จิตใจแล
ะความคิดของเขาจะเปลี่ยนไป เขาดูเหมือนมีความเชื่อเมื่อเขาเต็
มล้นด้วยพระวิญญาณบริสุทธิ์ แต่เมื่อการเต็มล้นนั้นหมดไป คว
ามเชื่อของเขาจะแตกสลายและจิตใจของเขาจะเปลี่ยนไป นี่ควา
มเชื่อที่เป็นเหมือนเพชรพลอยซึ่งอาจดูสวยงามอยู่ช่วงเวลาหนึ่ง
แต่ความเชื่อนี้จะแตกสลาย ถ้าเช่นนั้น ใครคือผู้คนที่มีความเชื่อเห
มือนไม้ หญ้าแห้ง หรือฟาง ความเชื่อประเภทนี้ไร้ค่าเพราะทั้งสา
มสิ่งนี้จะถูกเผาไหม้ด้วยไฟแห่งการทดลองและการขัดเกลา

ประการที่สาม ในการเสด็จมาครั้งที่สองขององค์พระผู้เป็นเจ้า
ผู้เชื่อจะถูกรับขึ้นไปในย่านอากาศและหลังจากนั้นจะเป็นวันพิพา
กษาครั้งสุดท้ายซึ่งผู้เชื่อทุกคนจะได้รับรางวัลของตนจากพระเจ้าอ
ย่างเป็นธรรม วันพิพากษาครั้งสุดท้ายของพระเจ้านี่เองคือความห

มายประการที่สามของ "วันนั้น"
ในวันแห่งการพิพากษานี้พระเจ้าจะทรงวัดอย่างแม่นยำว่าเราสัตย์ซื่อและบริสุทธิ์เพียงใดในขณะที่ดำเนินชีวิตอยู่บนโลกนี้และจะประทานรางวัลให้กับเราตามผลของการพิพากษานั้น

ถ้าการงานของผู้ใดที่ก่อขึ้นทนอยู่ได้ ผู้นั้นก็จะได้ค่าตอบแทน (3:14)

ความเชื่อที่เป็นเหมือนทองคำ เงิน และเพชรพลอยจะมีบางสิ่งหลงเหลืออยู่หลังจากการทดลองด้วยไฟแห่งการขัดเกลา การใช้งานและความแข็งแกร่งของสิ่งเหล่านี้จะแตกต่างกัน แต่ทองคำ เงิน และเพชรพลอยไม่อาจถูกเผาไปด้วยไฟ สิ่งที่ยั่งยืนและคงทนมากที่สุดในบรรดาสิ่งเหล่านี้คือทองคำ ต่อไปคือเงิน และสุดท้ายคือเพชรพลอย

แต่ไม้ หญ้าแห้ง และฟางจะแตกต่างจากทองคำ เงิน และเพชรพลอยเพราะสิ่งเหล่านั้นจะถูกเผาไปด้วยไฟในการทดลองที่รุนแรง การงานที่คงอยู่ของผู้คนที่เป็นเหมือนทองคำ เงิน และเพชรพลอยจะได้รับรางวัลของตน ความเชื่อที่มีลักษณะด้อยกว่าสิ่งเหล่านี้จะไม่ได้รับสิ่งใดเป็นรางวัล

ถ้าเขาทำหน้าที่ของตนสำเร็จลุล่วงบนโลกนี้เขาจะได้รับรางวัลสำหรับการงานของตน ถึงแม้เขาจะไม่ได้รับสิ่งใดบนโลกนี้ แต่เขาจะได้รับการยอมรับจากพระเจ้าและจากพี่น้องในความเชื่อ นอกจากนั้น รางวัลของเขาจะถูกสำสมไว้ในสวรรค์เช่นกัน

ถ้าเราสำแดงความเชื่อที่เป็นเหมือนทองคำ เงิน หรือเพชรพลอยในการทดสอบและการทดลอง สิ่งนั้นก็หมายความว่าเราได้ผ่าน

การทดลองและพระเจ้าจะไม่เพียงแต่อวยพรเราเท่านั้นแต่พระองค์จะประทานรางวัลให้กับเราในการพิพากษาครั้งสุดท้ายด้วยเช่นกัน เราจะได้รับรางวัลตามสิ่งที่คงอยู่จากการงานของเราหลังจากการทดลอง

ถ้าการงานของผู้ใดถูกเผาไหม้ไป ผู้นั้นก็จะขาดค่าตอบแทนแต่ตัวเขาเองจะรอด แต่เหมือนดังรอดจากไฟ (3:15)

ความเชื่อที่เป็นเหมือนไม้ หญ้าแห้ง หรือฟางอาจไม่มีสิ่งใดหลงเหลืออยู่เลยหลังจากที่ถูกขัดเกลาด้วยไฟ ยกตัวอย่าง ท่านอาจทำงานหนักในฐานะผู้นำกลุ่มย่อย แต่ท่านไม่เกิดผลและไม่มีการฟื้นฟูเกิดขึ้นในกลุ่มของท่าน สิ่งนี้พอที่จะอนุมานได้ว่าความเชื่อของท่านยังไม่ร้อนแรงพอ กล่าวคือ ท่านมีความเชื่อแบบอุ่น ๆ

ในวิวรณ์ 3:15-16 องค์พระผู้เป็นเจ้าทรงตำหนิคริสตจักรในเมืองเลาดีเซียเพราะเขามีความเชื่อแบบอุ่น ๆ องค์พระผู้เป็นเจ้าทรงต้องการให้ความเชื่อของเราร้อนแรงมากขึ้นทุกวันเพื่อจะเกิดผลมาก

พระคัมภีร์บอกอะไรกับเราเกี่ยวกับผู้คนที่เป็นเพียงอุ่น ๆ และไม่ทำหน้าที่ของตนให้สำเร็จ มัทธิว 25:15-30 บันทึกคำอุปมาเรื่องเงินตะลันต์เอาไว้ เมื่อคนที่ได้รับเงินห้าตะลันต์นำเงินที่ตนได้รับไปทำให้เกิดผลอีกห้าตะลันต์ เจ้านายจึงชมเชยเขาว่า "ดีแล้ว เจ้าเป็นผู้รับใช้ดีและสัตย์ซื่อ เจ้าสัตย์ซื่อในของเล็กน้อย เราจะตั้งเจ้าให้ดูแลของมาก เจ้าจงปรีดีร่วมสุขกับนายของเจ้าเถิด" (ข้อ 21)

แต่คนที่ได้รับเงินหนึ่งตะลันต์กลับนำเงินของตนไปซ่อนไว้แ

ละไม่ทำสิ่งใดกับเงินนั้นเลย เจ้านายจึงกล่าวกับเขาว่า "เจ้าผู้รับใช้ชั่วช้าและเกียจคร้าน" พร้อมกับยึดเอาเงินหนึ่งตะลันต์จากเขาไปมอบให้กับคนที่มีสิบตะลันต์ จากนั้นเจ้านายจึงขับไล่เขาออกไป พระคัมภีร์กล่าวว่า "ถ้าการงานของผู้ใดถูกเผาไหม้ไป ผู้นั้นก็จะขาดค่าตอบแทน" ผู้รับใช้คนนี้ขาดค่าตอบแทน

ถ้าเราไม่ใช้ความพยายามอย่างเต็มที่ในการสำสมการงานของเราไว้เพื่อพระเจ้า เราจะขาดค่าตอบแทนในแผ่นดินของพระเจ้า ถ้าผู้นำกลุ่มย่อยไม่ได้ทำหน้าที่ของตนให้สำเร็จลุล่วง สมาชิกในกลุ่มย่อยก็จะขาดค่าตอบแทน วิญญาณจิตของคนเหล่านี้จะไม่จำเริญขึ้น และเขาไม่สามารถหลีกเลี่ยงการทดลองได้

เช่นเดียวกัน ถ้าศิษยาภิบาลไม่ได้ทำหน้าที่ของตน สมาชิกทั้งคริสตจักรก็จะขาดค่าตอบแทน ความเชื่อของเขาจะอ่อนแอลง และบางคนจะสะดุดล้มลงในความเชื่อหรือพบกับการทดสอบและการทดลองมากมาย

ถ้าสิ่งนี้เกิดขึ้น พระเจ้าก็ไม่มีทางเลือกอื่นใดนอกจากจะทรงตำหนิเขา คนเหล่านี้อาจจะรอดแต่เขาจะรอดเหมือนดังรอดจากไฟ นั่นหมายความว่าคนเหล่านี้จะรอดเพราะเขาไม่ได้สูญเสียความเชื่อของตนไปและเขาเคยทำงานเพื่อพระเจ้า แต่เขาจะรอดอย่างหวุดหวิด เขาจะได้รับเพียงความรอดที่น่าอับอายโดยไม่ได้รับบำเหน็จรางวัลใดเลย

การทำลายวิหารของพระเจ้า

ท่านทั้งหลายไม่รู้หรือว่าท่านเป็นวิหารของพระเจ้า และพระวิญญาณของพระเจ้าสถิตอยู่ในท่าน (3:16)

"ท่าน" ในข้อนี้ไม่ได้หมายถึงผู้เชื่อในคริสตจักรโครินธ์เท่านั้น แต่หมายรวมถึงบุตรของพระเจ้าทุกคนเช่นกัน ท่านเป็นวิหารของพระเจ้าหรือไม่ ท่านได้รับพระวิญญาณบริสุทธิ์หรือยัง

วิหารของพระเจ้าคือพระกายขององค์พระผู้เป็นเจ้า พระวิญญาณบริสุทธิ์ทรงสถิตอยู่ในจิตใจของผู้คนที่ได้ต้อนรับเอาพระเยซูคริสต์เป็นพระผู้ให้รอดของตน พระวิญญาณบริสุทธิ์ทรงทำงานให้จิตใจของเราเพื่อให้เราดำเนินชีวิตในความจริงและพระองค์ทรงนำเราไปสู่แผ่นดินสวรรค์ เราถูกเรียกว่าเป็นวิหารของพระเจ้าเพราะพระวิญญาณบริสุทธิ์ทรงสถิตอยู่ในเรา

ถ้าเช่นนั้น ทำไมเปาโลจึงตำหนิคนเหล่านั้นว่า "ท่านทั้งหลายไม่รู้หรือว่าท่านเป็นวิหารของพระเจ้า และพระวิญญาณของพระเจ้าสถิตอยู่ในท่าน"

อัครทูตเปาโลสั่งสอนสมาชิกในคริสตจักรโครินธ์ไม่ให้เ

ป็นมนุษย์ฝ่ายเนื้อหนังแต่ให้เป็นมนุษย์ฝ่ายวิญญาณ มนุษย์ฝ่ายวิญญาณคือคนที่รู้จักพระคำแห่งความจริง จดจำพระคำและประพฤติตามพระคำนั้น คนเหล่านี้คือผู้คนที่อธิษฐานนมัสการ และประพฤติตามความจริงแห่งพระคำของพระเจ้า

เราสามารถมีความเชื่อเหมือนทองคำถ้าเรากำจัดความชั่วร้ายทุกรูปแบบทิ้งไปและทำสิ่งที่ดีโดยไม่พูดโกหกและทำตามพระคำของพระเจ้า อย่างน้อยเราต้องมีความเชื่อที่เป็นเหมือนเงินหรือเพชรพลอย แต่สมาชิกในคริสตจักรโครินธ์ไม่มีความเชื่อแบบนี้ เพราะเหตุนี้เปาโลจึงต่อว่าคนเหล่านั้น

ถ้าผู้ใดทำลายวิหารของพระเจ้า พระเจ้าจะทรงทำลายผู้นั้น เพราะวิหารของพระเจ้าเป็นที่บริสุทธิ์และท่านทั้งหลายเป็นวิหารนั้น (3:17)

เปาโลกล่าวว่า "ถ้าผู้ใดทำลายวิหารของพระเจ้า พระเจ้าจะทรงทำลายผู้นั้น" ข้อนี้ประยุกต์ใช้กับผู้เชื่อทุกคน คนที่ไม่เชื่อไม่มีส่วนเกี่ยวข้องใด ๆ กับพระเจ้าเพราะเขาเป็นลูกของมาร เราจำเป็นต้องพูดถึงคนเหล่านั้นเพราะเขาไม่มีส่วนเกี่ยวข้องกับความรอด

ปัจจุบัน หลายคนไม่ได้สั่งสอนพระคำของพระเจ้าข้อนี้อย่างชัดเจน บางคนพูดว่า "เราจะได้รับความรอดเมื่อเราได้รับพระวิญญาณบริสุทธิ์ เมื่อเรารอดเราก็จะรอดตลอดไป ดังนั้นแม้เราจะทำบาปเราก็จะได้รับความรอดอยู่ดี สาเหตุก็เพราะว่าพระเจ้าจะทรงนำเราด้วยวิธีการบางอย่าง (แม้กระทั่งด้วยการลงโทษเรา) เพื่อเราจะได้รับความรอด" แต่นี่เป็นสิ่งที่ผิด แม้เราได้รับพระวิญญาณบริสุทธิ์ แต่ถ้าเราจงใจทำบาป พระวิญญาณบริสุทธิ์ก็จะถูกดับซึ่งในกรณีนี้วิญญาณจิตของเราจะไม่ได้รับความรอด (ฮีบรู 10:26; 1 เธสะโลนิกา 5:19)

การทำลายวิหารของพระเจ้าหมายถึงอะไร พระวิหารคือที่ประทับของพระเจ้า เพราะเหตุนี้การทำลายวิหารจึงหมายถึงการทำให้จิตใจของเราซึ่งพระวิญญาณบริสุทธิ์ทรงสถิตอยู่นั้นแปรอะเปื้อน

ถ้าเช่นนั้น จิตใจของเราอยู่ที่ไหน เรามีกายฝ่ายวิญญาณอยู่ภายในเราซึ่งมีลักษณะเหมือนเราและ “จิตใจ” ของเราคือทุกส่วนของร่างกายฝ่ายวิญญาณนี้ ในจิตใจเรามีจิตสำนึก จิตสำนึกเป็นมาตรฐานของการตัดสินที่บุคคลสร้างขึ้นมาในช่วงเวลาหนึ่ง สิ่งนี้คือพื้นฐานที่เราใช้ในการกำหนดสิ่งที่ถูกและสิ่งที่ผิด

ทารกเกิดใหม่ไม่มีจิตสำนึก มีใครบ้างที่จะพูดกับเด็กทารกซึ่งร้องไห้อยู่ตลอดทั้งคืนว่า “เธอมีปัญหาอะไร เธอไม่มีจิตสำนึกเหรอ” เด็กปลูกฝังสิ่งที่ตนเห็น ได้ยิน เรียนรู้ และรู้จักเอาไว้ในจิตใจของตนเมื่อเขาเติบโตขึ้น สิ่งเหล่านี้เพิ่มพูนกันขึ้นเพื่อกลายเป็นจิตสำนึกและมาตรฐานของการตัดสินของเขา

ถ้าเขาเรียนรู้ว่าการชกต่อยตกลับไปเมื่อเขาถูกคนอื่นชกต่อยคือสิ่งที่ทำให้เขาเป็นลูกผู้ชายมากขึ้น จากนั้นสิ่งนี้ก็จะกลายเป็นมาตรฐานในการตัดสินค่านิยมที่เขาจะหันไปใช้ในสถานการณ์เช่นนั้น แต่หลายส่วนในจิตสำนึกของเขาไม่ใช่สิ่งที่ถูกต้องตามพระคำของพระเจ้า

ด้วยเหตุนี้ สิ่งสารพัดที่เราใส่ไว้ในจิตใจของเราซึ่งขัดแย้งกับความจริงต้องถูกกำจัดทิ้งไป เราต้องปลูกฝังพระคำของพระเจ้าไว้แทนที่ความเท็จ เราต้องกำจัดความเท็จ อย่างเช่นการโกหกหลอกลวง ความเกลียดชัง การพิพากษา และการกล่าวประณามทิ้งไปและทำตามความจริง

เมื่อเรากำจัดความเท็จทิ้งไปและทำตามความจริง จิตใจของเราซึ่งเป็นวิหารของพระเจ้าก็จะสะอาด ถ้าไม่เช่นนั้น ความชั่วก็จะคงอยู่ภายในเราและพระเจ้าตรัสว่าเราจะพินาศเนื่องจากเราไม่สะอา

ดบริสุทธิ์

แต่เราไม่ควรคิดว่าเราจะพินาศเพียงเพราะยังมีบาปที่เรายังไม่สามารถกำจัดทิ้งไปได้ เราอาจยังมีบาปบางอย่างหลงเหลืออยู่ในจิตใจของเรา แต่ถ้าเราพยายามที่จะกำจัดบาปเหล่านั้นทิ้งไปอย่างต่อเนื่อง พระเจ้าจะทรงพอพระทัยกับการกระทำของเรา

ยกตัวอย่าง สมมุติว่ามีคนหนึ่งที่ใจร้อนมาก แต่เขาฟังพระคำของพระเจ้า สำนึกถึงความบาปของตน และลดความใจร้อนของตนลงด้วยการอธิษฐานตามจำนวนครั้งที่เขาโกรธ พระเจ้าจะไม่ตรัสว่าเขาเป็นคนบาป พระองค์ทรงเชื่อว่าคนนี้จะเปลี่ยนแปลงตนเองอย่างต่อเนื่องและวันหนึ่งเขาจะกลายเป็นคนที่ไม่มีความโกรธหลงเหลืออยู่เลย

แต่ถ้าคนบางคนไม่พยายามที่จะกำจัดความใจร้อนของตนทิ้งไปทั้งที่รู้ว่าเป็นความบาป พระเจ้าจะทรงหันพระพักตร์ของพระองค์ไปจากคนเช่นนั้น สิ่งนี้พิสูจน์ให้เห็นว่าเขาไม่มีความเชื่อ ถ้าคนหนึ่งเชื่ออย่างแท้จริงเขาก็จะต่อสู้กับบาปเพื่อกำจัดสิ่งนั้นทิ้งไปอย่างแน่นอน

ในเรื่องความเกลียดชัง ความอิจฉา ความริษยา การทะเลาะวิวาท และการพิพากษากันก็เช่นเดียวกัน เมื่อเราค้นพบสิ่งเหล่านี้ที่ไม่ถูกต้องต่อพระพักตร์พระเจ้าและพยายามที่จะกำจัดสิ่งเหล่านั้นทิ้งไปด้วยการอธิษฐานอย่างร้อนรน จิตใจของเราซึ่งเป็นวิหารของพระวิญญาณบริสุทธิ์ก็จะบริสุทธิ์และเราจะเจิดจ้าไปด้วยความจริง

ปัญญาฝ่ายโลกเป็นสิ่งโง่เขลา

อย่าให้ผู้ใดหลอกลวงตัวเอง ถ้าผู้ใดในพวกท่านคิดว่าตัวเป็นคนมีปัญญาตามหลักของยุคนี้ จงให้ผู้นั้นยอมเป็นคนโง่จึงจะเป็นคนมีปัญญาได้ (3:18)

พระเจ้าทรงแนะนำไม่ให้เราหลอกลวงตนเอง การหลอกลวงตัวเราเองคือการหลอกลวงจิตใจของเราและเป็นความพยายามที่จะหลอกลวงพระวิญญาณบริสุทธิ์ที่อยู่ภายในเราซึ่งเท่ากับเป็นการหลอกลวงพระเจ้า

การ "หลอกลวงตัวเอง" หมายถึงอะไร การหลอกลวงตัวเองคือการรู้จักพระคำของพระเจ้าแต่ไม่ประพฤติตามพระคำนั้น ที่จริงผู้คนที่หลอกลวงตนเองกำลังพยายามที่จะหลอกลวงพระเจ้า เขาไม่มีความชื่นชมยินดีในการดำเนินชีวิตในความเชื่อของตน เขาไม่สามารถสัมผัสว่าพระคำของพระเจ้าหวานเหมือนน้ำผึ้ง เขาเพียงแต่เข้าร่วมนมัสการด้วยความหวังที่คลุมเครือว่าวันหนึ่งเขาจะดำเนินชีวิตในความจริง

แต่พระคัมภีร์บอกเราว่าองค์พระผู้เป็นเจ้าจะเสด็จกลับมาในไม่ช้าและเราก็ไม่รู้ว่าพระเจ้าจะทรงรับเอาวิญญาณจิตของเราไปเมื่อ

ใด เราไม่ควรหวังว่าวันหนึ่งเราจะเปลี่ยนแปลง เราต้องตัดสินใจที่จะประพฤติตามพระคำของพระเจ้าจากวินาทีที่เราได้ยินถึงพระคำนั้น

พระคัมภีร์ข้อนี้กล่าวต่อไปว่า “ถ้าผู้ใดในพวกท่านคิดว่าตัวเป็นคนมีปัญญาตามหลักของยุคนี้ จงให้ผู้นั้นยอมเป็นคนโง่จึงจะเป็นคนมีปัญญาได้”

ผู้ใดที่คิดว่าเขาเป็นคนฉลาดตามสติปัญญาของโลกผู้นั้นก็หยิ่งผยองต่อพระพักตร์พระเจ้า คนเช่นนี้จะไม่รับเอาพระคำของพระเจ้าเนื่องจากความเย่อหยิ่งของตนและสิ่งนี้จะนำไปสู่ความพินาศ เขาไม่สามารถเชื่อในพระคำของพระเจ้าได้เพราะเขาให้ความสำคัญกับสติปัญญาของตนมากกว่าพระปัญญาของพระเจ้า เขาพยายามที่จะวินิจฉัยพระคำของพระเจ้าด้วยความคิดและสติปัญญาของตนเอง ดังนั้นเราต้องกำจัดและทำลายสติปัญญาของโลกถ้าสิ่งนั้นขัดแย้งกับพระปัญญาของพระเจ้า

เหมือนที่ได้อธิบายไว้ในเบื้องต้นว่าสิ่งนี้ไม่ได้หมายความว่าเราต้องลืมความรู้ที่ได้รับมาจากโลกนี้ แต่หมายความว่าสติปัญญาและความรู้ฝ่ายโลกไม่สามารถนำเราไปสู่หนทางแห่งชีวิตได้ องค์พระผู้เป็นเจ้าเท่านั้นที่ทรงเป็นทางนั้น เป็นความจริง และเป็นชีวิต ความรู้ของโลกนี้เป็นเพียงข้อมูลที่เราต้องการเพื่อดำเนินชีวิตของเราบนโลกนี้ ความรู้นี้ไม่สามารถนำเราไปสู่หนทางแห่งชีวิตนิรันดร์ได้

ข้อนี้บอกเราให้ “ยอมเป็นคนโง่” เช่นกัน สิ่งนี้หมายความว่าเราต้องเปิดจิตใจของเรา เป็นเหมือนเด็กเล็ก ๆ และประพฤติตามพระคำเมื่อเรารับพระคำนั้น เราต้องจิตใจที่ถ่อมลง เรียบง่ายและสะอาดบริสุทธิ์เหมือนเด็ก เมื่อเราเป็นเด็กฝ่ายวิญญาณด้วยวิธีนี้เราก็จะละทิ้งสติปัญญาของเราเอง รับเอาสติปัญญาจากเบื้องบนและเข้าสู่หนทางแห่งชีวิตนิรันดร์

สิ่งสารพัดในโลกนี้จะพินาศไปและสติปัญญาของโลกไม่สามารถนำเราไปสู่ชีวิตนิรันดร์ เพราะเหตุนี้ข้อนี้จึงกล่าวว่าการกำจัดสติปัญญาของโลกนี้ที่ขัดแย้งกับพระคำของพระเจ้าทิ้งไป การ "ยอมเป็นคนโง่" และการดำเนินชีวิตด้วยพระคำของพระเจ้าคือความฉลาด

เพราะว่าปัญญาของโลกนี้เป็นความโง่เขลาจำเพาะพระเจ้า ด้วยมีคำเขียนไว้แล้วว่า `พระองค์ทรงจับคนที่มีปัญญาด้วยอุบายของเขาเอง' และยังมีอีกว่า `องค์พระผู้เป็นเจ้าทรงทราบความคิดของคนมีปัญญาว่าเป็นเพียงแต่ไร้สาระ(3:19-20)

ในลูกาบทที่ 16 เราเห็นเศรษฐีคนหนึ่งที่ใช้ชีวิตอยู่อย่างฟุ่มเฟือยทุกวันพร้อมกับสวมใส่เสื้อผ้าสวยงาม แต่หลังจากเสียชีวิตเขาได้ลงไปอยู่ในนรก (แดนผู้ตาย) พร้อมกับทนทุกข์ทรมานจากเปลวไฟที่ร้อนรุ่มยิ่งนักโดยที่เขาไม่สามารถที่จะหาน้ำเย็นได้แม้แต่หยดเดียว นั่นเป็นสิ่งที่ทุกข์ระทมมากทีเดียว เขาต้องมีชีวิตอยู่ในสภาพเช่นนี้ชั่วนิรันดร์ ช่างเป็นสิ่งที่โง่เขลามากทีเดียว

ผู้คนที่คิดว่าตนมีสติปัญญาจะล้มลงสู่อุบายของเขาเอง คำว่า "อุบาย" หมายถึง "ความเชี่ยวชาญในการใช้เล่ห์เหลี่ยมและความฉลาดแกมโกง" เมื่อเขาถูกจับด้วยอุบายของเขาเอง คนเหล่านี้จึงพูดสิ่งที่โง่เขลาต่าง ๆ เช่น "พระเจ้าอยู่ที่ไหน" เป็นต้น เขาไม่แสวงหาพระเจ้าเพราะเขาเชื่อในสติปัญญาของตนเองและในที่สุดเขาก็เข้าไปสู่หนทางแห่งความพินาศ

ข้อนี้กล่าวต่อไปว่า "องค์พระผู้เป็นเจ้าทรงทราบความคิดของคนมีปัญญาว่าเป็นเพียงแต่ไร้สาระ" แม้เขาจะเรียนรู้หลายสิ่งหลายอย่างเพื่อจะเป็นนักวิทยาศาสตร์หรือแพทย์ ประดิษฐ์คิดค้นหลายสิ่งหรือมีโชคลาภมากมาย แต่สิ่งเหล่านี้ก็ไร้ประโยชน์ในสายพระเนต

รของพระเจ้า

ปัญญาจารย์ 1:2-3 กล่าวว่า "ปัญญาจารย์กล่าวว่า อนิจจัง อนิจจัง อนิจจัง อนิจจัง สารพัดอนิจจังทีมนุษย์ทำงานตรากตรำภายใต้ดวงอาทิตย์ เขาได้ประโยชน์อะไรจากงานทั้งสิ้นที่เขาทำนั้น" และข้อ 14 กล่าวว่า "ข้าพเจ้าเคยเห็นการทั้งปวงซึ่งเขากระทำกันภายใต้ดวงอาทิตย์ และดูเถิด สารพัดก็เป็นความว่างเปล่าและความวุ่นวายใจ"

แม้เราจะมีหลายสิ่งหลายอย่างด้วยความพยายามและการตรากตรำทำงานหนักของเรา สิ่งเหล่านี้ก็จะไร้ประโยชน์เพราะสถานที่แห่งเดียวที่รอคอยเราอยู่คือนรกถ้าเราไม่รู้จักพระเจ้า แต่ถ้าเรามีชีวิตอยู่ในเราเราก็จะถวายเกียรติแด่พระเจ้าในทุกสิ่ง สิ่งเหล่านี้จะไม่ไร้ประโยชน์เพราะจะมีคุณค่าเพราะเส้นทางของเรากำลังมุ่งไปสู่แผ่นดินสวรรค์นิรันดร์

เหตุฉะนั้นอย่าให้ผู้ใดยกมนุษย์ขึ้นอวด ด้วยว่าสิ่งสารพัดเป็นของท่านทั้งหลาย (3:21)

พระเจ้าตรัสว่า "อย่าให้ผู้ใดยกมนุษย์ขึ้นอวด" ผู้เชื่อไม่มีสิ่งใดต้องอวดยกเว้นอวดพระคริสต์ คนหนึ่งอาจมีสติปัญญามากมายและเขาอาจมีชื่อเสียงโด่งดังมาก แต่สิ่งเหล่านี้จะไร้ประโยชน์เช่นกันถ้าเขาไม่มีชีวิตอยู่ในตนเอง เพราะเหตุนี้พระเยซูจึงทรงรักคนเก็บภาษีและหญิงโสเภณีมากกว่าพวกมหาปุโรหิตหรือพวกผู้ใหญ่ที่มีสติปัญญามากมาย

ในมัทธิว 21:31 พระเยซูตรัสกับพวกมหาปุโรหิตและประชาชนทั่วไปว่า "เราบอกความจริงแก่ท่านทั้งหลายว่า พวกเก็บภาษีและหญิงโสเภณีก็เข้าไปในอาณาจักรของพระเจ้าก่อนท่านทั้งหลาย"

พวกปุโรหิตและพวกผู้ใหญ่ไม่อาจรับพระคำได้เพราะเขาหยิ

งผยองและมีทิฐิมานะในตัวเองโดยคิดว่าเขามีสติปัญญามากมาย คนเหล่านี้ไม่รู้จักแม้กระทั่งพระผู้ช่วยให้รอดที่ประทับอยู่ต่อหน้าตนเองด้วยซ้ำไป แต่คนเก็บภาษีและหญิงโสเภณีสำนึกถึงความบาปของตน กลับใจ และได้รับความรอด ด้วยเหตุนี้ การโอ้อวดเป็นสิ่งที่ไร้ประโยชน์และเราต้องโอ้อวดองค์พระผู้เป็นเจ้าเท่านั้น

ข้อนี้กล่าวเช่นกันว่า "ด้วยว่าสิ่งสารพัดเป็นของท่านทั้งหลาย" สิ่งสารพัดล้วนเป็นของพระเจ้าและสิ่งเหล่านั้นเป็นของเราด้วยเช่นกันเพราะพระองค์ทรงเป็นพระบิดาของเรา พระเจ้าจะประทานสิ่งสารพัดให้กับเราเมื่อทุกสิ่งได้รับการรื้อฟื้นขึ้นมาใหม่

ถ้าความจริงดำรงอยู่ในตัวบุคคลและวิญญาณจิตของเขาจำเริญขึ้น สิ่งสารพัดในโลกนี้ก็จะเป็นของเขาด้วยเช่นกัน ทั้งนี้ก็เพราะว่าทุกสิ่งจะเป็นไปตามใจปรารถนาของเขาเหมือนดังที่กล่าวไว้ในสดุดี 37:4 ว่า "จงปีติยินดีในพระเยโฮวาห์และพระองค์จะประทานตามใจปรารถนาของท่าน" พระเจ้าทรงถือว่าเราเป็นวิหารของพระองค์ ดังนั้นถ้าเราเป็นเหมือนพระองค์ด้วยการมีวิหารที่สะอาดและบริสุทธิ์อยู่ภายในเรา สิ่งสารพัดก็จะเป็นของเรา

จะเป็นเปาโล อปอลโล เคฟาส โลก ชีวิต ความตาย สิ่งในปัจจุบันนี้ หรือสิ่งในอนาคต สิ่งสารพัดนั้นเป็นของท่านทั้งหลาย และท่านทั้งหลายเป็นของพระคริสต์ และพระคริสต์ทรงเป็นของพระเจ้า (3:22-23)

เปาโล อปอลโล เคฟาส (ซึ่งคนทั่วไปเรียกท่านว่าเปโตร) ล้วนเป็นผู้รับใช้ของพระเจ้า เนื่องจากทุกคนล้วนเป็นผู้รับใช้ จึงไม่มีความจำเป็นสำหรับการแบ่งพรรคแบ่งพวกในท่ามกลางผู้เชื่อ นอกจากนั้น โลกเป็นของเราเพราะโลกเป็นของพระเจ้าพระบิดา ความตายก็อยู่ในเราเพราะร่างกายทั้งสิ้นตายครั้งเดียว

ในฝ่ายวิญญาณ เราเข้าไปสู่หนทางแห่งชีวิตด้วยการเชื่อในพระเยซูคริสต์เช่นกัน ถ้าเราทิ้งพระเจ้าความตายก็จะเกิดขึ้นกับเราอีก ดังนั้นชีวิตหรือความตายจึงขึ้นอยู่กับเราและเป็นของเรา สิ่งที่มีอยู่ในปัจจุบันหรือสิ่งที่จะเกิดขึ้นในอนาคตก็เป็นของเราเช่นกัน

ข้อนี้กล่าวเช่นนั้นว่าเราเป็นของพระคริสต์และพระคริสต์เป็นของพระเจ้า สิ่งสารพัดถูกสร้างขึ้นโดยพระเยซูคริสต์ (โคโลสี 1:16) เมื่อเราเป็นของพระเยซูคริสต์และพระเยซูคริสต์เป็นของพระเจ้า ผู้เชื่อทุกคนก็เป็นของพระเจ้า เพราะสิ่งสารพัดเป็นของพระเจ้า สิ่งเหล่านี้จึงเป็นของเราเช่นกัน

บทที่ 4

จงทำตามแบบอย่างของข้าพเจ้า

ข้อกำหนดของผู้รับใช้ที่เป็นผู้อารักขา
มนุษย์เป็นคนชอบธรรมได้อย่างไร
อย่าละเมิดพระคำ
จงทำตามแบบอย่างของข้าพเจ้า
ฤทธิ์อำนาจและความสามารถโดยแผ่นดินของพระเจ้า

ข้อกำหนดของผู้รับใช้ที่เป็นผู้อารักขา

ให้ทุกคนถือว่าเราเป็นผู้รับใช้ของพระคริสต์ และเป็นผู้อารักขาสิ่งลึกลับของพระเจ้า ยิ่งกว่านี้ฝ่ายผู้อารักขาเหล่านั้นต้องเป็นคนที่สัตย์ซื่อทุกคน(4:1-2)

คำว่า "คน" ในข้อนี้หมายถึงคนที่เชื่อและคนที่ไม่เชื่อ ถ้าเช่นนั้น ใครคือผู้รับใช้ของพระคริสต์ ประการแรก คนเหล่านี้ได้แก่ผู้ที่ส่งกลิ่นหอมของพระคริสต์ออกไปในฐานะผู้รับใช้ของพระคริสต์และผู้อารักขาสิ่งลึกลับของพระเจ้า

นอกจากนั้น ใครก็ตามที่หน้าที่หรือตำแหน่งในคริสตจักรก็คือผู้รับใช้ของพระคริสต์เช่นกัน แม้กระทั่งผู้คนที่ไม่มีตำแหน่งหรือฐานะในคริสตจักรก็มีหน้าที่ของการเป็นบุตรของพระเจ้าและเขาต้องส่งกลิ่นหอมของพระคริสต์ออกไปเช่นกัน

ผู้อารักขาสิ่งลึกลับของพระเจ้าคือใคร คำว่า "สิ่งลึกลับ" ในข้อนี้หมายถึงหนทางแห่งไม้กางเขน 1 โครินธ์ 2:7 กล่าวว่า

"แต่เรากล่าวถึงเรื่องพระปัญญาของพระเจ้าซึ่งเป็นข้อลึกลับ คือพระปัญญาซึ่งทรงซ่อนไว้นั้น ซึ่งพระเจ้าได้ทรงกำหนดไว้ก่อนสร้างโลกให้เป็นสง่าราศีแก่เรา" สิ่งนี้เป็นข้อลึกลับเพราะว่าพระเจ้าได้ทรงซ่อนสิ่งลึกลับนี้ไว้ตั้งแต่ก่อนปฐมกาล

อาดัมถูกสร้างให้เป็นวิญญาณที่มีชีวิต แต่วิญญาณของเขาตายไปเนื่องจากการไม่เชื่อฟังของเขา นับจากนั้นเป็นต้นมามนุษย์ทุกคนจึงถูกกำหนดไว้สำหรับความตายซึ่งเป็นค่าจ้างของความบาป แต่พระเจ้าแห่งความรักทรงจัดเตรียมพระเยซูคริสต์เอาไว้ก่อนปฐมกาลเพื่อเปิดหนทางแห่งความรอด

ความลึกลับนี้ถูกเปิดเผยออกบนกางเขนโดยทางพระเยซูคริสต์เกือบ 2 พันปีที่แล้ว พระคัมภีร์มีสิ่งลึกลับมากมายที่นำไปสู่หนทางแห่งชีวิต ผู้คนที่รู้จักความลึกลับเหล่านี้ถูกเรียกว่า "ผู้อารักขาสิ่งลึกลับของพระเจ้า"

ในข้อ 2 "ผู้อารักขา" ได้แก่ผู้อารักขาสิ่งลึกลับของพระเจ้า เมื่อคนเหล่านี้เรียนรู้พระคำของพระเจ้าเขาจะรู้จักและเข้าใจพระบัญญัติขององค์พระผู้เป็นเจ้าที่บอกเราให้ประกาศพระกิตติคุณกับชนทุกชาติ คนเหล่านี้ยังมีส่วนร่วมแบ่งปันในฐานะครูสอนรวีฯ คณะนักร้อง มัคนายก มัคนายิกาอาวุโส และผู้ปกครอง

ดังนั้นเราจึงไม่ควรทำเฉพาะหน้าที่ของการประกาศพระกิตติคุณให้สำเร็จเท่านั้น แต่เราควรทำหน้าที่อื่น ๆ ในคริสตจักรด้วยเช่นกัน พระเจ้าทรงสัญญาว่าพระองค์ประทานมงกุฎแห่งชีวิตให้กับผู้คนที่สัตย์ซื่อจนถึงวันตาย (วิวรณ์ 2:10)

การเป็นคนสัตย์ซื่อคือการถวายจิตใจ ความคิด จิตวิญญาณ

และแม้กระทั่งชีวิตทั้งสิ้นของเราเพื่อทำหน้าที่ของเราให้สำเร็จ เมื่อคนงานที่ได้รับค่าจ้างมีความสุขกับงานของตน เราไม่พูดว่าเขาเป็นคนสัตย์ซื่อ เราจะสามารถพูดว่าเขาเป็นคนที่สัตย์ซื่อได้ก็ต่อเมื่อเขาทำมากกว่าที่เขาควรกระทำโดยไม่นึกเสียดายเงินทองและเวลาของตน

มนุษย์เป็นคนชอบธรรมได้อย่างไร

สำหรับข้าพเจ้าการที่ท่านทั้งหลายหรือมนุษย์ผู้ใดจะตัดสินตัวข้าพเจ้า ข้าพเจ้าถือว่าเป็นเรื่องเล็กน้อย ถึงแม้ข้าพเจ้าเองก็มิได้ตัดสินตัวข้าพเจ้า เพราะข้าพเจ้าไม่รู้ว่าข้าพเจ้ามีความผิดสถานใด ถึงกระนั้นข้าพเจ้าก็ไม่พ้นการพิพากษา ท่านผู้ทรงพิพากษาตัวข้าพเจ้าคือองค์พระผู้เป็นเจ้า (4:3-4)

ถ้ามีคนตรวจสอบและพิพากษาท่าน การกระทำเช่นนั้นเป็นเรื่องใหญ่หรือเรื่องเล็ก ถ้ามีคนพิพากษาท่าน นั่นก็หมายความว่าคนนั้นกำลังฝ่าฝืนพระคำของพระเจ้าและเขาก็เป็นคนชั่ว บุคคลแห่งความจริงจะเชื่อฟังพระคำของพระเจ้าและไม่พิพากษาตัดสิน กล่าวประณาม หรือวิพากษ์วิจารณ์คนอื่น

คนชั่วร้ายอาจพิพากษาท่านแม้จะดำเนินชีวิตอยู่ในพระคำของพระเจ้า แต่นี่เป็นสิ่งเล็กน้อยสำหรับท่าน พระเจ้าไม่ทรงถือว่าท่านเป็นคนบาปเพราะท่านไม่ได้ละเมิดความจริง ซาตานไม่สามารถกล่าวโทษท่านได้เช่นกัน ท่านไม่มีสิ่งใดที่ต้องกลับใจ

แต่ถ้าเช่นนั้นทำไมอัครทูตเปาโลจึงกล่าวว่าสิ่งนั้นเป็น "เรื่องเล็กน้อย" และทำไมท่านไม่พูดว่าสิ่งนั้นเป็น "เรื่องไร้สาระ"

ลูกา 6:27-28 กล่าวว่า "แต่เราบอกท่านทั้งหลายที่กำลังฟังอยู่ว่า จงรักศัตรูของท่าน จงทำดีแก่ผู้ที่เกลียดชังท่าน จงอวยพรแก่คนที่แช่งด่าท่าน จงอธิษฐานเผื่อคนที่เคี่ยวเข็ญท่าน"

สิ่งนั้นเป็น "เรื่องเล็กน้อย" สำหรับท่านเพราะไม่มีใครสามารถกล่าวหาท่านได้ แต่ผู้กล่าวหาที่พิพากษาท่านจะทำสิ่งชั่วร้ายด้วยความชั่วของตน แต่ท่านยังจำเป็นต้องอธิษฐานเผื่อเขาด้วยความรักเพื่อเขาจะไม่มุ่งหน้าไปสู่หนทางแห่งความพินาศ เปาโลกล่าวว่าสิ่งนั้นเป็น "เรื่องเล็กน้อย" แต่ไม่ใช่ "เรื่องไร้สาระ" เพราะท่านเองก็ต้องอธิษฐานเผื่อคนประเภทนี้เช่นกัน

ข้อ 4 กล่าวว่า "เพราะข้าพเจ้าไม่รู้ว่าข้าพเจ้ามีความผิดสถานใด ถึงกระนั้นข้าพเจ้าก็ไม่พ้นการพิพากษา ท่านผู้ทรงพิพากษาตัวข้าพเจ้าคือองค์พระผู้เป็นเจ้า" ถ้าเราดำเนินชีวิตด้วยพระคำของพระเจ้าก็ไม่มีใครจะสามารถกล่าวโทษเราได้ นั่นหมายความว่าชีวิตของเราผ่านการประเมินผลของวิญญาณทั้งเจ็ด

"วิญญาณทั้งเจ็ด" เหล่านี้แสดงถึงพระทัยของพระเจ้าที่สำรวจตรวจสอบชีวิตเจ็ดด้านของมนุษย์ วิญญาณทั้งเจ็ดด้านเหล่านี้ประกอบด้วยความเชื่อ ความชื่นชมยินดี การอธิษฐาน การขอบพระคุณ การรักษาธรรมบัญญัติ ความสัตย์ซื่อ และความรัก วิญญาณทั้งเจ็ดนี้จะสำรวจตรวจสอบดูว่าเราดำเนินชีวิตด้วยพระคำหรือไม่และเพื่อให้เราได้รับคำตอบต่อคำอธิษฐานของเรา เราต้องผ่านการประเมินผลนี้ (วิวรณ์ 5:6)

แต่ทำไมเปาโลจึงกล่าวว่า "ถึงกระนั้นข้าพเจ้าก็ไม่พ้นการพิพากษา" มนุษย์สามารถเป็นผู้ชอบธรรมได้ด้วยความเชื่อในพระเยซูคริสต์เท่านั้น สิ่งนี้เกิดขึ้นจากพระคุณของพระเจ้าเท่านั้น (กาลาเทีย 2:16; โรม 10:10) โรม 3:23-24 กล่าวว่า "เหตุว่าทุกคนทำบาป และเสื่อมจากสง่าราศีของพระเจ้า แต่พระเจ้าทรงพระกรุณาให้เราเป็นผู้ชอบธรรม โดยไม่คิดมูลค่า โดยที่พระ

เยซูคริสต์ทรงไถ่เราให้พ้นบาปแล้ว”

ถ้าปราศจากความเชื่อเราก็ไม่สามารถเป็นผู้ชอบธรรมได้ เราไม่สามารถเป็นความชื่นชมยินดีต่อพระเจ้าเช่นกัน แม้เราจะช่วยเหลือคนอื่นและมีความจริงใจในการรับใช้ เราก็ไม่สามารถได้รับรางวัลถ้าปราศจากความเชื่อ

พระเจ้าเท่านั้นที่สามารถวัดความเชื่อของเราได้ มนุษย์พิพากษาตัดสินจากการกระทำภายนอกและเขาตัดสินอย่างไม่ถูกต้อง ยกตัวอย่าง ผู้คนอาจคิดว่าคนบางคนมีความเชื่อมากเพียงเพราะเขาทำงานอย่างขยันขันแข็งในคริสตจักร

แต่ถ้าเขาไม่สามารถเอาชนะการทดสอบหรือการทดลองและหันไปเดินตามแนวทางของโลก สิ่งที่เขาทำก็ไม่ได้ทำด้วยความเชื่อ ถ้าเขามีความเชื่ออย่างแท้จริงเขาก็ไม่อาจทิ้งพระเจ้าไปได้ แต่เขาจะเกิดผลตามความเชื่อนั้น มนุษย์ตัดสินตามสิ่งที่เขามองเห็นเช่นกันและเขาก็ตัดสินไม่ถูกต้อง พระเจ้าเท่านั้นที่สามารถพิพากษาตัดสินจิตใจของมนุษย์อย่างแม่นยำ

นอกจากนั้น มนุษย์ตัดสินอย่างผิดพลาดเพราะเขาตัดสินด้วยสติปัญญาและค่านิยมของโลกที่ขัดแย้งกับความจริง สิ่งนี้เป็นเหมือนกับการชั่ง ตวง หรือวัดบางสิ่งบางอย่างด้วยตาชั่งเครื่องตวง หรือไม้มัดที่ชำรุดและไม่แม่นยำ พระเจ้าเท่านั้นที่ทรงวัดได้อย่างแม่นยำที่สุดเพราะพระองค์ทรงสำรวจจิตใจด้วยมาตรฐานแห่งความจริง เหมือนที่เปาโลกล่าวว่า “ท่านผู้ทรงพิพากษาตัวข้าพเจ้าคือองค์พระผู้เป็นเจ้า” องค์พระผู้เป็นเจ้าและพระเจ้าเท่านั้นที่สามารถสำรวจตรวจสอบอย่างเป็นธรรมและถูกต้อง

เหตุฉะนั้นท่านอย่าตัดสินสิ่งใดก่อนที่จะถึงเวลาจนกว่าองค์พระผู้เป็นเจ้าจะเสด็จมา พระองค์จะทรงเปิดเผยความลับที่ซ่อนอยู่ในความมืดให้แจ่มกระจ่าง และจะทรงเผยความในใจของคนทั้งปวงด้วย เมื่อนั้นทุ

ก. คนจะได้รับคำชมเชยจากพระเจ้า (4:5)

"ก่อนที่จะถึงเวลาจนกว่าองค์พระผู้เป็นเจ้าจะเสด็จมา" หมายถึงช่วงเวลาแห่งการเสด็จมาครั้งที่สองขององค์พระผู้เป็นเจ้าในฟ้าอากาศ "ความลับที่ซ่อนอยู่ในความมืด" ได้แก่ความบาปและสิ่งต่าง ๆ ที่ต่อสู้กับความจริง สิ่งสารพัดจะถูกเปิดเผยออกมาเมื่อองค์พระผู้เป็นเจ้าเสด็จมาในฟ้าอากาศ ผู้คนที่อยู่ในความมืดจะไม่ถูกรับขึ้นไปในฟ้าอากาศ นอกจากนั้น ในท่ามกลางผู้คนที่ถูกรับขึ้นไปในฟ้าอากาศ ความบริสุทธิ์และการปราศจากตำหนิของจิตใจของแต่ละคนจะถูกเปิดเผยออกมาอย่างชัดเจนต่อองค์พระผู้เป็นเจ้าเช่นกัน

อะไรคือ "ความในใจของคนทั้งปวง" นี่คือแรงจูงใจแห่งพระทัยขององค์พระผู้เป็นเจ้าซึ่งได้แก่ความจริง เมื่อองค์พระผู้เป็นเจ้าเสด็จมาในฟ้าอากาศ แต่ละคนจะได้รับคำยกย่องชมเชยของตนตามการกระทำของเขา เขาจะได้รับการยกย่องว่าเขารักพระเจ้ามากเพียงใด เขาสัตย์ซื่อแค่ไหน และเขาประกาศพระกิตติคุณและอธิษฐานมากเท่าไหร่

ข้อนี้กล่าวว่า "อย่าตัดสินสิ่งใดก่อนที่จะถึงเวลาจนกว่าองค์พระผู้เป็นเจ้าจะเสด็จมา" คริสตจักรพบกับการทดลองเพราะสมาชิกตัดสินซึ่งกันและกันและอิจฉากัน พระคัมภีร์บอกเราหลายครั้งว่าการพิพากษาตัดสินพี่น้องนั้นเป็นสิ่งที่ไม่ถูกต้อง

"อย่าละเมิดพระคำ"

พี่น้องทั้งหลาย สิ่งเหล่านั้นที่ข้าพเจ้าได้นำมากล่าวเปรียบเทียบถึงตัวข้าพเจ้าและอปอลโล ก็เพื่อประโยชน์ของท่านทั้งหลาย เพื่อให้ท่านทั้งหลายเรียนแบบของเรา มิให้ยกย่องคนหนึ่งคนใดเกินกว่าที่เขียนบอกไว้แล้ว มิให้ยกคนหนึ่งคนใดข่มผู้อื่น (4:6)

อัครทูตเปาโลและอปอลโลสั่งสอนพระคำของพระเจ้าและเป็นแบบอย่างที่ดี พระคำของพระเจ้าเท่านั้นที่เป็นน้ำพระทัยที่แท้จริงของพระเจ้าและทั้งสองท่านไม่ต้องการให้ผู้หนึ่งผู้ใดถูกหลอกลวงด้วยคำสอนหรือหนังสืออย่างอื่นที่เป็นสิ่งเทียมเท็จ

เปาโลและอปอลโลสอนสิ่งใดเป็นพิเศษให้กับผู้เชื่อ ทั้งสองท่านสอนว่าพระเยซูเสด็จมาเพื่อแก้ปัญหาเรื่องความบาปของเราและนำเราไปสู่หนทางแห่งชีวิตนิรันดร์และความรอด ทั้งสองท่านเน้นว่าบุตรของพระเจ้าที่เชื่อในความจริงข้อนี้ต้องดำเนินชีวิตที่ยำเกรงพระเจ้าตามพระคำเพื่อจะได้รับความรอด

แต่บางคนต่อต้านคำสอนนี้ การต่อต้านพระเจ้าคือการไม่ได้ดำเนินชีวิตอยู่ในความจริงและการทำตามความคิดของตนเองโดยไ

ม่ให้ความสำคัญกับพระคำของพระเจ้า

เราต้องรักษาวันสะบาโตให้บริสุทธิ์ แต่คนเหล่านี้คิดว่าเขาสามารถทำสิ่งที่เขาอยากทำได้ในวันอาทิตย์หลังจากที่เขาเข้าร่วมในการนมัสการ พระคัมภีร์บอกให้เราร้องทูลต่อพระเจ้าในการอธิษฐาน แต่คนเหล่านี้คิดว่าการอธิษฐานเงียบ ๆ ดีกว่าและไม่ร้องทูลออกมา

เมื่อดาวิดฝ่าฝืนพระคำของพระเจ้า ผู้เผยพระวจนะตำหนิท่านว่าท่านดูหมิ่นพระคำของพระเจ้า ถ้าเราทำสิ่งที่เราต้องการตามใจของเรา นี่เป็นการต่อต้านน้ำพระทัยของพระเจ้า

ปกติคนที่ต่อต้านพระเจ้าจะเป็นคนที่หยิ่งผยอง เขาคิดว่าความรู้และความคิดของเขาถูกต้องและเขาต่อต้านพระคำของพระเจ้า เขากลายเป็นผู้พิพากษาแทนพระเจ้า เขาเป็นคนที่หยิ่งผยองมากทีเดียว สุภาษิต 16:18 กล่าวว่า “ความเย่อหยิ่งเดินหน้าการถูกทำลาย และจิตใจทียโสนำหน้าการล้มลง”

ผู้ใดเล่ากระทำให้ท่านวิเศษกว่าคนอื่น ท่านมีอะไรที่ท่านมิได้รับมาก็เมื่อท่านได้รับมา เหตุไฉนท่านจึงโอ้อวดเหมือนกับว่าท่านมิได้รับเลย ท่านทั้งหลายอิ่มหนำแล้วหนอ ท่านมั่งมีแล้วหนอ ท่านได้ครองเหมือนกษัตริย์โดยไม่มีเราร่วมด้วยแล้วหนอ ข้าพเจ้ามีความปรารถนาให้ท่านทั้งหลายได้ขึ้นครองจริง ๆ เพื่อเราจะได้ขึ้นครองกับท่าน (4:7-8)

เปาโลถามผู้เชื่อในคริสตจักรโครินธ์ว่าใครเป็นคนที่แบ่งแยกคนเหล่านั้นว่าเป็นศิษย์ของอปอลโล ศิษย์ของเปาโล ศิษย์ของเคฟาส หรือศิษย์ของพระคริสต์และใครเป็นคนกำหนดให้สมาชิกของคริสตจักรกลุ่มหนึ่งสูงส่งกว่าหรือต่ำต้อยกว่าคนอื่น “การแบ่งแยก” ใน

ที่นี่เกิดขึ้นจากความหยิ่งผยอง การทะเลาะเบาะแว้งกันและการแต
กแยกกันเป็นการทำงานของซาตาน

ถ้าเช่นนั้น พระเจ้าทรงแบ่งแยกอะไร พระองค์ทรงแบ่งแ
ยกความบาปและความชอบธรรม ความตายและชีวิตนิรันดร์
และความมืดและความสว่าง พระเจ้าทรงแบ่งแยกความจริงและค
วามเท็จ พระเจ้าไม่ทรงแบ่งแยกสมาชิกกลุ่มหนึ่งให้ติดตามบุคคล
คนหนึ่งและแบ่งแยกสมาชิกอีกกลุ่มหนึ่งให้ติดตามบุคคลอีกคนห
นึ่งและพระองค์ไม่ได้ทรงแต่งตั้งคนหนึ่งให้สูงกว่าคนอื่นเช่นกัน

โดยสาระสำคัญ เปาโลกล่าวกับสมาชิกในคริสตจักรโครินธ์ที่ไ
ม่ได้ประพฤติตามคำสอนของท่านว่า “ข้าพเจ้าสอนความจริงให้กั
บท่านและทำไมพวกท่านจึงไม่ยอมรับ ข้าพเจ้าสอนท่านด้วยการเ
ป็นแบบอย่าง แต่ท่านกลับทำตัวเหมือนท่านไม่ได้ยอมรับความจริ
งนั้น”

นอกจากนั้น ท่านยังกล่าวว่า “และถ้าท่านได้รับคำสอนนั้น ทำไ
มพวกท่านจึงยังโอ้อวดราวกับว่าท่านไม่ได้รับคำสอนนั้น” ในข้อนี้
เปาโลกำลังกล่าวว่าสมาชิกของคริสตจักรโครินธ์ไม่ได้ดำเนินชีวิต
อยู่ในความชอบธรรมและประพฤติตนเหมือนผู้คนชาวโลก ท่านก
ำลังกล่าวว่าคนเหล่านั้นกำลังรับเอาการทำงานของซาตาน ในเรื่อง
การอวดอ้างของคนเหล่านั้นท่านถามว่าเขาอวดอ้างเกี่ยวกับสิ่งขอ
งฝ่ายโลกในหมู่พวกเขาได้อย่างไรในเมื่อบุตรของพระเจ้าต้องโอ้อ
วดในองค์พระผู้เป็นเจ้าเท่านั้นไม่ใช่โอ้อวดในเรื่องฝ่ายโลก

ถ้าเราพยายามที่จะดำเนินชีวิตอยู่ในความจริงเราก็ควรหิวกระ
หายความชอบธรรม ลองคิดดูซิว่าเราจะกระหายน้ำมากเพียงใดเมื
อเราเหงื่อไหลท่วมตัวในวันที่มีอากาศร้อน ทหารหลายคนพร้อมที่
จะดื่มน้ำจากบ่อไหนก็ได้บนพื้นดินเมื่อเขากระหายน้ำอย่างมากห

ลังจากการฝึกฝนอย่างทรหด เขาไม่สนใจด้วยซ้ำไปว่าน้ำนั้นจะสะอาดหรือไม่เพราะเขาไม่สามารถทนต่อความกระหายนั้นได้

นอกจากนี้ ถ้าเราหิวและกระหายหาความจริงเราจำเป็นต้องถ่อมตัวลงและรับใช้คนอื่น แต่ผู้เชื่อในคริสตจักรโครินธ์รักโลกยิ่งกว่าการเรียนรู้ความจริง คนเหล่านั้นหยิ่งผยองและโอ้อวดความรู้ ทรัพย์สินเงินทอง และสติปัญญาของโลกที่เขาได้รับมา

ดังนั้น ข้อ 8 จึงกล่าวว่า "ท่านทั้งหลายอิ่มหนำแล้วหนอ ท่านมั่งมีแล้วหนอ ท่านได้ครองเหมือนกษัตริย์โดยไม่มีเราร่วมด้วยแล้วหนอ" ลองคิดดูซิว่าชาวโครินธ์เหล่านี้หยิ่งผยองมากเพียงใดจนเขาคิดว่าตนเองเป็นเหมือนกษัตริย์ คนเหล่านั้นไม่ได้หิวและกระหายหาความชอบธรรมด้วยความรู้สึกบกพร่อง แต่กลับรู้สึกอิ่มหนำและมั่งคั่ง การกระทำของเขาตรงกันข้ามกับความจริง

ในคริสตจักรมีลำดับขั้นที่พระเจ้าได้ทรงสถาปนาเอาไว้ แต่สมาชิกคริสตจักรโครินธ์กลับทำตัวราวกับว่าตนเองเป็นกษัตริย์ เพราะเหตุนี้เปาโลจึงตำหนิเขาและพูดว่าเขาประพฤติตนเหมือนกับว่าเขาไม่ได้รับความจริง ถ้าเราไม่มีการประพฤติตามอย่างพระคำที่เราได้ยินเราก็มีความเชื่อที่ตายแล้ว

เมื่อไหร่เราจะได้ครอบครองเหมือนกษัตริย์

วิวรณ์ 20:6 กล่าวว่า "ผู้ใดที่ได้มีส่วนในการฟื้นจากความตายครั้งแรกก็เป็นสุขและบริสุทธิ์ ความตายครั้งที่สองจะไม่มีอำนาจเหนือคนเหล่านั้น แต่เขาจะเป็นปุโรหิตของพระเจ้าและของพระคริสต์ และจะครอบครองร่วมกับพระองค์ตลอดเวลาพันปี"

ผู้คนที่ได้ต้อนรับเอาพระเยซูคริสต์เป็นพระผู้ช่วยให้รอดของตนจะถูกรับขึ้นไปในฟ้าอากาศในการเสด็จกลับมาครั้งที่สองขององ

ค์พระผู้เป็นเจ้า คนเหล่านี้จะเข้าร่วมในงานเลี้ยงสมรสในฟ้าอากาศเป็นเวลา 7 ปี จากนั้นเมื่องานเลี้ยงนี้เสร็จสิ้นลง คนเหล่านี้จะลงมาในโลกนี้ในช่วงอาณาจักรพันปีเพื่อครอบครองร่วมกับองค์พระผู้เป็นเจ้า

เมื่อเปาโลคิดถึงเหตุการณ์นี้ ท่านจึงกล่าวว่า "ข้าพเจ้ามีความปรารถนาให้ท่านทั้งหลายได้ขึ้นครองจริง ๆ เพื่อเราจะได้ขึ้นครองกับท่าน" ท่านกำลังแนะนำผู้เชื่อแห่งโครินธ์ว่าเขาต้องไม่ทำตัวเหมือนกษัตริย์เพื่อเขาจะรอดและครอบครองเหมือนกษัตริย์ในอาณาจักรพันปี

เปาโลเป็นคนที่ดำเนินชีวิตอยู่ในความจริงพร้อมกับรู้จักน้ำพระทัยที่แท้จริงของพระเจ้าและท่านรู้จักหนทางแห่งความรอดและชีวิตนิรันดร์อย่างชัดเจน ด้วยเหตุนี้ เปาโลจึงเป็นคนที่ต้องทำตัวเหมือนกษัตริย์ด้วยการนำผู้เชื่อให้ดำเนินชีวิตอยู่ในความจริง แต่สมาชิกคริสตจักรโครินธ์กลับหยิ่งผยองและครอบครองเหมือนกษัตริย์ด้วยการพูดว่า "สิ่งนี้เท่านั้นที่ยุติธรรม" และ "สิ่งนั้นเท่านั้นที่ถูกต้อง"

จากนั้นคนเหล่านั้นไม่อยากมีส่วนเกี่ยวข้องใดกับอัครทูตเปาโล ด้วยเหตุนี้เปาโลจึงบอกกับเขาว่าเขาจะไม่สามารถครอบครองเหมือนกษัตริย์ในอาณาจักรพันปีได้ถ้าเขาประพฤติตนเช่นนั้นอย่างต่อเนื่อง

เปาโลกำลังพูดว่าสิ่งที่ท่านสอนเขาคือความจริงและเขาจะถูกรับขึ้นไปในฟ้าอากาศและครอบครองในอาณาจักรพันปีได้ก็ต่อเมื่อคนเหล่านั้นรับเอาความจริงและประพฤติตามความจริงนั้น

เพราะข้าพเจ้าเห็นว่าพระเจ้าได้ทรงตั้งเราผู้เป็นอัครสาวกไว้ในที่สุ

ดปลาย เหมือนผู้ที่ได้ถูกปรับโทษให้ถึงตาย เพราะว่าโลกคือทั้งทูตสวรรค์และมนุษย์มองดูเราด้วยความพิศวง (4:9)

ความคิดมีอยู่สองประเภท ประเภทแรกคือความคิดฝ่ายวิญญาณและประเภทที่สองคือความฝ่ายเนื้อหนัง เมื่อความจริงในจิตใจของมนุษย์ถูกนำมาใช้เป็นความคิด สิ่งนี้จะเป็นความคิดฝ่ายวิญญาณ ผู้คนที่ดำเนินชีวิตในพระคำของพระเจ้า (หรือผู้คนฝ่ายวิญญาณ) จะมีความคิดฝ่ายวิญญาณอย่างต่อเนื่องด้วยการได้รับการดลใจของพระวิญญาณบริสุทธิ์ในจิตใจของตน แต่ผู้คนที่ไม่อยู่ในความจริงจะใช้ความเท็จในจิตใจของตนเป็นอันดับแรกผ่านทางความคิดที่มาจากซาตาน สิ่งนี้คือความคิดฝ่ายเนื้อหนัง

เปาโลกล่าวว่า "ข้าพเจ้าเห็นว่า" และในที่นี้ไม่ใช่ความคิดของมนุษย์แต่เป็นความคิดฝ่ายวิญญาณ สิ่งนี้ไม่ใช่ความเห็นส่วนตัวของท่านหากแต่เป็นการดลใจของพระวิญญาณบริสุทธิ์ "ความเห็น" ของเปาโลในที่นี้คือความจริง

อัครทูตคือผู้รับใช้ของพระเจ้าผู้ที่ทำให้น้ำพระทัยของพระเจ้าสำเร็จ พระคัมภีร์สอนเราเกี่ยวกับวิถีของผู้รับใช้ที่แท้จริงเช่นกัน 1 พงศ์กษัตริย์ 19:21 กล่าวว่า "และเอลีชาก็กลับจากติดตามเอลียาห์ จับวัวคู่นั้นฆ่าเสียเอาเครื่องแอกต้มเนื้อวัวและให้แก่ประชาชนและเขาก็รับประทาน แล้วเอลีชาก็ลุกขึ้นตามเอลียาห์ไปและปรนนิบัติท่าน"

สาวกของพระเยซูเป็นอย่างไงบ้าง มัทธิว 4:18-22 บอกเราว่าเมื่อพระเยซูทรงเรียกยอห์นและยากอบให้เป็นสาวกของพระองค์ ทั้งสองคนก็ละเรือ อวน และบิดาของตนและติดตามพระเยซูไป

ในกาลาเทีย 1:16 เปาโลกล่าวว่าท่านไม่ได้ "ปรึกษากับเนื้อหนังและเลือดเลย" เมื่อพระเยซูทรงเรียกท่านให้เป็นอัครทูตของพระองค์

เช่นเดียวกัน ผู้รับใช้ที่แท้จริงของพระเจ้าต้องเชื่อฟังพระคำอย่างสมบูรณ์ เขาต้องเชื่อฟังพระเจ้าอย่างสมบูรณ์และทำตามน้ำพระทัยของพระองค์เพื่อจะเป็นมนุษย์ฝ่ายวิญญาณคนที่บริสุทธิ์ จากนั้นเขาจะได้รับฤทธิ์อำนาจจากพระเจ้า

นอกจากนั้น แม้ท่านจะไม่ใช่ศิษยาภิบาลหรือผู้รับใช้ ถ้าท่านเพียงแต่ทำตามน้ำพระทัยของพระเจ้าอย่างสมบูรณ์ พระเจ้าก็จะทรงยอมรับว่าท่านเป็นอัครทูตฝ่ายวิญญาณ บุคคลเช่นนี้จะสำแดงการทำงานด้วยฤทธิ์อำนาจของพระเจ้า ตัวอย่างของบุคคลเช่นนี้ได้แก่ ฟีลิปกับสเทเฟน

เปาโลกล่าวต่อไปว่า "พระเจ้าได้ทรงตั้งเราผู้เป็นอัครสาวกไว้ในที่สุดปลาย เหมือนผู้ที่ได้ถูกปรับโทษให้ถึงตาย เพราะว่าโลกคือทั้งทูตสวรรค์และมนุษย์มองดูเราด้วยความพิศวง"

ในปัจจุบัน เมื่อนักโทษถูกประหารชีวิตจะมีการสำแดงความดีเล็ก ๆ น้อย ๆ กับเขาด้วยการมอบเสื้อผ้าและบุหรี่ให้กับเขาพร้อมกับถามเขาว่าความปรารถนาสุดท้ายของเขาคืออะไร แต่ในสมัยของคริสตจักรในยุคแรกนักโทษประหารมักถูกทำทารุณกรรมและถูกทรมาน ผู้คนไม่ปฏิบัติกับเขาอย่างมีมนุษยธรรม

ผู้คนในยุคนั้นใช้นักโทษเป็นเหยื่อของสิงโตที่หิวโหย แสดงความรังเกียจต่อเขา ถ่มน้ำลายรดหน้าเขาและใช้หินขว้างเขา พวกอัครทูตถูกตัดศีรษะหรือถูกตรึง หลายคนถูกมัดติดกับซากศพจนตัวเขาเองเสียชีวิตเช่นกันในขณะที่สูดดมกลิ่นเน่าเหม็นของศพเข้าไป ความเจ็บปวดและความทุกข์ระทมคง

จงทำตามแบบอย่างของข้าพเจ้า 137

หนักหนาสาหัสมากทีเดียว

พวกอัครทูตรู้เกี่ยวกับจุดจบของตนเอง คนเหล่านั้นรู้ว่าตนกำลังจะเสียชีวิตอย่างทารุณกรรมหลังจากเป็นพยานถึงการเป็นขึ้นมาของพระเยซูคริสต์ เพราะเหตุนี้เปาโลจึงกล่าวว่า "พระเจ้าได้ทรงตั้งเราผู้เป็นอัครสาวกไว้ในที่สุดปลาย เหมือนผู้ที่ได้ถูกปรับโทษให้ถึงตาย เพราะว่าโลกคือทั้งทูตสวรรค์และมนุษย์มองดูเราด้วยความพิศวง"

ใครควบคุมโลกนี้ พระเจ้าคือผู้ควบคุมโลกนี้ พระองค์ทรงควบคุมโลกนี้ผ่านทางทูตสวรรค์ของพระองค์ ดังนั้น ไม่ใช่เฉพาะพระเจ้าเท่านั้นที่รู้ว่าอัครทูตเปาโลและสาวกคนอื่น ๆ จะถูกฆ่าเมื่อใดในขณะที่คนเหล่านั้นกำลังได้รับการดูหมิ่นและการผูกพยาบาท แต่ทูตสวรรค์ของพระองค์ก็รู้ด้วยเช่นกัน

ผู้คนจะล้อเลียนบรรดาอัครทูตว่า "พวกเจ้าสำแดงการอัศจรรย์และหมายสำคัญ แล้วทำไมพวกเจ้าจึงไม่สามารถช่วยตนเองให้พ้นจากความทุกข์เวทนานี้เล่า" เปาโลกลายเป็นความพิศวงของผู้คนด้วยเช่นกันเมื่อท่านเสียชีวิต

ถ้าเช่นนั้น เปาโล เปโตร และอัครทูตคนอื่นรู้สึกอย่างไรเมื่ออยู่ต่อหน้าความตายของตน

ท่านเหล่านั้นรู้ว่าตนจะเสียชีวิตอย่างไร เปโตรรู้ว่าท่านจะถูกตรึงบนกางเขนหัวกลับ เปาโลรู้ว่าท่านกำลังจะถูกมอบไว้ในมือของคนต่างชาติถ้าท่านเดินทางขึ้นไปยังกรุงเยรูซาเล็ม แต่ท่านก็เลือกเส้นทางนั้นโดยไม่มีความกลัวเพราะท่านรู้ว่าสิ่งนั้นเป็นน้ำพระทัยของพระเจ้า (กิจการ 21:7-14)

พระเจ้าทรงอนุญาตให้บันทึกเรื่องนี้เอาไว้เพราะความคิดของผู้คนที่กำลังจะถูกฆ่านั้นมีความสำคัญอย่างยิ่ง คนเหล่านั้นมีความรู้สึก

กแบบใดในขณะที่เขากำลังทำงานของพระเจ้าและเมื่อรู้ว่างานนั้น จะนำความตายบางรูปแบบมาสู่ตน

เราสามารถเข้าใจถึงจิตใจของคนเหล่านั้นผ่านทางพระคัมภีร์ คนเหล่านั้นขอบพระคุณและสรรเสริญพระเจ้าแม้ในยามที่เขาถูก เฆี่ยนตี คนเหล่านั้นถูกจับไปเป็นเหยื่อของสิงโต แต่ถึงกระนั้นเขา ก็ยังชื่นชมยินดีและสรรเสริญพระเจ้า ดังนั้นพระคัมภีร์ข้อนี้หมาย ถึงอะไร องค์พระผู้เป็นเจ้าตรัสไว้ในมัทธิว 5:11-12 ว่า "เมื่อเขาจ ะติเตียนข่มเหงและนินทาว่าร้ายท่านทั้งหลายเป็นความเท็จเพราะเ รา ท่านก็เป็นสุข จงชื่นชมยินดีอย่างเหลือล้น เพราะว่าบำเหน็จขอ งท่านมีบริบูรณ์ในสวรรค์ เพราะเขาได้ข่มเหงศาสดาพยากรณ์ทั้ง หลายที่อยู่ก่อนท่านเหมือนกัน"

อัครทูตรู้ว่าโลกนี้เป็นเพียงสิ่งชั่วคราวและไร้ความหมาย คนเห ล่านั้นมองไปที่รางวัลในสวรรค์เท่านั้น เพราะเหตุนี้ คนเหล่านั้นจึง สามารถชื่นชมยินดีในทุกสถานการณ์ นี่คือความเชื่อ เราจะไม่ชื่น ชมยินดีได้อย่างไรเมื่อเราสามารถได้รับรางวัลมากขึ้นด้วยการถูก ข่มเหงเพราะพระนามขององค์พระผู้เป็นเจ้า

แต่บรรดาอัครทูตรู้ว่าตนจะถูกฆ่าเมื่อใด ดังนั้นคนเหล่านั้นจึงรู้ สึกกังวลใจกับเวลาที่ผ่านไป แต่ไม่ใช่เพราะคนเหล่านั้นกลัวความ ตาย แต่เขารู้สึกเป็นห่วงเพราะคนเหล่านั้นต้องการที่จะช่วยดวงวิ ญญาณมากขึ้นให้รอดในช่วงเวลาที่จำกัด

เพราะเหตุนี้ คนเหล่านั้นจึงทำหน้าที่ของตนให้สำเร็จด้วยชีวิต ทั้งสิ้นของตนโดยคิดว่าเขาต้องสำแดงให้ผู้คนเห็นถึงพระเจ้าผู้ทรง พระชนม์อยู่ อัครทูตต้องเผยแพร่พระกิตติคุณและช่วยดวงวิญญา ณให้รอดเพิ่มมากขึ้น

พระเยซูทรงกระทำอย่างไร ฮีบรู 12:1-2 กล่าวว่า "เหตุฉะนั้น

ครั้นเรามีพยานหมู่ใหญ่อย่างนั้นอยู่รอบข้าง ให้เราทิ้งของหนักทุกสิ่งที่ขัดข้องอยู่และการผิดที่เรามักง่ายกระทำนั้น และการวิ่งแข่งกันที่กำหนดไว้สำหรับเรานั้น ให้เราวิ่งด้วยความเพียรพยายาม หมายเอาพระเยซูเป็นผู้ริเริ่มความเชื่อและผู้ทรงทำให้ความเชื่อของเราสำเร็จ เพราะเห็นแก่ความยินดีที่มีอยู่ตรงหน้านั้น พระองค์ได้ทรงทนเอากางเขน ทรงถือว่าความละอายไม่เป็นสิ่งสำคัญอะไร และได้เสด็จประทับเบื้องขวาพระที่นั่งของพระเจ้าแล้ว"

น่าอับอายที่พระเยซูพระบุตรของพระเจ้าต้องถูกดูหมิ่นและเหยียดหยามจากมนุษย์ที่เป็นสิ่งทรงสร้างของพระองค์และถูกคนเหล่านั้นจับตรึงบนกางเขน ลองคิดดูซิว่าจะเป็นสิ่งที่น่าอับอายมากเพียงใดถ้านายถูกเฆี่ยนตีและดูหมิ่นเหยียดหยามจากทาสของตน

ถึงกระนั้นก็ตาม พระเยซูทรงพร้อมที่จะแบกรับเอากางเขนเพื่อความรอดของเราและทรงประทับอยู่เบื้องขวาแห่งพระที่นั่งของพระเจ้า เราต้องทำตามน้ำพระทัยของพระเจ้าโดยไม่คิดถึงความอับอายที่เราจะได้รับเช่นกัน

จงทำตามแบบอย่างของข้าพเจ้า

เราทั้งหลายเป็นคนเขลาเพราะเห็นแก่พระคริสต์ และท่านทั้งหลายเป็นคนมีปัญญาในพระคริสต์ เราทั้งหลายมีกำลังน้อยแต่ท่านทั้งหลายมีกำลังมาก ท่านทั้งหลายมีเกียรติยศแต่เราทั้งหลายเป็นคนอัปยศ (4:10)

"เราทั้งหลาย" ในข้อนี้หมายถึงอัครทูตเปาโล อปอลโลเพื่อนผู้รับใช้ของท่าน และผู้รับใช้คนอื่นที่ได้รับการยอมรับจากพระเจ้าเช่นกัน นอกจากนี้ คำนี้ยังหมายถึงทุกคนที่มีความเชื่อที่จะดำเนินชีวิตตามน้ำพระทัยของพระเจ้า

ถ้าเช่นนั้น เพราะเหตุใดเปาโลจึงกล่าวว่าท่านเป็นคนเขลาเพราะเห็นแก่พระคริสต์

ข้อนี้หมายความว่าเปาโลดูเหมือนเป็นคนโง่เขลาในสายตาของคนไม่เชื่อหรือในสายตาของผู้คนที่น่าจะเป็นผู้เชื่อแต่ไม่ได้ดำเนินชีวิตอยู่ในพระคำของพระเจ้า ยกตัวอย่างคนธรรมดาจะโกรธถ้ามีคนตบหน้าเขา แต่ผู้คนที่มีความเชื่อจะอดทนกับสิ่งนั้นและพยายามที่จะเข้าใจสิ่งที่เกิดขึ้นแม้ว่าเขาไม่มีความผิด สาเหตุก็เพราะว่าพระคำของพระเจ้าบอกเราว่าเมื่อมีตบแก้ม

ข้างหนึ่งของท่าน จงหันแก้มอีกข้างหนึ่งให้เขาด้วย ดังนั้นเราจึงดูเหมือนเป็นคนโง่เขลาในสายตาของผู้คนในโลกนี้เมื่อเราดำเนินชีวิตอยู่ในพระคำของพระเจ้า

เปาโลสอนสมาชิกแห่งคริสตจักรโครินธ์ต่อไปว่า “เราทั้งหลายเป็นคนเขลาเพราะเห็นแก่พระคริสต์ และท่านทั้งหลายเป็นคนมีปัญญาในพระคริสต์”

ถ้าสมาชิกแห่งคริสตจักรโครินธ์สามารถหันแก้มซ้ายเมื่อมีคนตบเขาที่แก้มขวา ผู้คนชาวโลกต้องมองว่าพวกเขาเป็นคนโง่เขลา

ข้อความต่อไปกล่าวว่า “เราทั้งหลายมีกำลังน้อยแต่ท่านทั้งหลายมีกำลังมาก” อัครทูตอ่อนแอ กล่าวคือ ผู้คนที่ดำเนินชีวิตอยู่ในพระคำของพระเจ้าเป็นคนอ่อนแอ แต่ผู้คนที่ไม่ได้ดำเนินชีวิตอยู่ในความจริงเป็นคนเข้มแข็ง

เปาโลกำลังชี้ให้เห็นว่าเนื่องจากคนเหล่านั้นไม่ได้ดำเนินชีวิตอยู่ในความจริงเขาจึงคิดว่าเขาสามารถทำทุกสิ่งด้วยพลังอำนาจของตนเอง แต่คนเหล่านั้นเพียงแค่เสแสร้งว่าเขาเป็นคนเข้มแข็ง

ขอให้เราพิจารณาดูกรณีของพระเยซู 2 โครินธ์ 13:4 กล่าวว่า “เพราะถึงแม้ว่าพระองค์ทรงถูกตรึงโดยทรงอ่อนกำลัง พระองค์ยังทรงพระชนม์อยู่โดยฤทธิ์เดชของพระเจ้า เพราะว่าเราก็อ่อนกำลังด้วยกันกับพระองค์ แต่เราจะยังมีชีวิตเป็นอยู่กับพระองค์โดยฤทธิ์เดชของพระเจ้าที่มีต่อท่านทั้งหลาย”

พระเยซูทรงเปิดตาคนตาบอด ทำให้คนง่อยเดินได้ คนโรคเรื้อนหายสะอาด คนหูหนวกได้ยิน และคนตายเป็นขึ้นมาใหม่ ยิ่งกว่านั้น พระองค์ทรงทำให้คลื่นและลมสงบลงด้วยพระดำรัสของพระองค์ พระองค์เป็นผู้ที่มีฤทธิ์อำนาจมาก

แต่ข้อความที่ว่า “พระองค์ทรงถูกตรึงโดยทรงอ่อนกำลัง” หมายถึงอะไร

ถ้าพระเยซูสำแดงฤทธิ์อำนาจของพระองค์คงไม่มีใครสามารถตรึงพระองค์ได้ ในคืนที่พระเยซูถูกจับกุม เปโตรชักดาบออกฟันหูของผู้รับใช้คนหนึ่งของมหาปุโรหิตขาดด้วยดาบของตน (มาระโก 14:47) แต่พระเยซูตรัสว่า "พอเสียทีเถอะ" แล้วพระองค์ทรงแตะต้องใบหูของทาสคนนั้นและรักษาเขาให้หาย จากนั้นพระเยซูเตือนให้เปโตรรู้ถึงความจริงที่ว่าพระองค์สามารถทูลขอต่อพระเจ้าและพระองค์จะทรงประทานทูตสวรรค์ลงมามากกว่าสิบสองกองร้อยก็ได้ (มัทธิว 26:53)

พระเยซูสามารถขับไล่คนเหล่านั้นออกไปได้ในทันทีถ้าไม่ใช่น้ำพระทัยของพระเจ้าที่จะให้พระองค์ถูกจับกุม พระเยซูทรงมีฤทธิ์อำนาจแต่พระองค์ไม่ทรงใช้ฤทธิ์อำนาจนั้นเพื่อพระองค์เอง พระองค์ต้องการที่จะทำให้น้ำพระทัยของพระเจ้าสำเร็จเท่านั้น

พระเยซูพระบุตรของพระเจ้าทรงเป็นผู้มีฤทธิ์อำนาจมาก แต่พระองค์กลับทรงยอมเป็นคนอ่อนแอเพื่อทำตามน้ำพระทัยของพระเจ้า ทั้งนี้ก็เพื่อไถ่เราทั้งหลายให้พ้นจากบาป ถ้าพระองค์ยังคงความเข้มแข็งของพระองค์เองเอาไว้ก็คงไม่มีใครสามารถตรึงพระองค์ได้ พระองค์ทรงยอมเป็นคนอ่อนแอตามน้ำพระทัยของพระเจ้าเพราะเราจะไปถึงความรอดได้ก็ต่อเมื่อพระทรงไถ่เราให้พ้นจากบาปของเราผ่านการถูกตรึงบนกางเขนเท่านั้น

เปาโลและบรรดาอัครทูตยอมเป็นคนอ่อนแอด้วยเช่นกันเพื่อช่วยดวงวิญญาณให้รอด เปาโลกล่าวว่า "และเมื่อข้าพเจ้าอยู่กับท่านทั้งหลาย ข้าพเจ้าก็อ่อนกำลัง มีความกลัวและตัวสั่นเป็นอันมาก" (1 โครินธ์ 2:3) และ "ถ้าข้าพเจ้าจำเป็นต้องอวด ข้าพเจ้าก็จะอวดสิ่งที่แสดงว่า ข้าพเจ้าเป็นคนอ่อนกำลัง" (2 โครินธ์ 11:30)

ท่านจะอวดเรื่องอะไร ท่านจะอวดถึงกำลังของท่านหรือ ผมหวังว่าท่านจะอวดความอ่อนแอของท่านในองค์พระผู้เป็นเจ้า ถ้าเรายั

งเข้มแข็งเราก็จะหยิ่งผยองและเผยให้เห็นถึงความชอบธรรมของเราเอง เราต้องเป็นคนอ่อนแอในความจริงเพื่อจะรับใช้คนอื่นอย่างถ่อมใจและถือว่าคนอื่นดีกว่าเรา เราต้องเป็นคนอ่อนแอเพราะเราต้องเอาชนะความชั่วด้วยความดี

แต่เราต้องจดจำสิ่งหนึ่งเอาไว้ ถ้ามีคนตบหน้าเรา เราควรเข้าใจบุคคลคนนั้นและสามารถหันแก้มอีกข้างหนึ่งให้กับเขา เราต้องไม่ยอมให้สิ่งใดมาลบหลู่พระเกียรติของพระเจ้า

ในพระกิตติคุณยอห์น 2:14-15 พระเยซูทรงพบผู้คนในพระวิหารกำลังค้าขายวัว แกะ และนกเขา นอกจากนั้นยังมีคนรับแลกเงินนั่งอยู่ที่นั่งเช่นกัน พระเยซูทรงเอาเชือกทำเป็นแส้และทรงขับไล่คนเหล่านั้นพร้อมกับแกะและวัวของเขาออกไปจากพระวิหารและทรงเทเงินของคนรับแลกเงินและคว่ำโต๊ะของเขา

พระเยซูทรงอ่อนสุภาพและทรงเป็นความรัก แต่พระองค์ไม่ทรงยอมรับการลบหลู่พระเกียรติของพระเจ้าด้วยการซื้อขายสิ่งต่าง ๆ ในพระวิหาร ด้วยเหตุนี้ เราต้องเข้าใจความจริงอย่างถูกต้องและไม่ยอมรับสิ่งใดที่ลบหลู่พระเกียรติของพระเจ้าหรือคริสตจักรซึ่งเป็นพระกายของพระคริสต์

เปาโลกล่าวกับสมาชิกคริสตจักรโครินธ์ต่อไปว่า “ท่านทั้งหลายมีเกียรติยศแต่เราทั้งหลายเป็นคนอัปยศ” บรรดาอัครทูตในเวลานั้นเป็นที่ไร้เกียรติจริง ๆ คนเหล่านั้นถูกข่มเหง บางครั้งถูกหินขว้างถูกเฆี่ยนตี และเป็นที่รังเกียจเดียดฉันท์

บรรดาผู้รับใช้ที่สัตย์ซื่อของพระเจ้าในยุคปัจจุบันก็เช่นเดียวกัน ถ้าเราสำแดงหมายสำคัญและการอัศจรรย์ ผีมารซาตานจะไม่อยู่นิ่งเฉย มันพยายามที่จะขัดขวางงานของพระเจ้า

นอกจากนั้น ผู้เชื่อบางคนยังอิจฉา ก่อกวน และขัดขวางงานของพระเจ้าเพราะเขาไม่สามารถสำแดงการทำงานด้วยฤ

ทธิอำนาจเช่นนั้น ผู้รับใช้ของพระเจ้าหรือบุตรของพระเจ้าอาจตกอยู่ในสถานการณ์ที่ทุกข์เวทนาด้วยเหตุผลที่หลากหลายในสมัยของเปาโลก็เช่นเดียวกัน

"เขาเป็นผู้รับใช้ของพระคริสต์หรือ ข้าพเจ้าเป็นดีกว่าเขาเสียอีก (ข้าพเจ้าพูดอย่างคนโง่) ข้าพเจ้าทำงานมากยิ่งกว่าเขาอีก ข้าพเจ้าถูกโบยตีเกินขนาด ข้าพเจ้าติดคุกมากกว่าเขา ข้าพเจ้าหวิดตายบ่อย ๆ พวกยิวเฆี่ยนข้าพเจ้าห้าครั้ง ๆ ละสามสิบเก้าที เขาตีข้าพเจ้าด้วยไม้เรียวสามครั้ง เขาเอาก้อนหินขว้างข้าพเจ้าครั้งหนึ่ง ข้าพเจ้าเผชิญภัยเรือแตกสามครั้ง ข้าพเจ้าลอยอยู่ในทะเลคืนหนึ่งกับวันหนึ่ง ข้าพเจ้าต้องเดินทางบ่อย ๆ เผชิญภัยอันน่ากลัวในแม่น้ำ เผชิญโจรภัย เผชิญภัยจากชนชาติของข้าพเจ้าเอง เผชิญภัยจากคนต่างชาติ เผชิญภัยในนคร เผชิญภัยในป่า เผชิญภัยในทะเล เผชิญภัยจากพี่น้องเทียม ต้องทำงานเหน็ดเหนื่อยและยากลำบาก ต้องอดหลับอดนอนบ่อย ๆ ต้องหิวและกระหาย ต้องอดข้าวบ่อย ๆ ต้องทนหนาวและเปลือยกาย" (2 โครินธ์ 11:23-27)

ปกติผู้คนที่เข้มแข็งจะตบตีคนอื่น แต่เปาโลเป็นคนอ่อนแอและบอบบางเพียงใด เพราะความอ่อนแอของท่านเปาโลจึงถูกเฆี่ยนตีหลายครั้งและเผชิญกับความทุกข์ยากลำบากและการถูกทำร้ายอย่างมากมาย ท่านถูกเฆี่ยนตีเพราะเป็นคนไร้เกียรติ

เปาโลเคยหิว กระหาย หนาว และไม่มีเสื้อผ้า แต่ท่านสามารถทนต่อสิ่งเหล่านี้ได้ทั้งหมด ท่านกล่าวว่าสิ่งที่มีความสำคัญต่อท่านคือความห่วงใยที่ท่านมีต่อคริสตจักรทั้งปวง

"และนอกจากสิ่งเหล่านั้นที่อยู่ภายนอกแล้ว ยังมีการอื่นที่บีบข้าพเจ้าอยู่ทุกวัน ๆ คือการดูแลคริสตจักรทั้งปวง มีใครบ้างเป็นคนอ่อนกำลังและข้าพเจ้าไม่อ่อนกำลังด้วย มีใครบ้างที่ถูกทำให้สะดุ

ดและข้าพเจ้าไม่เป็นทุกข์เป็นร้อนด้วย ถ้าข้าพเจ้าจำเป็นต้องอวดข้าพเจ้าก็จะอวดสิ่งที่แสดงว่า ข้าพเจ้าเป็นคนอ่อนกำลัง" (2 โครินธ์ 11:28-30)

เปาโลอวดความอ่อนแอของท่าน เราควรอวดความอ่อนแอของเราเช่นกัน ไม่ใช่ความเข้มแข็ง

จนถึงเวลานี้เราก็ทั้งหิวและกระหาย เปลือยเปล่าและถูกโบยตีและไม่มีที่อาศัยเป็นหลักแหล่ง เราทำการหนักด้วยมือของเราเอง เมื่อถูกด่าเราก็อวยพร เมื่อถูกข่มเหงเราก็ทนเอา เมื่อถูกใส่ร้ายเราก็อ้อนวอน เรากลายเป็นเหมือนกากเดนของโลกและเหมือนราคีของสิ่งสารพัดจนถึงบัดนี้ (4:11-13)

คำว่า "หิวและกระหาย" ในที่นี้มีความหมายฝ่ายวิญญาณ สิ่งนี้ไม่ใช่ความหิวและความกระหายฝ่ายร่างกาย อัครทูตไม่ได้หิวหรือกระหายเพราะพระเจ้าไม่ได้จัดเตรียมไว้สำหรับคนเหล่านั้น

ยกตัวอย่าง ผู้เชื่อบางคนยังคงหิวและกระหายอยู่แม้ว่าเขาจะมีความมั่งคั่งทางด้านวัตถุ คนเหล่านี้ไม่ได้ใช้จ่ายเงินทองเพื่อตนเอง แต่เขาพยายามอย่างสุดกำลังที่จะถวายให้กับพระเจ้าและเพื่อแผ่นดินของพระองค์ เพื่อการทำงานของมิชชันนารี เพื่อการก่อสร้างคริสตจักร และเพื่อพันธกิจด้าน
อื่น ๆ

เปาโลประกาศพระกิตติคุณในขณะที่ทำงานไปด้วย ในเวลานั้นพระกิตติคุณไม่ได้แพร่กระจายออกไปอย่างกว้างขวางนักและท่านต้องก่อตั้งคริสตจักรต่าง ๆ ในช่วงเวลาที่ผู้คนกำลังถูกฆ่าเพียงเพราะเขาเชื่อในพระเยซูคริสต์ เพราะท่านต้องประกาศพระกิตติคุณในสถานที่ซึ่งผู้คนไม่รู้จักพระเยซูคริสต์เลย ท่านจึงไม่ได้รับการต้อนรับจากผู้คน

เพราะเหตุนี้ อัครทูตเปาโลจึงเผยแพร่พระกิตติคุณพร้อมกับประกอบอาชีพไปด้วยในเวลาเดียวกัน แต่เมื่อท่านถูกต่อว่าท่านก็อวยพร เมื่อท่านถูกข่มเหง ท่านก็อดทน

การถูกต่อว่าคือการถูกดุด่าด้วยถ้อยคำเสีย ๆ หาย ๆ พระคัมภีร์บอกให้เราชื่นชมยินดีเมื่อเราถูกข่มเหงเพราะองค์พระผู้เป็นเจ้า (มัทธิว 5:11-12)

มัทธิว 5:44 กล่าวว่า "ฝ่ายเราบอกท่านว่า จงรักศัตรูของท่าน จงอวยพรแก่ผู้ที่สาปแช่งท่าน จงทำดีแก่ผู้ที่เกลียดชังท่าน และจงอธิษฐานเพื่อผู้ที่ปฏิบัติต่อท่านอย่างเหยียดหยามและข่มเหงท่าน" ดังนั้นเราต้องรักศัตรูของเราและอธิษฐานเผื่อคนที่ข่มเหงเรา

ข้อ 13 กล่าวว่า "เมื่อถูกใส่ร้ายเราก็อ้อนวอน" สิ่งนี้หมายความว่าเมื่อคนอื่นใส่ร้ายเรา เราควรชี้นำเขาอย่างเข้าใจด้วยคำพูดที่ดี เราไม่ควรใส่ร้ายและพูดดูหมิ่นเขา แต่เราควรรักเขา อวยพรเขา และช่วยให้เขาเข้าใจ

จากนั้นเราก็จะมีสันติสุขซึ่งเป็นการหลีกเลี่ยงการทำงานของซาตาน นอกจากนั้น เราจะอยู่อย่างสงบสุขเช่นกัน ดังนั้นเราจึงสามารถชื่นชมยินดีและขอบพระคุณ เราต้องไม่ยอมให้ผู้หนึ่งผู้ใดทำให้เราเสียใจหรือท้อใจ

เมื่ออัครทูตประพฤติเช่นนี้ คนเหล่านั้นจึงกลายเป็นเหมือนกากเดนของโลกและเหมือนราคีของสิ่งสารพัดจนถึงบัดนี้ สิ่งนี้หมายถึงอะไร

ผู้คนเลี้ยงสุนัขหรือนกไว้เป็นสัตว์ด้วยการเลี้ยงและเอาใจใส่ดูแลอย่างมาก ผู้คนที่ชื่นชอบต้นไม้หรือดอกไม้จะจับตัวหนอนออกจากต้นไม้ รดน้ำ ใส่ปุ๋ย และถอนวัชพืช เขารักต้นไม้เหล่านี้เพราะต้นไม้นำความชื่นบานและความสงบสุขเล็ก ๆ น้อย ๆ มาให้เขา

แต่อัครทูตถูกใส่ร้าย ข่มเหง แช่งด่า และเฆี่ยนตีแทนที่จะได้รับความรัก คนเหล่านั้นได้รับการปฏิบัติเหมือนกากเดนของโลกและ

เหมือนราคีของสิ่งสารพัด แม้แต่สัตว์หรือต้นไม้ก็ได้รับความรักแ
ละการเอาใจใส่ดูแลจากผู้คน แต่เหล่าอัครทูตกลับได้รับการปฏิบัติ
เหมือนกับเป็นขยะ

อัครทูตควรได้รับความรักมากกว่าเพราะท่านเหล่านั้นช่วยแก้ไ
ขปัญหาที่ยุ่งยากของผู้คนจำนวนมาก คนเหล่านั้นประกาศพระคำ
และรักษาโรคภัยไข้เจ็บของผู้คน แต่แทนที่อัครทูตจะได้รับคำขอ
บคุณ ท่านเหล่านั้นกลับถูกเฆียนตีและถูกกล่าวประณามว่าเป็นผู้ส
อนผิด คนเหล่านั้นต้องย้ายที่อยู่อาศัยอยู่เสมอเพื่อหลบหนีการข่มเ
หง เพราะเหตุนี้เปาโลจึงกล่าวว่าท่านเหล่านั้นเป็นเหมือนกากเดน
ของโลก

ข้าพเจ้ามิได้เขียนข้อความเหล่านี้เพื่อจะให้ท่านได้อาย แต่เขีย
นเพื่อเตือนสติในฐานะที่ท่านเป็นลูกที่รักของข้าพเจ้า เพราะในพระคริ
สต์ถึงแม้ท่านมีครูสักหมื่นคนแต่ท่านจะมีบิดาหลายคนก็หามิได้ เพ
ราะว่าในพระเยซูคริสต์ข้าพเจ้าได้ให้กำเนิดแก่ท่านโดยข่าวประเสริฐ
(4:14-15)

ตอนนี้อัครทูตเปาโลอธิบายถึงเหตุผลว่าทำไมท่านจึงเขียนจดห
มายฉบับนี้ ท่านไม่ได้เขียนข้อความเหล่านี้เพื่อทำให้ผู้เชื่อในคริส
ตจักรโครินธ์อับอายแต่เขียนเพื่อเตือนสติเขาในฐานะที่คนเหล่านั
นเป็นลูกที่รักของท่านผู้เป็นบิดาฝ่ายวิญญาณของเขา

ข้อ 15 กล่าวว่า "เพราะในพระคริสต์ถึงแม้ท่านมีครูสักหมื่นค
นแต่ท่านจะมีบิดาหลายคนก็หามิได้ เพราะว่าในพระเยซูคริสต์ข้า
พเจ้าได้ให้กำเนิดแก่ท่านโดยข่าวประเสริฐ"

"บิดา" จะเลี้ยงดูลูกของตน ให้คำแนะนำ และให้การศึกษาแก่เ
ขาจนกว่าลูกจะเติบโตเป็นผู้ใหญ่ บิดาจะจัดเตรียมสิ่งจำเป็นของชี
วิตไว้ให้กับลูกของตน เนื่องจาก "ครู" ไม่ใช่ "บิดา" ครูจึงรับผิดชอ

บเฉพาะในเรื่องการสอนเท่านั้น

ในทำนองเดียวกัน ทุกวันนี้มีครูอยู่มากมายในคริสตจักร แต่คนที่เป็น “บิดา” นั้นมีอยู่ไม่มาก กล่าวคือ มีศิษยาภิบาลหลายคนที่สั่งสอนพระคำของพระเจ้า แต่คนที่เป็นบิดาฝ่ายวิญญาณซึ่งเป็นบุคคลแห่งความจริงอย่างสมบูรณ์ที่รับผิดชอบต่อการปลูกฝังความเชื่อในหมู่ผู้เชื่อ การสั่งสอนผู้เชื่อในเรื่องความรับผิดชอบ และการนำผู้เชื่อไปจนกระทั่งเขาเป็นผู้ใหญ่ฝ่ายวิญญาณนั้นมีอยู่น้อย

อัครทูตเปาโลกล่าวว่า “ข้าพเจ้าได้ให้กำเนิดแก่ท่านโดยข่าวประเสริฐ” สิ่งนี้หมายความว่าเปาโลเป็นบิดาของผู้เชื่อในคริสตจักรโครินธ์กระนั้นหรือ ใช่ ท่านเป็นบิดาของผู้เชื่อในคริสตจักรโครินธ์เพราะท่านได้ให้กำเนิดแก่เขาโดยข่าวประเสริฐ

ตัวอ่อนถูกสร้างขึ้นเมื่อน้ำอสุจิของผู้ชายและไข่ของผู้หญิงผสมพันธุ์กัน จากนั้นตัวอ่อนจะรับเอาสารอาหารจากแม่เพื่อสร้างกระดูก เส้นเอ็น ดวงตา จมูก ปาก เส้นผม มือ และเท้า แม่ต้องดูแลเอาใจใส่ทารกในครรภ์เป็นเวลา 9 เดือนในขณะที่ทารกเติบโตขึ้น “การให้กำเนิด” ไม่เกี่ยวกับการ “คลอดลูก” อย่างแท้จริงเพียงอย่างเดียว แต่สิ่งนี้เป็นกระบวนการต่าง ๆ ที่เกี่ยวข้องกับการเลี้ยงดูลูก

ถ้าเช่นนั้นการให้กำเนิดโดยข่าวประเสริฐในพระเยซูคริสต์คืออะไร

เมื่อเราต้อนรับเอาพระเยซูคริสต์และได้รับพระวิญญาณบริสุทธิ์ เราได้รับเมล็ดพันธุ์แห่งชีวิตในจิตใจของเรา เมื่อเมล็ดตกลงไปในดินเมล็ดนั้นก็แตกหน่อ เติบโต และออกผล เมล็ดพันธุ์แห่งชีวิตก็เริ่มแตกหน่อและเติบโตเมื่อตกลงไปในจิตใจของเราเช่นกัน

ขั้นตอนชนิดใดบ้างที่ผู้เชื่อต้องก้าวผ่านเพื่อให้เจริญเติบโตขึ้น ผู้คนที่เพิ่งต้อนรับเอาองค์พระผู้เป็นเจ้าและได้รับพระวิญญาณบริสุทธิ์เป็นเหมือนทารกเกิดใหม่ คนเหล่านี้มีขนาดค

วามเชื่อเพียงเล็กน้อยเท่านั้น แต่ความเชื่อของเขาจะจำเริญขึ้นผ่านทางพระคำของพระเจ้า เวลานี้เขาเริ่มเติบโตขึ้นเพื่อจะมีความเชื่อของเด็กเล็ก ๆ จากนั้นเป็นความเชื่อของคนหนุ่มและสุดท้ายคือความเชื่อของบิดา (1 ยอห์น 2:12-14)

ครั้งแรก คนเหล่านี้อาจไม่สามารถเข้าใจพระคำของพระเจ้าที่ตนได้ยินทุกอย่าง แต่ในไม่ช้าเขาจะเข้าใจพระคำ คนเหล่านี้รับเอาพระคำเหมือนอาหารฝ่ายวิญญาณของตนและเปลี่ยนแปลงโดยความจริง

ก่อนหน้านี้ ตาและหูของเขาดูและฟังสิ่งของฝ่ายโลก มือของเขาทำสิ่งที่ไม่ดี แต่บัดนี้เขาปีติยินดีกับการดู การฟัง และการทำสิ่งที่อยู่ในความจริง เขาพยายามที่จะคิดและวางแผนสำหรับสิ่งที่ดีและพูดถ้อยคำที่ดี

อะไรคือต้นเหตุของการเปลี่ยนแปลงเช่นนี้ คนเหล่านี้เข้าใจพระคำของพระเจ้าที่เทศน์ออกมาและพระคำนั้นได้เปลี่ยนแปลงชีวิตของเขา มนุษย์ฝ่ายเนื้อหนังกลายเป็นมนุษย์ฝ่ายวิญญาณและนี่คือการให้กำเนิดโดยข่าวประเสริฐที่เปาโลกล่าวถึง

แน่นอน บิดาแห่งวิญญาณจิตองค์เดียวคือพระเจ้าพระบิดา อย่างไรก็ตามเราสามารถเรียกผู้คนที่ให้กำเนิดแก่เราโดยข่าวประเสริฐว่า "บิดาฝ่ายวิญญาณ" กล่าวคือ พระเจ้าทรงเป็นพระบิดาดั้งเดิมของเรา แต่ผู้รับใช้ของพระเจ้าที่ให้กำเนิดแก่เราโดยข่าวประเสริฐและนำเราให้เติบโตขึ้นในฝ่ายวิญญาณสามารถเป็นบิดาฝ่ายวิญญาณของเราเช่นกัน แต่ระดับของการเติบโตของเราแตกต่างกันอย่างแน่นอน

เหตุ**ฉะนั้น** ข้าพเจ้าจึงขอให้ท่านทำตามอย่างข้าพเจ้า (4:16)

เปาโลกล่าวไว้ใน 1 โครินธ์ 11:1 ว่า "ท่านทั้งหลายก็จงปฏิบัติ

ตามอย่างข้าพเจ้า เหมือนอย่างที่ข้าพเจ้าปฏิบัติตามอย่างพระคริสต์" คำกำชับของท่านมีเงื่อนไขอยู่ข้อหนึ่ง

ถ้าบิดาคนหนึ่งสามารถพูดด้วยความมั่นใจว่าเขาได้ดำเนินชีวิตที่ประสบความสำเร็จและเที่ยงตรงมาโดยตลอด ท่านคาดว่าบิดาคนนี้จะสอนลูกของตนอย่างไร เขาคงสอนลูกให้ทำตามแบบอย่างของเขา

แต่สมมุติว่าบิดาไม่ได้ดำเนินชีวิตที่เป็นแบบอย่าง เขาเป็นคนขี้เหล้าและเป็นนักเลงหัวไม้ ถ้าเป็นเช่นนี้ เขาคงแนะนำให้ลูกของเขาทำตามแบบอย่างของใครบางคนที่มีความโดดเด่น

อัครทูตเปาโลแนะนำผู้เชื่อในโครินธ์ด้วยจิตใจของบิดาผู้มีความมั่นใจว่า "เหตุฉะนั้น ข้าพเจ้าจึงขอให้ท่านทำตามอย่างข้าพเจ้า" ท่านสามารถสอนผู้เชื่อในโครินธ์ด้วยถ้อยคำเหล่านี้เพราะท่านทำตามแบบอย่างของพระคริสต์

ข้อนี้หมายความว่า "จงรักพระเจ้ามากที่สุดเหมือนดังที่ข้าพเจ้ารักพระองค์มากที่สุดและจงสัตย์ซื่อจนถึงวันตายเหมือนดังที่ข้าพเจ้าสัตย์ซื่อจนถึงวันตาย" อัครทูตเปาโลรักพระเจ้าอย่างไร เหมือนดังที่ระบุไว้ใน 2 โครินธ์ 11 ว่าท่านยอมเป็นคนโง่เขลาเพราะเห็นแก่พระคริสต์ เพราะเห็นแก่พระคริสต์ท่านยอมเป็นคนอ่อนแอและเป็นคนอัปยศ ท่านกระหาย ท่านหิว ท่านถูกเฆี่ยนตีและเปลือยกาย เมื่อท่านถูกข่มเหงท่านก็อดทนและอธิษฐานเผื่อผู้ข่มเหงและในยามที่ท่านถูกใส่ร้ายท่านก็อวยพรผู้คนที่ใส่ร้ายท่าน

เปาโลทำสิ่งต่าง ๆ เหล่านี้ภายในความจริง ท่านสามารถพูดว่า "จงทำตามอย่างข้าพเจ้า" เพราะท่านดำรงอยู่ในพระคำของพระเจ้าด้วยการรักพระคริสต์และมีพระลักษณะของพระเยซูคริสต์

กล่าวคือ ถ้าเราทำตามแบบอย่างของเปาโลก็หมายความว่าเราทำตามแบบอย่างของพระเยซู ถ้าเราทำตามแบบอย่างพระลักษณ

ะของพระเยซูก็หมายความว่าเรามีพระลักษณะของพระเจ้าและเราจะได้รับส่วนในสภาพของพระองค์ (2 เปโตร 1:4)

สิ่งนี้คล้ายคลึงกับกรณีที่สาวกของพระเยซูทูลขอให้พระองค์ทรงสำแดงพระเจ้าให้เขาเห็น พระเยซูตรัสตอบว่าผู้คนที่เห็นพระองค์ก็เห็นพระเจ้า ทั้งนี้ก็เพราะว่าการที่พระเยซูทรงทำตามน้ำพระทัยของพระเจ้านั้นพระองค์ทรงมีพระลักษณะเหมือนพระเจ้า เราควรกล้าบอกให้คนอื่นทำตามแบบอย่างของเราด้วยเช่นกันโดยการรักพระเจ้าและการดำเนินชีวิตอยู่ในความจริง

เพราะเหตุนี้ ข้าพเจ้าจึงได้ใช้ทิโมธีลูกที่รักของข้าพเจ้าซึ่งเป็นคนสัตย์ซื่อในองค์พระผู้เป็นเจ้าให้มาหาท่านเพื่อนำท่านให้ระลึกถึงแบบการประพฤติของข้าพเจ้าในพระคริสต์ ตามที่ข้าพเจ้าสอนอยู่ในทุกคริสตจักร (4:17)

เปาโลพูดถึงทิโมธีว่าเป็น “ลูกที่รักของข้าพเจ้าซึ่งเป็นคนสัตย์ซื่อในองค์พระผู้เป็นเจ้า” เพราะเปาโลรักทิโมธีอย่างมากและอบรมเลี้ยงดูทิโมธีด้วยพระคำแห่งความจริง ผลลัพธ์ก็คือทิโมธีกลายเป็นคนที่สัตย์ซื่อด้วยการทำตามแบบอย่างของอัครทูตเปาโลและดำเนินชีวิตอยู่ในความจริง

เปาโลส่งทิโมธีไปยังโครินธ์เพื่อสั่งสอนผู้เชื่อในคริสตจักที่นั่นแทนท่านเกี่ยวกับสิ่งที่ท่านได้สั่งสอนคริสตจักรต่าง ๆ สิ่งที่สอนในที่นี้ไม่ได้แตกต่างไปจากสิ่งที่ท่านสอนในทุกที่ทุกแห่งและในทุกคริสตจักร ท่านสอนพระคำของพระเจ้าอย่างเดียวกันและสอนเรื่องหนทางแห่งการเขนแบบเดียวกัน ท่านเป็นพยานถึงการคืนพระชนม์ของพระเยซูคริสต์และสำแดงให้เห็นถึงหลักฐานของความจริงแห่งพระคำด้วยการกระทำของท่าน

ถ้าเช่นนั้น ข้อความที่ว่าทิโมธีจะ “มาหาท่านเพื่อนำท่านให้ระลึ

กถึงแบบอย่างการประพฤติของข้าพเจ้าในพระคริสต์ ตามที่ข้าพเจ้าสอนอยู่ในทุกคริสตจักร” หมายถึงอะไร ทิโมธีทำตามแบบอย่างการประพฤติของเปาโลและสอนสิ่งที่ท่านได้เรียนรู้จากเปาโล

ยกตัวอย่าง อัครทูตเปาโลไม่ได้สอนเพียงแค่ว่าคนเหล่านั้นต้องอธิษฐานด้วยการอดอาหารและการร้องทูลเพื่อจะได้รับคำตอบจากพระเจ้า แต่ท่านทำตามสิ่งที่ท่านสอนด้วยเช่นกัน ทิโมธีก็ทำแบบเดียวกัน ทิโมธีไม่ได้เพียงแค่สอน แต่ท่านได้สำแดงและทำตามสิ่งที่ท่านสอน เปาโลช่วยคนยากจนและหนุนใจผู้คนที่อยู่ในการทดลองและความยากลำบาก ทิโมธีก็ทำแบบเดียวกันด้วยการช่วยเหลือคนยากจนและหนุนใจผู้เชื่อที่อยู่ในความยากลำบาก

สิ่งที่ทิโมธีทำก็เหมือนกับสิ่งที่เปาโลทำ เพราะเหตุนี้แม้อัครทูตเปาโลไม่ได้อยู่กับคนเหล่านั้นแต่เมื่อเขาเห็นการกระทำของทิโมธีผู้เชื่อในคริสตจักรโครินธ์ก็ระลึกถึงเปาโล

ฤทธิ์อำนาจและความสามารถโดยแผ่นดินของ พระเจ้า

แต่บางคนทำผยองราวกับข้าพเจ้าจะไม่มาหาท่าน แต่ถ้าองค์พระผู้เป็นเจ้าทรงโปรด ข้าพเจ้าจะมาหาท่านในไม่ช้านี้ และข้าพเจ้าจะหยั่งดู มิใช่ถ้อยคำของคนที่ผยองเหล่านั้นแต่จะหยั่งดูฤทธิ์อำนาจของเขา (4:18-19)

อัครทูตเปาโลก่อตั้งคริสตจักรในเมืองโครินธ์และละคริสตจักรนั้นไว้เพื่อเดินทางไปทำพันธกิจต่อในเอเชีย ในเวลาเดียวกันผู้เชื่อบางคนในโครินธ์เริ่มหยิ่งผยอง คนเหล่านั้นคิดว่าเปาโลคงไม่กลับมาอีกและเขาเริ่มปฏิบัติตนเหมือนกษัตริย์ เขาไม่ได้ให้เกียรติผู้คนที่อยู่ในระดับสูงกว่าในคริสตจักร

ที่จริง ทุกคนควรจำเอาไว้เพราะในปัจจุบันเราก็มีกรณีที่คล้ายคลึงกันเช่นนี้ด้วยเช่นกัน ความหยิ่งผยองสามารถผุดขึ้นมาได้โดยที่เราไม่รู้ตัวว่าสิ่งนั้นกำลังเกิดขึ้น เมื่อความหยิ่งผยองมีความรุนแรงมากขึ้นสิ่งนี้ก็จะถูกเปิดเผยออกมาให้คนอื่นเห็น แต่คนที่มีความหยิ่งผยองจะไม่รู้ตัว

ด้วยเหตุนี้ เราจึงต้องตรวจสอบตนเองด้วยพระคำของพระเจ้าอยู่เสมอ ผู้คนที่มีตำแหน่งต่ำกว่าในคริสตจักรควรให้เกียรติผู้คนที่มี

ตำแหน่งสูงกว่าตน แม้แต่ผู้นำเองก็ไม่ควรตัดสินใจและทำทุกสิ่งอย่างเป็นเอกเทศตามที่ตนต้องการ

ข้อ 19 พูดถึงจิตใจของเปาโลที่ห่วงใยต่อความจริงที่ว่าสมาชิกในคริสตจักรโครินธ์เริ่มหยิ่งผยอง คนเหล่านั้นเริ่มทำตัวเป็นอุปสรรคต่อแผ่นดินของพระเจ้าและหลู่พระเกียรติของพระองค์ เปาโลต้องการที่จะไปเยียมคนเหล่านั้นทันทีเพื่อแก้ปัญหาดังกล่าว แต่ไม่ใช่เรื่องง่ายเพราะท่านยังอยู่ในเมืองเอเฟซัส

เปาโลเข้าใจเป็นอย่างดีจากประสบการณ์ของท่านว่าท่านไม่สามารถทำสิ่งใดตามใจของท่านได้เว้นแต่องค์พระผู้เป็นเจ้าทรงอนุญาตให้ท่านทำ เมื่อท่านต้องการที่จะเดินทางไปเอเชียเพื่อประกาศพระกิตติคุณ พระวิญญาณบริสุทธิ์ทรงยับยั้งท่านไว้ ในนิมิตเปาโลมองเห็นชาวมาซิโดเนียคนหนึ่งที่เรียกร้องให้ท่านเดินทางมายังแดว้นมาซิโดเนียเพื่อช่วยเหลือคนเหล่านั้น จากนั้นท่านก็เปลี่ยนเส้นทางของท่านและมุ่งหน้าไปยังยุโรปทันที (กิจการ 16:6-10)

ยิ่งบุตรของพระเจ้ากำจัดความเท็จออกไปจากจิตใจของตนและปลูกฝังความจริงไว้มากเท่าใด เขาก็จะสามารถได้ยินพระสุรเสียงของพระวิญญาณบริสุทธิ์มากขึ้นเท่านั้น จากนั้นเมื่อเราได้ยินพระสุรเสียงของพระวิญญาณบริสุทธิ์เราก็ต้องทำตามพระสุรเสียงนั้นแทนที่เราจะทำตามความคิดของตนเอง

แต่ถ้าเราพยายามที่จะตัดสินใจตามความคิด หลักทฤษฎีและประสบการณ์ของเรา (แม้หลังจากที่เราได้ยินพระสุรเสียงของพระวิญญาณบริสุทธิ์แล้วก็ตาม) พระเจ้าก็ไม่สามารถนำเราไปสู่ความสำเร็จได้ ในกรณีนี้ ถ้าเราสำนึกในทันทีว่าแนวทางของเราไม่ใช่น้ำพระทัยของพระเจ้าพร้อมกับกลับใจและหันหลังกลับ เราก็สามารถหลีกเลี่ยงการทดลองและความทุกข์ยากลำบากเพราะพระเจ้าจะทรงช่วยคนที่รักพระองค์ให้เกิดผลอันดีในทุกสิ่ง

แต่ในกรณีส่วนใหญ่ ผู้คนที่ไม่ได้ยินหรือไม่เชื่อฟังพระสุรเสียง

ของพระวิญญาณบริสุทธิ์จะทำตามความคิดของตนเองอย่างต่อเนื่องและเขาไม่สามารถบรรลุตามแผนการของตนอย่างสมบูรณ์ แม้ในยามที่พระวิญญาณบริสุทธิ์ทรงคร่ำครวญอยู่ภายในเขาและเขารู้สึกถึงความทุกข์อยู่ในจิตใจของตน แต่เขาก็ไม่จริงจังกับสิ่งนั้นและยังทำตามแนวทางของตนเองอย่างต่อเนื่อง จากนั้นคนเหล่านี้จะพบกับความทุกข์ยากลำบาก

เปาโลกล่าวต่อไปว่า "แต่ถ้าองค์พระผู้เป็นเจ้าทรงโปรดข้าพเจ้าจะมาหาท่านในไม่ช้านี้ และข้าพเจ้าจะหยั่งดู มิใช่ถ้อยคำของคนที่ผยองเหล่านั้นแต่จะหยั่งดูฤทธิ์อำนาจของเขา" คำว่า "ฤทธิ์อำนาจ" ในข้อนี้แตกต่างจากคำว่า "ฤทธิ์อำนาจ" ในข้อ 20 บ้างเล็กน้อย ข้อความที่ว่า "ข้าพเจ้าจะหยั่งดูฤทธิ์อำนาจของเขา" ในข้อนี้หมายความว่าเปาโลต้องการที่จะดูความประพฤติของเขาในความสัตย์จริง เพื่อให้เราดำเนินชีวิตด้วยพระคำของพระเจ้าเราต้องได้รับฤทธิ์อำนาจของพระเจ้าซึ่งอยู่เหนือความพยายามทุกอย่างของเรา

โปรดคิดถึงช่วงเวลาที่ท่านต้อนรับเอาองค์พระผู้เป็นเจ้าและได้รับพระคุณของพระเจ้าเป็นครั้งแรก หลังจากต้อนรับเอาพระคริสต์และได้รับพระวิญญาณบริสุทธิ์ เราเริ่มที่จะเรียนรู้พระคำของพระเจ้า จากนั้นเราตัดสินใจที่จะดำเนินชีวิตตามพระคำของพระเจ้า แต่ที่จริงเราไม่สามารถทำสิ่งนั้นได้ง่าย ๆ เรามีความปรารถนาที่จะทำตามพระคำ แต่เราไม่มีกำลังที่จะทำตามพระคำนั้น

ในช่วงเวลานี้เราสามารถรับเอาพระคุณและฤทธิ์อำนาจจากเบื้องบน ดังนั้นเราจึงสามารถประพฤติตามพระคำแห่งความจริงทีละข้อและทีละขั้นถ้าเราอธิษฐานอย่างไม่หยุดหย่อน แต่ถ้าเราไม่อธิษฐานเราก็ไม่อาจได้รับฤทธิ์อำนาจจากเบื้องบนและไม่สามารถประพฤติตามพระคำได้แม้เราจะเป็นคริสเตียนมาเป็นเวลานานแล้วก็

ตาม

ดังนั้น เพื่อดำเนินชีวิตที่เป็นพระพรด้วยการรักษาพระคำของพระเจ้า เราต้องอธิษฐานอย่างต่อเนื่อง ขออย่าให้เป็นกรณีที่ว่าเราอธิษฐานเพราะเราเต็มล้นด้วยพระวิญญาณบริสุทธิ์และเราไม่อธิษฐานเพราะเราสูญเสียความไพบูลย์ของพระวิญญาณไป เราไม่ควรอธิษฐานอย่างสิ้นสุดใจและไม่หยุดหย่อนเท่านั้น แต่เราต้องอธิษฐานจนเป็นนิสัยเช่นกัน

เหมือนดังที่พระเยซูทรงอธิษฐานจนเป็นนิสัย เราต้องทำแบบเดียวกันเพื่อเพิ่มพูนคำอธิษฐานของเราให้เต็มล้น เมื่อเราเพิ่มพูนคำอธิษฐานของเรามากขึ้นเราก็มีการสื่อสารฝ่ายวิญญาณกับพระเจ้าเพิ่มมากขึ้น จากนั้นวิญญาณจิตของเราก็จำเริญขึ้นและเราจะได้รับฤทธิ์อำนาจเพื่อดำเนินชีวิตตามพระคำ

เพราะว่าอาณาจักรของพระเจ้ามิใช่เรื่องของคำพูดแต่เป็นเรื่องฤทธิ์เดช (4:20)

คำว่า "ฤทธิ์เดช" ในที่นี้แตกต่างจากฤทธิ์อำนาจในข้อก่อนหน้านี้เล็กน้อย ฤทธิ์เดชในข้อนี้เป็นฤทธิ์อำนาจที่มีระดับสูงกว่าฤทธิ์อำนาจในข้อ 19 เปาโลกล่าวว่าแผ่นดินของพระเจ้าไม่ใช่เรื่องของคำพูดแต่เป็นเรื่องฤทธิ์เดช ในปัจจุบันมีคำพูดมากมายในหลาย ๆ คริสตจักร แต่แผ่นดินของพระเจ้าไม่ใช่เรื่องคำพูดแต่เป็นฤทธิ์เดชและคำพูดเพียงอย่างเดียวจะไร้ประโยชน์

พวกอัครทูตในคริสตจักรยุคแรกไม่ได้มีทักษะการพูดที่ดี เปโตรเคยเป็นชาวประมง ท่านไม่ได้มีความสามารถในการพูดที่ดีนักและท่านไม่ได้มีความรู้ฝ่ายโลกมากมาย แต่เมื่อเปโตรได้รับฤทธิ์อำนาจจากเบื้องบน ท่านก็สามารถจูงใจผู้คนมากกว่าสามพันคนให้กลับใจในวันเดียว เปาโลไม่ได้มีทักษะในการใช้วาทศิลป์

แต่ท่านมีฤทธิ์อำนาจของพระเจ้า ท่านวางรากฐานของการประกาศพระกิตติคุณทั่วโลกในท่ามกลางสถานการณ์ที่ยากลำบากในคริสตจักรยุคแรก

ในปัจจุบันก็เช่นเดียวกัน แผ่นดินของพระเจ้าเป็นเรื่องของฤทธิ์อำนาจเพียงอย่างเดียว ความรู้หรือสติปัญญาที่เป็นเลิศของโลกนี้ไม่สามารถช่วยดวงวิญญาณจำนวนมากให้รอด เราไม่สามารถขยายอาณาจักรของพระเจ้าและมีชัยในการทำสงครามกับผีมารซาตานด้วยคำพูดหรือสติปัญญาของมนุษย์เช่นกัน

เราเห็นใน 1 โครินธ์ 2:4 ก่อนหน้านี้ว่าอัครทูตเปาโลกล่าวว่า "คำพูดและคำเทศนาของข้าพเจ้า ไม่ใช่คำที่เกลี้ยกล่อมด้วยสติปัญญาของมนุษย์ แต่เป็นคำซึ่งได้แสดงพระวิญญาณและพระเดชานุภาพ" ท่านมีความรู้มากมายจากการศึกษาอยู่ภายใต้กามาลิเอล แต่ท่านถือว่าสิ่งเหล่านั้นไร้ประโยชน์และเป็นเหมือนหยากเยื่อ

คำว่า "ฤทธิ์เดช" ที่สามารถปลูกฝังความเชื่อในผู้คน ช่วยดวงวิญญาณให้รอด และขยายอาณาจักรของพระเจ้าในข้อนี้คืออะไร

ประการแรก ฤทธิ์เดชคือการรักษาและประพฤติตามพระคำของพระเจ้าด้วยการกระทำและความจริงเมื่อเราต้อนรับเอาพระเยซูคริสต์ ได้รับพระวิญญาณบริสุทธิ์ และอธิษฐานต่อพระเจ้า

ประการที่สอง ฤทธิ์เดชคือการเกิดผลเมื่อเราประพฤติตามพระคำอย่างต่อเนื่อง เราจะเกิดผลของพระวิญญาณบริสุทธิ์เมื่อเราดำเนินชีวิตด้วยพระคำของพระเจ้าและสิ่งนี้ไม่ได้เกิดขึ้นตามที่เราต้องการ แต่เกิดขึ้นด้วย "ฤทธิ์เดช" ในความเชื่อ

เมื่อผู้คนที่เกิดผลของพระวิญญาณบริสุทธิ์อธิษฐานด้วยความเพื่อรับเอาฤทธิ์อำนาจเพิ่มมากขึ้น พระเจ้าจะประมาณฤทธิ์อำนาจและสิทธิอำนาจจากเบื้องบนให้กับเขา สิ่งนี้เป็นฤทธิ์อำนาจของพระคำและฤทธิ์อำนาจที่ทำให้เกิดหมายสำคัญและการอัศจรรย์

แม้ว่าเราจะไม่มีทักษะการพูดที่ดี เราก็จะสามารถประกาศพระคำที่แทงทะลุเข้าไปในส่วนต่าง ๆ ของจิตและวิญญาณรวมทั้งไขและข้อกระดูกและเปลี่ยนแปลงจิตใจถ้าเราได้รับฤทธิ์อำนาจแห่งพระคำจากพระเจ้า เราสามารถปลูกฝังความเชื่อในคนเหล่านั้นและช่วยเขาดำเนินชีวิตในพระคำของพระเจ้า

ยอห์น 4:48 บันทึกไว้ว่า “พระเยซูจึงตรัสกับเขาว่า ‘ถ้าพวกท่านไม่เห็นหมายสำคัญและการมหัศจรรย์ ท่านก็จะไม่เชื่อ’”

เพื่อช่วยดวงวิญญาณให้รอด เราต้องไม่มีเฉพาะฤทธิ์อำนาจของพระคำเท่านั้น แต่เราต้องสำแดงหมายสำคัญและการอัศจรรย์ที่สามารถปลูกฝังความเชื่อในผู้คนด้วยเช่นกัน ผู้คนจะเชื่ออย่างแท้จริงเมื่อเขาเห็นหมายสำคัญและการอัศจรรย์และหลักฐานพิสูจน์ว่าพระเจ้าทรงสถิตอยู่กับเขา ด้วยวิธีนี้ผู้คนก็จะสามารถเอาชนะโลกและดำเนินชีวิตในพระคำของพระเจ้า

ถ้าไม่มีหมายสำคัญและการอัศจรรย์ก็เป็นการยากที่จะมีความเชื่อที่แท้จริงและดำเนินชีวิตด้วยพระคำ สิ่งนั้นเพียงแต่จะทำให้เกิด “ผู้ไปโบสถ์” ซึ่งเป็นเหมือนข้าวละมาน ด้วยพัฒนาการของวิทยาศาสตร์และเทคโนโลยี เรายิ่งต้องการหมายสำคัญและการอัศจรรย์มากกว่าแต่ก่อน แต่บางคนวิพากษ์วิจารณ์ในเรื่องนี้เมื่อเราพูดว่าหมายสำคัญและการอัศจรรย์กำลังเกิดขึ้น

แต่ผู้คนที่มีจิตใจดีงามจะยอมรับเอาพระเยซูเป็นพระผู้ช่วยให้รอดส่วนตัวของตนเมื่อเขาเห็นหมายสำคัญและการอัศจรรย์ ทั้งในสมัยของพระเยซูและในปัจจุบัน ผู้คนที่ที่วิพากษ์วิจารณ์การทำงานอย่างอัศจรรย์เหล่านั้นคือผู้คนที่มีจิตใจชั่วร้าย

ในหนังสือกิจการเราพบว่าหมายสำคัญและการอัศจรรย์มากมายเกิดขึ้นในท่ามกลางผู้คนด้วยมือของพวกอัครทูตและจำนวนของผู้เชื่อในองค์พระผู้เป็นเจ้าก็เพิ่มขึ้นอย่างต่อเนื่อง (กิจการ 5:12-14) นอกจากนั้น หลังจากการคืนพระชนม์และการเสด็จขึ้นสู่สวร

รค์ของพระเยซูคริสต์ พวกสาวกได้ออกไปประกาศพระกิตติคุณในที่ต่าง ๆ ในขณะที่องค์พระผู้เป็นเจ้าทรงกระทำการร่วมกับเขาและทรงยืนยันถ้อยคำของคนเหล่านั้นด้วยหมายสำคัญที่เกิดขึ้น (มาระโก 16:19-20)

เหมือนที่กล่าวไว้ในเบื้องต้นว่าแผ่นดินของพระเจ้าไม่ใช่เรื่องของคำพูดแต่เป็นฤทธิ์เดช เมื่อฤทธิ์อำนาจถูกสำแดงให้ปรากฏ ผู้คนก็มีความเชื่อที่แท้จริงและเขาสามารถยืนหยัดอยู่บนพระคำแห่งความจริงอย่างมั่นคงและดำเนินชีวิตแห่งชัยชนะ

ท่านจะเอาอย่างไร จะให้ข้าพเจ้าถือไม้เรียวมาหาท่าน หรือจะให้ข้าพเจ้ามาด้วยความรักและด้วยใจอ่อนสุภาพ (4:21)

คำว่า "ไม้เรียว" ในข้อนี้หมายถึงการลงโทษความผิด อัครทูตเปาโลมีสิทธิอำนาจที่จะลงโทษผู้เชื่อบางคนในคริสตจักรโครินธ์ ถอดถอนเขาออกจากตำแหน่ง หรืออเปหิเขาออกไปจากคริสตจักร สาเหตุก็เพราะว่าท่านเป็นผู้ก่อตั้งคริสตจักรโครินธ์และให้กำเนิดกับคนเหล่านั้นโดยข่าวประเสริฐ

แม้เปาโลกำลังรับใช้อยู่ในสถานที่อีกแห่งหนึ่งในเวลานั้น แต่ท่านก็สามารถลงโทษหรือตักเตือนคนเหล่านั้น แล้วท่านเป็นอย่างไรบ้าง ท่านต้องการพบกับพระเจ้าแห่งความรักและความสุภาพอ่อนโยนหรือพระเจ้าแห่งการลงโทษ เราไม่ควรพบกับพระเจ้าในสถานการณ์ที่พระองค์ต้องลงโทษเรา

บทที่ 5

บทเรียนเกี่ยวกับการล่วงประเวณี

วิธีการดำเนินการกับการผิดประเวณี
จงกำจัดเชื้อเก่า
อย่าคบค้าสมาคมกับคนล่วงประเวณี

วิธีการดำเนินการกับการผิดประเวณี

มีข่าวเล่าลือว่าในพวกท่านมีการผิดประเวณีและการผิดประเวณีนั้นถึงแม้ในพวกต่างชาติก็ไม่มีเลย คือเรื่องมีว่าคนหนึ่งได้เอาภรรยาของบิดามาเป็นภรรยาของตนและพวกท่านยังผยองแทนที่จะเป็นทุกข์เป็นร้อน ที่จะตัดคนที่กระทำผิดเช่นนี้ออกเสียจากพวกท่าน (5:1-2)

อัครทูตได้ยินว่ามีการผิดประเวณีเกิดขึ้นในหมู่ผู้เชื่อในโครินธ์ การผิดประเวณีหมายถึงพฤติกรรมทางเพศที่ผิดศีลธรรม หยาบโลน และไม่ถูกต้อง การผิดประเวณีประเภทใดที่เกิดขึ้นในคริสตจักรโครินธ์ซึ่งเปาโลกล่าวว่า "การผิดประเวณีนั้นถึงแม้ในพวกต่างชาติก็ไม่มีเลย"

บางคนมีเพศสัมพันธ์กับภรรยาของบิดาตน คำว่า "ภรรยาของบิดาของตน" ในข้อนี้หมายถึงแม่เลี้ยงหรือหญิงที่เป็นภรรยาน้อยของบิดาของเขา หญิงคนนี้ไม่ใช่มารดาบังเกิดเกล้าของเขา แต่ในแง่หนึ่งหญิงคนนี้ก็ยังเป็น "มารดา" เพราะเธอเป็นภรรยาของบิดา เนื่องจากมีบางคนคงความสัมพันธ์ดังกล่าวกับผู้หญิงคนนั้น เปาโลจึงกล่าวว่าแม้ในพวกคนต่างชาติก็

ไม่มีเรื่องในทำนองนี้

เรามีเหตุการณ์เช่นนี้ในพระคัมภีร์เดิมด้วยเช่นกัน รูเบนมีความสัมพันธ์แบบเดียวกันกับบิลฮาห์ภรรยาน้อยของบิดาของเขาและยาโคบได้ยินถึงเรื่องนี้ (ปฐมกาล 35:22) เมื่อยาโคบใกล้จะเสียชีวิตท่านได้เรียกบุตรชายทั้งสิบสองคนเข้ามาและกล่าวกับรูเบนว่า “เจ้าไม่มั่นคงเหมือนดังน้ำ จึงเป็นยอดไม่ได้ ด้วยเจ้าล่วงเข้าไปถึงที่นอนบิดาของเจ้า เจ้าทำให้ที่นอนนั้นเป็นมลทิน เขาล่วงเข้าไปถึงที่นอนของเรา” (ปฐมกาล 49:4)

แน่นอน เรื่องในทำนองนี้มีเกิดขึ้นในหมู่คนต่างชาติเช่นกัน แต่เปาโลพูดว่าแม้ในพวกคนต่างชาติก็ไม่มีเลยนั่นก็เพื่อเน้นย้ำให้เห็นว่าสิ่งเช่นนี้ไม่ควรเกิดขึ้นในท่ามกลางสมาชิกของคริสตจักร

จะเกิดอะไรขึ้นถ้าเรื่องในทำนองนี้เกิดขึ้นในคริสตจักร ผู้คนที่รักพระเจ้าและมีความเชื่อจะร้องไห้คร่ำครวญเกี่ยวกับเรื่องนี้อย่างแน่นอน เขาจะอธิษฐานและอดอาหารพร้อมกับทูลพระเจ้าว่า “ข้าแต่พระเจ้า ขอทรงมีพระเมตตาต่อเขาและขอโปรดยกโทษให้กับคริสตจักรของเราที่ได้ลบหลู่พระเกียรติของพระองค์”

แต่สมาชิกของคริสตจักรโครินธ์หยิ่งผยองและไม่มีความเสียใจเกี่ยวกับเรื่องนี้ด้วยซ้ำไป คนเหล่านั้นไม่ทำสิ่งใดเลยเกี่ยวกับเรื่องนี้โดยคิดว่าสิ่งที่เกิดขึ้นไม่เกี่ยวข้องกับเขาเป็นส่วนตัว

เปาโลกล่าวว่า “พวกท่านยังผยอง” ความหยิ่งผยองการมีท่าทีของการเป็นผู้ที่มีความสูงส่งกว่าคนอื่นซึ่งแสดงออกมาด้วยอากัปกริยาที่ยกตนข่มท่านด้วยการกล่าวอ้างหรือการสันนิษฐานอย่างทะนงตนซึ่งแสดงถึงการดูหมิ่นหรือการมองไม่เห็นความสำคัญของคนอื่น ผู้คนที่ได้รับพระวิญญาณบริสุทธิ์และรู้จักพระคำของพระเจ้าต้องไม่ประพฤติตนด้วยความหยิ่งผยอง

ถ้าเช่นนั้น อะไรคือความหยิ่งผยองฝ่ายวิญญาณ เมื่อเราต้อนรับเอาองค์พระผู้เป็นเจ้าและเต็มล้นด้วยพระวิญญาณบริสุทธิ์เป็นครั้งแรก เราทุกคนมีความถ่อมใจ เมื่อเขาเต็มล้นด้วยพระวิญญาณบริสุทธิ์ผู้เชื่อจะถ่อมใจกับทุกคนและแสดงการขอบพระคุณของเขา คนเหล่านี้เข้าใจแม้กระทั่งผู้คนที่ไม่ได้พูดกับเขาด้วยความสุภาพและกรุณาปราณี เขารู้สึกว่าทุกคนน่าประทับใจและมีไมตรีจิต

เมื่อผู้คนเต็มล้นด้วยพระวิญญาณบริสุทธิ์ในตอนแรกเขาจะถ่อมใจและเขาจะร้องไห้คร่ำครวญถ้าเขาเห็นสิ่งที่ลบหลู่พระเกียรติของพระเจ้า แต่เมื่อเขาคิดว่าเขายืนอยู่บนศิลาแห่งความเชื่อในระดับหนึ่ง บางคนเริ่มคิดว่าตนดีเด่นกว่าคนอื่นเพียงเพราะเขาอธิษฐานมากและรู้จักพระคำของพระเจ้าเป็นอย่างดี

เมื่อเขาเริ่มหยิ่งผยองมากขึ้น การกระทำที่สอดคล้องกับความจริงจะลดน้อยลง เขาไม่รู้ถึงการคร่ำครวญของพระวิญญาณบริสุทธิ์ที่อยู่ภายในเขา แม้ในยามที่คนอื่นลบหลู่พระเจ้าหรือทำบาป คนเหล่านี้ไม่คิดว่าสิ่งนั้นเป็นเรื่องที่น่าเสียใจ เมื่อพี่น้องในความเชื่อทำบาป เขาคิดว่าเรื่องนั้นเป็นปัญหาของคนอื่น เขาไม่มีความห่วงใยต่อคนนั้น แต่กลับพิพากษาและวิพากษ์วิจารณ์เขา ถ้าเราไม่มีความหยิ่งผยองเราจะคิดว่าทุกเรื่องที่เกิดขึ้นในคริสตจักรเป็นเรื่องของเรา ดังนั้นถ้าพี่น้องในความเชื่อคนหนึ่งทำบาป เราจะร้องไห้คร่ำครวญด้วยการฉีกหัวใจของเราออกเพื่อเขาราวกับว่าเราเป็นผู้ทำบาปดังกล่าว

เมื่อสมาชิกของคริสตจักรโครินธ์เริ่มหยิ่งผยอง คนเหล่านั้นไม่ได้ร้องไห้คร่ำครวญให้กับสิ่งที่ไม่ถูกต้องซึ่งกำลังเกิดขึ้นในคริสตจักรและเขาไม่ได้ทำสิ่งใดเกี่ยวกับสิ่งเหล่านั้นเช่นกัน คนเหล่านั้นเพียงแต่คิดว่า “ถ้าคุณอยากลงไปสู่ความพินาศด้วยคว

ามบาปของคุณ นั่นเป็นธุระของคุณ แค่ผมดำเนินชีวิตอยู่ในความจริงก็เพียงพอแล้ว”

แม้ว่าตัวข้าพเจ้าไม่ได้อยู่กับพวกท่าน แต่ใจของข้าพเจ้าก็อยู่ด้วย ข้าพเจ้าได้ตัดสินลงโทษคนที่ได้กระทำผิดเช่นนั้นเสมือนว่าข้าพเจ้าได้อยู่ด้วย (5:3)

อัครทูตเปาโลกล่าวว่า “แม้ว่าตัวข้าพเจ้าไม่ได้อยู่กับพวกท่าน แต่ใจของข้าพเจ้าก็อยู่ด้วย” กับคริสตจักรโครินธ์ ด้วยเหตุนี้ ด้วยใจของท่านเปาโลได้ตัดสินลงโทษชายคนที่เอาภรรยาของบิดามาเป็นภรรยาของตนแล้ว การกระทำของบุคคลที่ทำบาปเช่นนั้นไม่ควรได้รับการยอมรับเลย เปาโลตัดสินว่าจิตใจของชายคนนั้นแข็งกระด้างมากจนเขาถูกพระเจ้าทอดทิ้ง

ตอนนี้เปาโลกำชับคนเหล่านั้นว่าเขาควรทำสิ่งใดก่อนที่เขาจะพบกับพระพิโรธของพระเจ้า กล่าวคือ เนื่องจากชายคนนั้นมีจิตใจที่ไม่ยอมกลับใจและหันหลังกลับ คนเหล่านั้นต้องขับไล่ชายคนนั้นให้พ้นไปจากคริสตจักร

บางคนอาจสงสัยว่า “ถ้าพระคัมภีร์สอนเราไม่ให้พิพากษาผู้หนึ่งผู้ใด ทำไมเปาโลจึงกำลังตัดสินคนอื่นในกรณีนี้” แน่นอน ตามพระคำของพระเจ้านั้นเราต้องไม่พิพากษาผู้ใด แต่บางคนที่มีคุณสมบัติที่จะพิพากษาคนอื่น

มัทธิว 7:5 กล่าวว่า “ท่านคนหน้าซื่อใจคด จงชักไม้ทั้งท่อนออกจากตาของท่านก่อน แล้วท่านจะเห็นได้ถนัด จึงจะเขี่ยผงออกจากตาพี่น้องของท่านได้”

ผู้คนที่ “ชักไม้ทั้งท่อนออกจากตา” ของตน (กล่าวคือ ผู้คนที่ดำ

เนินชีวิตอยู่ในพระคำแห่งความจริงอย่างสมบูรณ์) คือผู้ที่สามารถ มองเห็นผงที่อยู่ในตาของพี่น้องคนอื่นอย่างชัดเจน มนุษย์ฝ่ายวิญ ญาณที่ได้กำจัดความชั่วร้ายทุกรูปแบบทิ้งไปแล้วเท่านั้นที่จะมีคุณ สมบัติพิพากษาคนอื่น อัครทูตเปาโลเป็นบุคคลเช่นนี้

ด้วยเหตุนี้ เราไม่ควรเข้าใจข้อนี้ผิดและคิดว่าเราสา มารถพิพากษาคนอื่นเหมือนที่เปาโลได้กระทำเช่นกัน ก่อนที่เราจะพิพากษาคนอื่น อันดับแรกเราต้องมองย้อนก ลับไปดูตนเองอย่างถี่ถ้วน กำจัดความชั่วทุกรูปแบบทิ้งไป และดำเนินชีวิตอยู่ในพระคำ

คนที่มีคุณสมบัติพร้อมที่จะพิพากษาคนอื่นต้องเป็นมนุษย์ฝ่าย วิญญาณที่ถ่อมใจ เต็มไปด้วยความรัก สามารถร้องไห้คร่ำครวญเ พื่อคนอื่น และเป็นคนที่รักพระเจ้าเหนือสิ่งอื่นใด

ในพระนามของพระเยซูคริสต์องค์พระผู้เป็นเจ้าของเรา เมื่อท่านทั้ง หลายประชุมกันและใจของข้าพเจ้าร่วมอยู่ด้วย พร้อมทั้งฤทธิ์เดชของ พระเยซูคริสต์องค์พระผู้เป็นเจ้าของเรา พวกท่านจงมอบคนนั้นไว้ให้ ซาตานทำลายเนื้อหนังเสีย เพื่อให้จิตวิญญาณของเขารอดในวันข องพระเยซูเจ้า (5:4-5)

อัครทูตเปาโลอยู่ในระดับฝ่ายวิญญาณที่ลึกซึ้งและเมื่อท่านเขีย นหนังสือเล่มต่าง ๆ ของพระคัมภีร์ใหม่ท่านก็ได้รับการดลใจของ พระวิญญาณบริสุทธิ์อย่างไม่สิ้นสุดเช่นกัน ข้อ 4 และ 5 มีความห มายฝ่ายวิญญาณสำคัญอย่างลึกซึ้งพร้อมกับความหมายฝ่ายวิญญา ณเชิงประยุกต์เช่นกัน

เราเห็นว่ามีหลายตอนในพระคัมภีร์ที่ยากต่อการตีความ เราไม่ สามารถเข้าใจความหมายที่ถูกต้องของพระคัมภีร์ตอนเหล่านี้นอก

เสียจากว่าพระเจ้าทรงอธิบายพระคัมภีร์ตอนต่าง ๆ เหล่านี้ให้กับเราโดยพระวิญญาณบริสุทธิ์ ปัจจุบันหลายคนตีความพระคัมภีร์ข้อเหล่านี้และตอนเหล่านี้แบบตามตัวอักษร ในการกระทำเช่นนั้นเขาจึงคิดว่าแม้เขาทำบาปอย่างมีสติเขาก็จะรอด ถ้าเช่นนี้ อะไรคือความหมายฝ่ายวิญญาณที่บรรจุอยู่ในข้อ 4 และ 5

ถ้าเราตีความพระคัมภีร์ตอนนี้แบบตามตัวอักษร เราอาจคิดว่า "เมื่อเราทำบาปชั่วระยะหนึ่งในชีวิตนี้เราก็จะถูกมอบไว้กับซาตานผ่านการทดลองแห่งความทุกข์ยากลำบากบางอย่างแต่เมื่อเรากลับใจและหันหลังกลับ เนื้อหนังของเราเท่านั้นที่จะถูกทำลายและวิญญาณของเราก็ยังคงได้รับความรอดเมื่อองค์พระผู้เป็นเจ้าเสด็จกลับมา"

แต่วิวรณ์ 3:5 กล่าวว่า "ผู้ใดมีชัยชนะ ผู้นั้นจะสวมเสื้อสีขาว และเราจะไม่ลบชื่อผู้นั้นออกจากหนังสือแห่งชีวิต แต่เราจะรับรองชื่อผู้นั้นต่อพระพักตร์พระบิดาของเรา และต่อหน้าเหล่าทูตสวรรค์ของพระองค์" องค์พระผู้เป็นเจ้าตรัสว่าถ้าผู้ใดมีชัยชนะพระองค์จะไม่ลบชื่อผู้นั้นออกจากหนังสือแห่งชีวิต นั่นหมายความว่าถ้าผู้ใดไม่มีชัยชนะ องค์พระผู้เป็นเจ้าก็จะลบชื่อของเขาออกจากหนังสือแห่งชีวิต ยิ่งกว่านั้น เราเข้าใจเช่นกันว่าพระวิญญาณบริสุทธิ์อาจถูกดับได้เหมือนดังที่ 1 เธสะโลนิกา 5:19 กล่าวว่า "อย่าดับพระวิญญาณ"

จากพระคัมภีร์เราเรียนรู้เช่นกันว่ามีความบาปบางอย่างที่เราสามารถรับการยกโทษและความบาปบางอย่างที่เราไม่สามารถรับการยกโทษ ผู้คนที่หมิ่นประมาทหรือพูดและต่อต้านพระวิญญาณบริสุทธิ์หรือผู้คนที่ได้ลิ้มรสพระคุณแห่งสวรรค์และหันกลับไปหาโลกและความเสื่อมทรามอีก คนเหล่านี้จะไม่รอด พระเจ้าจะไม่ประท

านวิญญาณแห่งการกลับใจให้กับเขาและเขาจะไม่ได้รับการยกโทษบาปของตน (ฮีบรูบทที 6 และ 10) ดังนั้น เราจึงไม่ควรเข้าใจผิดเกียวกับความรอดของเรา

อัครทูตเปาโลกล่าวต่อไปว่า “เมือท่านทังหลายประชุมกันและใจของข้าพเจ้าร่วมอยู่ด้วย พร้อมทังฤทธิ์เดชของพระเยซูคริสต์องค์พระผู้เป็นเจ้าของเรา” ข้อนีหมายความว่าก่อนทีเราจะตัดสินใจอะไรก็ตามทีเกียวข้องกับพระเจ้าเราต้องประชุมร่วมกันในพระนามของพระเยซูคริสต์และตัดสินใจในสิงทีเราจะทำในพระนามของพระองค์ แม้ความคิดของเราอาจดูเหมือนถูกต้อง แต่ความคิดของเราไม่ใช่สิงทีถูกต้องถ้าสิงเหล่านันไม่สอดคล้องกับพระคำของพระเจ้า ความจริงของพระเจ้าเท่านันคือสิงทีถูกต้องและการตัดสินใจของเราจะถูกต้องเมือเราตัดสินใจบางสิงบางอย่างภายในกรอบความจริงของพระเจ้า

ดังนัน ข้อ 5 จึงหมายความว่าอัครทูตเปาโลและสมาชิกของคริสตจักรโครินธ์ประชุมร่วมกันในวิญญาณภายใต้พระนามของพระเยซูองค์พระผู้เป็นเจ้าและคนเหล่านันได้ขับชายคนนันทีไม่ได้สำแดงถึงการกลับใจจากการผิดศีลธรรมของตนออกจากคริสตจักรด้วยฤทธิ์อำนาจของพระเยซูองค์พระผู้เป็นเจ้า พระเจ้าทรงบอกให้เรารักศัตรูของเรามิใช่หรือ ถ้าเช่นนันทำไมคนเหล่านันจึงอเปหิชายคนนันออกไปจากคริสตจักร การมีความสัมพันธ์ทีผิดศีลธรรมกับภรรยาของบิดาตนเช่นนันแม้แต่ในพวกคนต่างชาติเองก็ไม่ได้ประพฤติเช่นนัน ดังนันความประพฤติเช่นนีจึงไม่มีวันเป็นทียอมรับในคริสตจักร

คนทีไม่รู้จักพระคำของพระเจ้าอาจทำบาป แต่ถ้าคนทีรู้จักพระคำของพระเจ้าทำบาปเช่นนัน เขาก็จะไม่ได้รับการยกโทษเพราะ

คนประเภทนี้มีจิตใจดื้อรั้นซึ่งทำให้เขาไม่ยอมกลับใจจากบาปของตน ถ้าคนเช่นนี้อยู่ในคริสตจักรเขาจะมีอิทธิพลเชิงลบต่อสมาชิกคริสตจักร สมาชิกคนอื่นอาจคิดว่าบุคคลเช่นนี้สามารถรับการยกโทษและเขาเองอาจหลงทำบาป

เมื่อท่านได้ยินว่ามีการผิดประเวณีเช่นนั้นเกิดขึ้นในคริสตจักรโครินธ์ อัครทูตเปาโลรู้ว่าข่าวที่ท่านได้รับนั้นถูกต้อง พระคัมภีร์บอกให้เรามีพยานสองหรือสามปากเพื่อเป็นยืนยันถึงความบาปของคนบางคน (เฉลยธรรมบัญญัติ 19:15) เราไม่สามารถกล่าวหาคนหนึ่งคนใดเพียงเพราะได้ยินจากพยานคนหนึ่งเนื่องจากมีพยานเท็จอยู่มากมาย เราต้องมีพยานอย่างน้อยสองหรือสามคน

อัครทูตเปาโลไม่ได้ฟังบุคคลเพียงคนเดียวเช่นกัน แต่ท่านยืนยันถึงเรื่องนั้นหลังจากที่ได้ยินจากผู้คนจำนวนหนึ่ง หลังจากนั้นท่านจึงส่งข่าวไปบอกคนเหล่านั้นให้ขับชายคนนั้นออกไปจากคริสตจักรเพราะเขาไม่ยอมกลับใจและไม่ได้รับการยกโทษ

จากนั้นสมาชิกของคริสตจักรโครินธ์ได้ประชุมร่วมกันและตัดสินใจส่งคนที่ทำผิดประเวณีนั้นออกไปจากคริสตจักรโดยเชื่อว่าการตัดสินใจของเปาโลเป็นเหมือนน้ำพระทัยของพระเจ้า

ถ้ามีคนถูกขับออกไปจากคริสตจักรอย่างถูกต้องตามกฎเกณฑ์ ในไม่ช้าเขาก็จะถูกซาตานยึดครองเอาไว้ ทั้งนี้ก็เพราะมัทธิว 18:18 กล่าวไว้ว่า "เราบอกความจริงแก่ท่านทั้งหลายว่า สิ่งใดซึ่งท่านจะผูกมัดในโลก ก็จะถูกผูกมัดในสวรรค์ และสิ่งซึ่งท่านจะปล่อยในโลกก็จะถูกปล่อยในสวรรค์"

เมื่อคริสตจักรตัดสินใจที่จะไม่ยอมรับบุคคลที่ทำผิดประเวณีเช่นนั้น เขาก็จะถูกพระเจ้าทอดทิ้งและถูกมอบไว้กับซาตาน

แน่นอน สิ่งนี้ไม่ได้หมายความว่าทุกคนที่ถูกขับออกไปจากคริสตจักรจะถูกทอดทิ้งตลอดไป สมมุติว่ามีคนหนึ่งทำบาปที่สามารถรับการยกโทษและเขาได้กลับใจและหันหลังกลับจากบาปนั้น แต่คริสตจักรตัดสินใจผิดพลาดและขับไล่เขาไป ในกรณีนี้พระเจ้าจะไม่ทรงทอดทิ้งเขา

พระเจ้าทรงสัญญากับเราว่าพระองค์จะทรงยกโทษให้กับเรา "เจ็ดสิบครั้งคูณด้วยเจ็ด" ถ้าเรากลับใจและหันหลังกลับ (มัทธิว 18:22) พระองค์ตรัสไว้ในสดุดี 103:12 เช่นกันว่า "ตะวันออกไกลจากตะวันตกเท่าใด พระองค์ทรงปลดการละเมิดของเราจากเราไปไกลเท่านั้น"

ด้วยเหตุนี้ เมื่อมีบางคนทำบาป คริสตจักรควรเข้าใจเขา ยกโทษให้เขา และอธิษฐานเผื่อเขาถ้าเขากลับใจและหันหลังกลับจากบาปของตน

เนื้อหนังหมายถึงธรรมชาติบาป

ข้อ 5 กล่าวว่า "พวกท่านจงมอบคนนั้นไว้ให้ซาตานทำลายเนื้อหนังเสีย เพื่อให้จิตวิญญาณของเขารอดในวันของพระเยซูเจ้า" ข้อนี้หมายความว่าอย่างไร ท่อนแรกเกี่ยวข้องกับข้อเท็จจริงที่ว่าคนเหล่านั้นได้ขับบุคคลที่ทำผิดประเวณีออกจากคริสตจักรและท่อนหลังเป็นคำพูดสำหรับบุตรของพระเจ้าซึ่งไม่เกี่ยวข้องกับคนที่ทำผิดประเวณี

ด้วยเหตุนี้ เราจึงไม่ควรเชื่อมโยงท่อนหลังเข้ากับท่อนแรกของพระคัมภีร์ข้อนี้ กล่าวคือ การที่ท่อนหลังกล่าวว่าเปาโลได้มอบคนที่เอาภรรยาของบิดามาเป็นภรรยาของตนไว้กับซาตานนั้นหมายความว่าท่านต้องการที่จะช่วยวิญญาณจิตของบรรดาผู้เชื่อแห่งคริส

ตจักรโครินธ์ให้รอดในการเสด็จมาครั้งสองขององค์พระผู้เป็นเจ้า แม้ด้วยการมอบเนื้อหนังของเขาไว้กับความตายก็ตาม

เมื่อธรรมชาติบาป (ซึ่งมารซาตานทำให้เกิดขึ้นกับมนุษย์) ถูกผสมผสานเข้ากับร่างกาย เราเรียกผลที่เกิดขึ้นจากการผสมกันครั้งนี้ว่า "เนื้อหนัง" เปาโลได้มอบชายที่ทำผิดประเวณีไว้กับซาตานเพื่ออนุญาตให้ผู้เชื่อในคริสตจักรโครินธ์กำจัดธรรมชาติบาปทิ้งไปอย่างสมบูรณ์และได้รับ "ความรอดอย่างสมบูรณ์" ด้วยการกลายเป็นมนุษย์ฝ่ายวิญญาณอย่างสมบูรณ์

ถ้าคนที่ทำผิดประเวณีดังกล่าวไม่ถูกขับออกไปจากคริสตจักร ผู้เชื่อคนอื่น ๆ คงทำบาปคล้ายคลึงกันและในที่สุดคนเหล่านั้นก็จะถลำลึกลงไปถึงจุดที่เขาไม่ได้รับความรอด ดังนั้น ในกรณีเช่นนี้คริสตจักรควรขับไล่บุคคลนั้นออกไปจากคริสตจักรเพื่อว่าสมาชิกคนอื่น ๆ จะรู้ว่าเขาเองก็อาจถูกขับออกไปจากคริสตจักรด้วยเช่นกันถ้าเขาทำบาปแบบเดียวกัน

จงกำจัดเชื้อเก่า

การที่ท่านอวดอ้างนั้นไม่ดีเลย ท่านไม่รู้หรือว่าเชื้อขนมเพียงนิดเดียวย่อมทำให้แป้งดิบฟูทั้งก้อน (5:6)

เปาโลกล่าวว่า "การที่ท่านอวดอ้างนั้นไม่ดีเลย" คนเหล่านั้นอวดอ้างถึงอะไร

เราเห็นว่าบรรดาผู้เชื่อในเมืองโครินธ์ไม่ได้ร้องไห้คร่ำครวญแม้ในยามที่มีบางคนในพวกเขาหลบหลู่พระเกียรติของพระเจ้าอย่างร้ายแรงด้วยการผิดประเวณี เปาโลกล่าวว่านี่คือสิ่งที่คนเหล่านั้นรู้สึกผยอง แต่กระนั้น เขาก็ยังอธิษฐานต่อพระเจ้าว่า "ข้าแต่พระเจ้า ชายคนนั้นทำบาปที่แม้ในหมู่คนต่างชาติก็ไม่มีใครทำกันเลย ดังนั้นข้าพระองค์จึงขอบคุณพระองค์ที่ข้าพระองค์รักพระองค์และไม่ได้ทำบาปเช่นนั้นตามพระคำของพระเจ้า"

ตอนนี้ อะไรคือสาเหตุที่ทำให้เปาโลตำหนิคนเหล่านั้นว่า "การที่ท่านอวดอ้างนั้นไม่ดีเลย"

ประการแรก สาเหตุก็เพราะว่าเราไม่มีอะไรที่จะอวดอ้างได้เลยในโลกนี้

ชีวิตของเราเป็นเพียงสิ่งชั่วคราวเท่านั้นและร่างกายของเราจะกลับไปเป็นผงคลีดินหลังจากเสียชีวิต ยากอบ 4:14-16 กล่าวว่า "แต่ว่าท่านทั้งหลายไม่รู้ว่าจะมีเหตุอะไรเกิดขึ้นในวันพรุ่งนี้ ชีวิตของท่านเป็นอะไรเล่า ก็เป็นเหมือนหมอกที่ปรากฏอยู่แต่ประเดี๋ยวหนึ่งแล้วก็หายไป ท่านทั้งหลายควรจะพูดว่า 'ถ้าองค์พระผู้เป็นเจ้าทรงโปรด เราจะมีชีวิตอยู่และจะกระทำสิ่งนี้หรือสิ่งนั้น' แต่เดี๋ยวนี้ท่านทั้งหลายยินดีในการโอ้อวดของตน ความยินดีอย่างนี้เป็นความชั่วทั้งสิ้น"

แม้เราไม่ทำบาปเลยและดำเนินชีวิตอยู่ในพระคำของพระเจ้าตลอด แต่เราก็ไม่สามารถอวดอ้างว่าเราไม่มีบาปเช่นกัน สิ่งนี้เป็นไปได้ก็ด้วยฤทธิ์อำนาจของพระเจ้าเท่านั้นไม่ใช่ด้วยกำลังของเราเอง

แต่ผู้เชื่อในคริสตจักรโครินธ์ไม่ได้ขับไล่คนที่ทำผิดประเวณีออกไปด้วยซ้ำ ตรงกันข้ามเขากลับอวดอ้างว่าราวกับว่าตนเป็นคนบริสุทธิ์เพราะเขาหยิ่งผยอง เปาโลกล่าวว่าสิ่งนั้นไม่ถูกต้องเพราะเขากำลังอวดอ้างในขณะที่เขาเห็นสง่าราศีของพระเจ้าได้รับความเสียหาย

ประการที่สอง สาเหตุก็เพราะว่าเชื้อเพียงนิดก็สามารถทำให้แป้งดิบทั้งก้อนฟูขึ้นได้

คำว่า "เชื้อ" ในที่นี้ในฝ่ายวิญญาณหมายถึงความบาป พระคัมภีร์บันทึกถึงความบาปไว้หลายชนิด เช่น ความเกลียดชัง ความอิจฉา และการทะเลาะวิวาทกัน เป็นต้น การเปรียบเทียบการผิดประเวณีกับเชื้อเพียงเล็กน้อยไม่ได้หมายความว่าความบาปชนิดนี้ไม่ร้ายแรง แต่หมายความว่าการผิดประเวณีเป็นส่วนหนึ่งของความบาปหลาย ๆ ชนิด

"ทั้งก้อน" หมายถึงที่ประชุมทั้งหมดของคริสตจักรในโครินธ์ เมื่อเปาโลกล่าวว่า "ไม่รู้หรือว่าเชื้อขนมเพียงนิดเดียวย่อมทำให้แป้งดิบฟูทั้งก้อน" ท่านหมายความว่าเวลานี้ผู้เชื่อในโครินธ์กำลังอวดอ้างว่าเขาดำเนินชีวิตอยู่ในความจริงด้วยการวิพากษ์วิจารณ์คนที่ทำบาป แต่ที่จริงในที่สุดคนเหล่านั้นจะรับเอาการทำงานของซาตานด้วยเช่นกันถ้าเขายอมรับบุคคลนั้น เพราะเหตุนี้เปาโลจึงกล่าวว่าการอวดอ้างของเขาไม่ใช่สิ่งที่ถูกต้อง

บางคนไม่สามารถรักษาจิตใจของตนเอาไว้ได้เนื่องจากสภาวะแวดล้อมของเขา

ปกติลูก ๆ ที่เห็นพ่อของตนดื่มเหล้าทุกวันและใช้ชีวิตในการแสวงหาความสนุกเพลิดเพลินมักคิดว่าเขาจะไม่เดินตามเส้นทางของพ่อของเขา แต่หลายครั้งคนเหล่านี้จะทำแบบเดียวกันกับพ่อของเขาหรืออาจเลวร้ายกว่าหลังจากที่เขาเติบโตเป็นผู้ใหญ่

สมาชิกในคริสตจักรโครินธ์สามารถถูกทดลองและทำบาปได้ถ้าเขายอมรับบุคคลที่ทำบาปนั้น คนเหล่านั้นอาจถลำลงไปในบาปในระดับที่ลึกกว่าถ้าเขาเริ่มคิดว่า "ถ้าความบาปที่ร้ายแรงเช่นนั้นยังถูกมองข้ามได้ ความบาปเล็ก ๆ น้อย ๆ ก็คงไม่เป็นไร"

ดังนั้น ถ้าคนหนึ่งทำบาปเราต้องจัดการกับเรื่องนั้นอย่างรวดเร็ว ถ้าเราปล่อยเรื่องนี้เอาไว้ สิ่งนั้นก็จะเป็นเหมือนเชื้อเพียงเล็กน้อยที่ทำให้แป้งดิบฟูทั้งก้อน จำนวนคนบาปจะเพิ่มขึ้นอย่างรวดเร็วและผู้คนทั้งคริสตจักรก็จะเสื่อมทรามลง

ดังนั้นจงชำระเชื้อเก่าเสียเพื่อท่านจะได้เป็นแป้งดิบก้อนใหม่เหมือนขนมปังไร้เชื้อ เพราะพระคริสต์ผู้ทรงเป็นปัสกาของเราได้ถูกฆ่าบูชาเพื่อเราเสียแล้ว (5:7)

อัครทูตเปาโลให้คำแนะนำกับผู้เชื่อในคริสตจักรโครินธ์ว่าคนเหล่านั้นต้องเป็นเหมือนขนมปังไร้เชื้อเพราะเขาได้ต้อนรับเอาพระเยซูคริสต์และได้รับการยกโทษบาปของตนแล้ว คำว่า "ขนมปังไร้เชื้อ" ในข้อนี้หมายถึง "บุตรของพระเจ้าที่ปราศจากบาป"

แม้เราได้ต้อนรับเอาพระเยซูคริสต์และได้รับการยกโทษบาปแล้ว แต่เราก็จำเป็นต้องชำระเชื้อเก่าออกไปเพื่อกลายเป็นคนใหม่อย่างสิ้นเชิง คำว่า "เชื้อเก่า" ในข้อนี้หมายถึงความบาปและความชั่วทุกชนิด ความคิดที่ต่อสู้กับความจริง และนิสัยที่ชั่วร้าย เปาโลกำลังกล่าวว่าเราต้องชำระเชื้อเก่าให้หมดไปเพื่อจะกลายเป็นคนใหม่

เปาโลกล่าวต่อไปว่า "เพราะพระคริสต์ผู้ทรงเป็นปัสกาของเราได้ถูกฆ่าบูชาเพื่อเราเสียแล้ว" ปัสกาคือเทศกาลเพื่อระลึกว่าพระเจ้าได้ทรงช่วยคนอิสราเอลให้รอดเมื่อครั้งที่พระองค์ทรงส่งภัยพิบัติของการเสียชีวิตของลูกหัวปีของชาวอียิปต์ (อพยพ 12:12) คนอิสราเอลฆ่าลูกแกะ เอาเลือดแกะทาไว้ที่ไม้วงกบประตูทั้งสองข้าง พร้อมกับกินเนื้อของแกะกับขนมปังไร้เชื้อและผักรสขมอยู่ในภายในบ้านอย่างรีบเร่งเพื่อหลีกเลี่ยงภัยพิบัติ

ลูกแกะหมายถึงพระเยซูคริสต์และเลือดของแกะได้แก่พระโลหิตประเสริฐขององค์พระผู้เป็นเจ้า ดังนั้น การพูดว่า "เพราะพระคริสต์ผู้ทรงเป็นปัสกาของเรา" จึงหมายความว่าพระเยซูคริสต์ทรงกลายเป็นเครื่องบูชาไถ่บาปเพื่อช่วยเราให้รอด

พระเยซูคริสต์ทรงถวายพระองค์เองบนกางเขนเพื่อไถ่เราให้พ้นจากบาปและเราไม่สามารถรอดได้ถ้าเราดำเนินชีวิตอยู่ในบาปอย่างต่อเนื่อง สิ่งนี้คือเหตุผลว่าทำไมคนเหล่านั้นจึงต้องขับไล่คนที่จงใจทำผิดประเวณีนั้นออกไปจากคริสตจักร

เหตุฉะนั้นให้เราถือปัสกานั้น มิใช่ด้วยเชื้อเก่าหรือด้วยเชื้อของความชั่วช้าเลวทราม แต่ด้วยขนมปังไร้เชื้อคือความจริงใจและความจริง (5:8)

คำว่า "ปัสกา" ในข้อนี้หมายถึงเทศกาลปัสกา ในปัจจุบันเรานำความหมายฝ่ายวิญญาณของการรักษาเทศกาลปัสกานี้มาใช้ด้วยการเฉลิมฉลองวันอีสเตอร์ นี่เป็นวันที่เฉลิมฉลองความจริงที่ว่าพระเยซูได้ทรงหลั่งพระโลหิตประเสริฐของพระองค์บนกางเขนและจากนั้นพระองค์ทรงทำลายอำนาจของความตายด้วยการเป็นขึ้นมาจากความตาย พระเยซูคริสต์ทรงเป็นองค์พระผู้เป็นเจ้าของวันสะบาโตและ "ปัสกา" ในข้อนี้ยังหมายถึงวันอาทิตย์ด้วยเช่นกันไม่ใช่เฉพาะวันอีสเตอร์เท่านั้น (มัทธิว 12:8)

เมื่อเราฉลองเทศกาลเหล่านี้เราต้องกำจัดเชื้อเก่าและจิตใจที่ชั่วร้ายทิ้งไปและดำเนินชีวิตที่สะอาดและบริสุทธิ์ จากนั้นเราต้องนมัสการด้วยจิตวิญญาณและความจริง (ยอห์น 4:24)

ความเลวทรามในข้อนี้คือการผูกพยาบาทซึ่งเป็นเจตนาที่จะทำสิ่งที่ชั่วร้ายหรือก่อความเสียหายโดยไม่ถูกต้องตามกฎหมายหรือข้อแก้ตัว ความชั่วช้าคือสิ่งที่เลวร้ายมากในแง่ศีลธรรมซึ่งเต็มไปด้วยความบาป ก่อนที่เราจะนมัสการพระเจ้า อันดับแรกเราต้องหันกลับไปดูตนเองว่าเราได้ทำบาปชนิดใดหรือไม่ ถ้าเราทำเราต้องกลับใจจากบาปนั้นก่อนเพื่อว่าเราจะมีจิตใจที่ถูกต้องสำหรับการนมัสการ

ความบาปของการผูกพยาบาทเป็นบาปซึ่งไม่เป็นที่ยอมรับ บางครั้งเราเห็นผู้คนทำบาปประเภทนี้ แต่ถ้าคนเหล่านั้นกลับใจและหันกลับอย่างแท้จริง พระเจ้าก็จะทรงมีพระเมตตาต่อเขาและเปลี่ยน

แปลงเขาให้เป็นคนที่สัตย์ซื่อและสัตย์จริง

จากนั้นเปาโลกล่าวว่า "ให้เราถือปัสกานั้น... แต่ด้วยขนมปังไร้เชื้อคือความจริงใจและความจริง" พระเยซูตรัสว่า "เราเป็นอาหารแห่งชีวิต" และ "เราเป็นอาหารที่ธำรงชีวิตซึ่งลงมาจากสวรรค์" (ยอห์น 6:48-51)

เปาโลอธิบายว่าเราสามารถเข้าสู่หนทางแห่งชีวิตนิรันดร์ได้เมื่อเราถวายเครื่องบูชาที่มีชีวิตแด่พระเจ้าด้วยจิตวิญญาณและความจริง ด้วยจิตใจที่บริสุทธิ์และสัตย์จริงหลังจากที่เราชำระเชื้อเก่าทิ้งไป

อย่าคบค้าสมาคมกับคนล่วงประเวณี

ข้าพเจ้าได้เขียนจดหมายถึงท่านว่า อย่าคบกับคนที่ล่วงประเวณี แต่ซึ่งท่านจะคบคนชาวโลกนี้ที่เป็นคนล่วงประเวณี คนโลภ คนฉ้อโกง หรือคนถือรูปเคารพ ข้าพเจ้ามิได้ห้ามเสียทีเดียวเพราะว่าถ้าห้ามอย่างนั้นแล้ว ท่านก็ต้องออกไปเสียจากโลกนี้ (5:9-10)

เปาโลเขียนจดหมายแบบเดียวกันและส่งไปยังคริสตจักรอื่น ๆ ด้วยเช่นกัน ท่านแนะนำสมาชิกคริสตจักรคนอื่น ๆ ไม่ให้คบหากับคนที่ล่วงประเวณี เราควรเข้าใจว่าคริสตจักรควรสำแดงท่าทีแบบใดต่อผู้คนที่ล่วงประเวณีในคริสตจักร

เปาโลแนะนำผู้เชื่อใน 2 เธสะโลนิกา 3:6 ว่า "บัดนี้พี่น้องทั้งหลาย เราขอกำชับท่านในพระนามของพระเยซูคริสต์องค์พระผู้เป็นเจ้าของเราว่า จงปลีกตัวของท่านออกไปจากพี่น้องทุกคนที่อยู่อย่างเกะกะ และไม่ดำเนินตามโอวาทซึ่งเขาได้รับจากเรา" และท่านกล่าวต่อไปในข้อ 14-15 ว่า "ถ้าผู้ใดไม่เชื่อฟังถ้อยคำของเราในจดหมายฉบับนี้ จงจดจำคนนั้นไว้ อย่าสมาคมกับเขาเลย

เพื่อเขาจะได้อาย อย่าถือว่าเขาเป็นศัตรู แต่จงเตือนสติเขาฉันพี่น้องคนหนึ่ง"

ทุกถ้อยคำที่เขียนไว้ในจดหมายเหล่านั้นล้วนเป็นพระคำของพระเจ้าทั้งสิ้น ดังนั้นเปาโลจึงบอกคนเหล่านั้นไม่ให้คบหากับผู้คนที่ไม่เชื่อฟังถ้อยคำดังกล่าวเพื่อคนเหล่านั้นจะไม่ได้อาย

ถ้าผู้คนที่มีความรู้สึกอายมีความเชื่อเพียงเล็กน้อยเขาก็จะกลับใจและพยายามเข้ามาอยู่ในสังคมของพี่น้องในความเชื่ออีกครั้งหนึ่งโดยตระหนักว่าสาเหตุที่พี่น้องคนอื่นแยกตัวออกจากเขาก็เพราะความบาปของเขานั่นเอง

ในทางตรงกันข้าม ถ้าเขาไม่มีความเชื่อเช่นนั้นเขาก็จะออกไปจากคริสตจักรโดยคิดว่าคริสตจักรแห่งอื่นก็มีอยู่อีกมากมาย แต่ผู้คนที่เชื่อในพระเจ้าอย่างแท้จริงไม่ประพฤติตนด้วยวิธีนี้

ด้วยเหตุนี้ การพูดว่า "จงจดจำคนนั้นไว้อย่าสมาคมกับเขาเลย เพื่อเขาจะได้อาย" จึงเป็นวิธีการที่จะทำให้คนบาปเข้ามาสู่การกลับใจ ไม่ใช่เพื่อเกลียดชังเขา จงจำไว้ว่าในขณะที่สมาชิกคริสตจักรแยกตัวออกไปจากเขา เพื่อนที่ใกล้ชิดที่สุดคนหนึ่งของเขาต้องแนะนำเขาให้หันไปจากความบาปเช่นกัน

ตอนนี้ขอให้เราพูดถึงการล่วงประเวณีชนิดต่าง ๆ

ประการแรก การล่วงประเวณีฝ่ายร่างกาย

ถ้าคนที่แต่งงานมีความสัมพันธ์ทางเพศกับคนอื่นซึ่งไม่ใช่คู่สมรสของตน หรือถ้าคนที่ไม่แต่งงานมีความสัมพันธ์ทางเพศกัน การกระทำเหล่านี้คือ "การล่วงประเวณี"

สิ่งเหล่านี้เป็นความบาปต่อพระพักตร์ แต่อาจมีคู่สมรสบางคู่ที่ไม่ส

ามารถจัดพิธีแต่งงานกันได้ด้วยเหตุผลบางประการ เราไม่ถือว่าคนเหล่านี้ล่วงประเวณีเพราะเขาได้รับการยอมรับจากคนอื่นเช่นกันว่าเขาเป็นสามีภรรยากัน แต่จะเป็นการดีกว่าแน่นอนถ้าเขาทำพิธีแต่งงานกันเพื่อว่าการแต่งงานของเขาจะได้รับการยอมรับอย่างเป็นทางการ

ประการที่สอง การล่วงประเวณีฝ่ายวิญญาณ

พระเจ้าทรงประทานชีวิตให้กับเรา พระเจ้าทรงเป็นผู้สร้างน้ำเชื้อของผู้ชายและไข่ของผู้หญิงด้วยเช่นกัน พระองค์ทรงให้กำเนิดแก่วิญญาณจิตของเราและพระองค์ทรงเป็นพระบิดาของเราผู้ทรงนำเราไปสู่หนทางแห่งชีวิตนิรันดร์และจะทรงสถิตอยู่กับเราตลอดไปในแผ่นดินสวรรค์

ด้วยเหตุนี้ จึงเป็นหน้าที่ของบุตรของพระเจ้าที่จะรักพระเจ้าก่อน แต่ถ้าเขารักสิ่งใดหรือคนใดมากกว่าพระเจ้า สิ่งนี้คือการล่วงประเวณีฝ่ายวิญญาณ

ยกตัวอย่าง ถ้าคนหนึ่งรักพ่อแม่ ภรรยา หรือลูก หรือถ้าเขารักชื่อเสียงฝ่ายโลก อำนาจ ความรู้ เงินทอง หรือความสนุกสนานฝ่ายโลกมากกว่ารักพระเจ้า สิ่งนี้คือการล่วงประเวณีฝ่ายวิญญาณ

ประการที่สาม การล่วงประเวณีในจิตใจ

พระเยซูตรัสไว้ในมัทธิว 5:27-28 ว่า “ท่านทั้งหลายได้ยินว่ามีคำกล่าวในครั้งโบราณว่า ‘อย่าล่วงประเวณีผัวเมียเขา’ ฝ่ายเราบอกท่านทั้งหลายว่า ผู้ใดมองผู้หญิงเพื่อให้เกิดใจกำหนดในหญิงนั้น ผู้นั้นได้ล่วงประเวณีในใจกับหญิงนั้นแล้ว”

ในพระคัมภีร์เดิม สิ่งที่ถือว่าเป็นความบาปได้ก็ต่อเมื่อสิ่งนั้นปรากฏออกมาเป็นการกระทำเท่านั้น แต่เพราะเหตุใดในพระคัมภีร์ใหม่จึงถือว่าแม้บาปนั้นจะเกิดขึ้นในจิตใจสิ่งนั้นก็ถือว่าเป็นความบาป

ในสมัยพระคัมภีร์เดิมผู้คนต้องเอาชนะความบาปด้วยกำลังของตนเองเพียงอย่างเดียว ด้วยเหตุนี้ สิ่งที่ถือว่าเป็นความบาปคือสิ่งนั้นแสดงออกมาเป็นการกระทำเท่านั้น แตในสมัยพระคัมภีร์ใหม่ เราสามารถควบคุมจิตใจของเราด้วยความช่วยเหลือของพระวิญญาณบริสุทธิ์ ดังนั้น ไม่เพียงแต่การกระทำของเราเท่านั้นที่เป็นความบาป แต่การมีความคิดที่เป็นบาปก็ถือว่าเป็นความบาปด้วยเช่นกัน

เนื่องจากพระวิญญาณบริสุทธิ์ทรงสถิตอยู่ในเรา เราจึงสามารถรับเอากำลังจากเบื้องบนและเราสามารถควบคุมจิตใจของเราและกำจัดความบาปทิ้งไปด้วยกำลังนั้น กล่าวคือ เราสามารถเข้าสุหนัตจิตใจของเรา เราสามารถมีจิตใจที่สะอาดและบริสุทธิ์ด้วยวิธีนี้

ในสมัยพระคัมภีร์เดิม ผู้คนต้องมีความประพฤติที่บริสุทธิ์ แต่ในสมัยพระคัมภีร์ใหม่ เราต้องมีความบริสุทธิ์ของจิตใจ พระเจ้าตรัสว่าเรายังเป็นคนบาปเมื่อจิตใจของเราไม่บริสุทธิ์แม้การกระทำภายนอกของเราจะสะอาดบริสุทธิ์ก็ตาม

เราจะกำจัดความคิดล่วงประเวณีทิ้งไปได้อย่างไร

ถ้าเราเชื่อในฤทธิ์อำนาจของพระเจ้าและอธิษฐานอย่างร้อนรน พระวิญญาณบริสุทธิ์จะทรงทำลายความปรารถนาที่จะล่วงประเวณีในจิตใจของเราให้หมดไปและในไม่ช้าเราจะไม่รู้สึกถึงแรงกระตุ้นชนิดใดในจิตใจของเราเลย ต่อไปนี้เป็นขั้นตอนต่าง ๆ ของการกำจัดความคิดล่ว

งประเวณีทิ้งไป

ขั้นที่หนึ่ง คือขั้นตอนที่เราสกัดความคิดล่วงประเวณีที่เข้ามาสู่จิตใจของเราผ่านความคิดโดยการอธิษฐานอย่างสม่ำเสมอ

แม้แต่ผู้หญิงที่มีสามีแล้วอาจล่วงประเวณีในจิตใจของตนได้เมื่อเธอมองเห็นผู้ชายรูปหล่อ ผู้ชายที่มีภรรยาก็อาจล่วงประเวณีในจิตใจของตนเมื่อเขามองเห็นผู้หญิงรูปงาม ภาพผู้หญิงเปลือยกาย หรือเมื่อเขาอยู่ในสภาพแวดล้อมที่เอื้อต่อการล่วงประเวณี

แม้คนเหล่านี้ไม่ได้ล่วงประเวณีด้วยการกระทำ คนเหล่านี้ต้องทำสิ่งใดเมื่อความคิดล่วงประเวณีแทรกซึมเข้ามาในจิตใจของเขา เขาต้องเชื่อในฤทธิ์อำนาจของพระเจ้าและอธิษฐานอย่างต่อเนื่องและเอาจริงเอาจัง ในที่สุดเขาจะสามารถสกัดความคิดเช่นนั้นเอาไว้ได้ถ้าเขาอธิษฐานอย่างต่อเนื่องว่า "ข้าแต่พระเจ้า ขอประทานกำลังให้กับข้าพระองค์เพื่อข้าพระองค์จะไม่มีความคิดล่วงประเวณีในจิตใจของตน ขอช่วยข้าพระองค์ให้สามารถควบคุมและสกัดความคิดของข้าพระองค์ด้วยเถิด"

แน่นอน การอธิษฐานไม่ใช่ทุกสิ่งทุกอย่าง คนเหล่านี้ต้องพยายามที่จะไม่มีความคิดล่วงประเวณีด้วยเช่นกัน ในที่สุดเราจะสามารถควบคุมความคิดของเราไว้โดยพระคุณของพระเจ้าและความช่วยเหลือของพระวิญญาณบริสุทธิ์เมื่อเขาทูลขอกำลังจากพระเจ้าด้วยวิธีนี้

ขั้นที่สอง คือขั้นตอนที่เราสามารถควบคุมจิตใจของเราเอาไว้

ในขั้นตอนนี้แม้เราจะเห็นภาพที่กระตุ้นให้เกิดการล่วงประเวณีเราก็จะไม่มีความคิดล่วงประเวณีตั้งแต่แรกถ้าเราตัดสินใจที่จะไม่มีความคิดเช่นนั้น เนื่องจากเราไม่มีความคิดล่วงประเวณีเราจึงไม่มีจิตใจที่ล่วงประเวณี การล่วงประเวณีในจิตใจของเราเกิดมาจากความคิดและความ

รู้สึก แต่เมื่อเราสกัดสิ่งเหล่านี้เอาไว้ ความคิดที่เป็นบาปก็ไม่สามารถแทรกซึมเข้ามาในเราได้

ขั้นที่สาม คือขั้นตอนที่เราไม่มีความคิดล่วงประเวณีชนิดใดเลยไม่ว่าเรามองเห็นสิ่งใดก็ตาม

ในขั้นตอนนี้เราไม่มีแรงกระตุ้นของความคิดหรือจิตใจไม่ว่าภาพที่เรามองเห็นนั้นจะปลุกเร้าความรู้สึกทางเพศและการล่วงประเวณีมากเพียงใดก็ตาม ดังนั้นเราจึงไม่มีความคิดล่วงประเวณี เราอาจสัมผัสเนื้อตัวของคนอื่นโดยไม่ตั้งใจในรถไฟฟ้าใต้ดินหรือบนรถโดยสารประจำทาง แต่ถึงแม้ในสถานการณ์เช่นนั้นเราก็จะไม่มีความคิดหรือจิตใจล่วงประเวณีเลย ในขั้นตอนนี้การล่วงประเวณีไม่มีส่วนเกี่ยวข้องใดๆ กับเราเลย

ขั้นที่สี่ คือขั้นตอนที่เราไม่สามารถคิดถึงสิ่งเหล่านั้นเลยแม้เราจะพยายามก็ตาม

ในขั้นตอนนี้เราไม่มีความคิดล่วงประเวณีอยู่เลยแม้เราจะพยายามก็ตาม เราจะเต็มล้นด้วยพระวิญญาณบริสุทธิ์อยู่ตลอดเวลาเนื่องจากเราไม่มีความคิดล่วงประเวณีชนิดใดเลย

จงให้ตัวของท่านอยู่ห่างไกลจากโลก

ข้อ 10 กล่าวว่า "แต่ซึ่งท่านจะคบคนชาวโลกนี้ที่เป็นคนล่วงประเวณี คนโลภ คนฉ้อโกง หรือคนถือรูปเคารพ ข้าพเจ้ามิได้ห้ามเสียทีเดียวเพราะว่าถ้าห้ามอย่างนั้นแล้ว ท่านก็ต้องออกไปเสียจากโลกนี้" เปาโลกล่าวว่าคนเหล่านั้นต้องไม่เอาตัวออกห่างไปจากผู้คนชาวโลกที่เป็นคนล่วงประเวณี คนโลภ คนฉ้อโกง หรือคนนับถือรูปเคารพเพียงเพราะคนชาวโลกไม่ได้ดำเนินชีวิตด้วยพระคำของพระเจ้า

ถ้าคนเหล่านั้นไม่คบหากับคนชาวโลกเขาก็คงต้องออกไปจากโลกนี้ซึ่งคงหมายถึงในนรกหรือในสวรรค์ เราต้องมีชีวิตและทำงานอยู่กับผู้คนชาวโลกในขณะที่เราดำเนินชีวิตอยู่ในโลกนี้เพื่อเราจะสามารถนำคนเหล่านั้นมาถึงพระคริสต์

ถึงกระนั้น ในบางครั้งเราก็ไม่ควรคบหากับคนเหล่านั้นแม้เราจะดำเนินชีวิตอยู่ในโลกนี้ สมมุติว่าคนล่วงประเวณี คนโลภ คนฉ้อโกง หรือคนนับถือรูปเคารพเป็นเพื่อนร่วมงานหรือเพื่อนฝูงของเรา

เราอาจมีความเป็นมิตรกับเขาและพูดคุยกับเขาเพื่อทำให้เขารู้จักกับพระเจ้า แต่ถ้าเราต้องถูกเปรอะเปื้อนด้วยการล่วงประเวณี การฉ้อโกง หรือการกราบไหว้รูปเคารพ ในเวลาเช่นนั้นเราต้องอยู่ให้ห่างจากคนเหล่านี้ ด้วยวิธีนี้เราจะไม่ทำสิ่งที่ไม่ถูกต้องตามเขา

สมมุติว่าลูกของท่านมีเพื่อนบางคนที่ชักนำเขาไปในทางที่ชั่วร้าย จากนั้นท่านคงต้องการป้องกันลูกของท่านให้อยู่ห่างจากเพื่อนเหล่านั้น ในทำนองเดียวกัน พระเจ้าทรงบอกไม่ให้เราคบหากับคนเช่นนั้นถ้าการคบหากับคนเหล่านั้นเป็นการเปิดช่องให้เราทำสิ่งที่ผิดบาปตามเขา

ถ้าสมมุติว่าเพื่อนร่วมงานหรือเพื่อนคนหนึ่งของท่านชวนท่านไปยังสถานที่ที่ไม่เหมาะสมกับเขา

หละท่านจะทำอย่างไร ท่านจะตามเขาไปเพราะเขาเป็นเพื่อนของท่านหรือไม่ เป็นที่ชัดเจนว่าท่านต้องปฏิเสธคำเชิญชวนเช่นนั้น ถ้าท่านไม่สามารถทำให้เขาหันจากความบาปของตน ท่านก็ควรอยู่ห่างจากเขาเช่นกัน

แต่ถ้าท่านสามารถรักษาความคิดและจิตใจของท่านขณะที่ท่านยืนอยู่บนศิลาแห่งความเชื่อและไม่ถูกทดลองจากสิ่งใด ถ้าเช่นนั้นเราก็

ไม่จำเป็นต้องอยู่ให้ห่างจากคนประเภทนั้น

การเป็นคนโลภคือการเป็นคนละโมบ การกระทำใดที่อยู่เกินเลยฐานะของบุคคลถือเป็นความโลภทั้งสิ้น ยกตัวอย่าง คนหนึ่งเดินทางไปเยี่ยมบ้านเพื่อนของเขาและเห็นสิ่งของน่าสนใจบางอย่างที่เขาอยากได้เช่นกัน แม้ว่าเขาต้องควบคุมการใช้จ่ายเงินทองของตนอย่างเข้มงวด แต่เขาก็ซื้อของสิ่งนั้นให้กับตนเอง อีกตัวอย่างหนึ่งคือการที่บุคคลคนหนึ่งกินอาหารอย่างไม่หยุดหย่อนแม้เขาจะอิ่มแล้วก็ตาม

การฉ้อโกงคือการได้มาซึ่งทรัพย์สินเงินทองด้วยการทุจริตหรือการหลอกลวง สิ่งนี้อาจรวมถึงการฉ้อโกงเงินทองจากการกู้ยืม การยึดเอาทรัพย์สินจากคนอื่นโดยใช้กำลังบีบบังคับ และการพยายามที่จะได้ผลตอบแทนมากหลังจากการลงทุนเพียงเล็กน้อย

การกราบไหว้รูปเคารพคือการทำรูปของผู้ชาย ผู้หญิง สัตว์ หรือสิ่งที่เกี่ยวข้องกับฟ้าสวรรค์ด้วยไม้ หิน โลหะ ทองคำ หรือเงินและกราบนมัสการสิ่งเหล่านั้นให้เป็นพระเจ้า

เฉลยธรรมบัญญัติ 4:33 กล่าวว่า “จงระวังตัวให้ดี เกรงว่าท่านทั้งหลายจะลืมพันธสัญญาของพระยาห์เวห์พระเจ้าของท่านทั้งหลายซึ่งพระองค์ทรงกระทำไว้แก่ท่าน และสร้างรูปเคารพสลักเป็นสัณฐานสิ่งหนึ่งสิ่งใดซึ่งพระยาห์เวห์พระเจ้าของท่านทั้งหลายทรงห้ามไว้นั้น” รูปเคารพที่ปราศจากชีวิตเป็นสิ่งที่ไร้ประโยชน์และไม่มีฤทธิ์อำนาจที่จะทำสิ่งใดได้เลย การกราบไหว้นมัสการพระอื่นหรือสิ่งอื่นใดนอกเหนือจากพระเจ้าพระผู้สร้างนั้นจะก่อให้เกิดอันตรายกับผู้ที่กราบไหว้นั้น

แต่บัดนี้ข้าพเจ้าเขียนบอกท่านว่าถ้าผู้ใดได้ชื่อว่าเป็นพี่น้องแล้วแต่ยังล่วงประเวณี เป็นคนโลภ เป็นคนถือรูปเคารพ เป็นคนปากร้าย

เป็นคนขี้เมา หรือเป็นคนฉ้อโกง อย่าคบกับคนอย่างนั้นแม้จะกินด้วยกันก็อย่าเลย (5:11)

คำว่า "พี่น้อง" หมายถึงพี่น้องในความเชื่อ ถ้าคริสเตียนคนหนึ่งเป็นคนล่วงประเวณี เป็นคนโลภ เป็นคนนับถือรูปเคารพ เป็นคนปากร้าย เป็นคนขี้เมา หรือเป็นคนฉ้อโกง พระเจ้าทรงบอกเราว่าอย่าคบกับคนนั้นหรือแม้แต่จะกินด้วยกันกับคนเช่นนั้นก็อย่าเลย

ความโลภคือการมีความอยากได้ทรัพย์สินเงินทองหรือทรัพย์สินของคนอื่นอย่างเกินควร สิ่งนี้หมายถึงบุคคลที่มีความปรารถนาอาหารหรือทรัพย์สินของคนอื่นอย่างเกินขนาดด้วยเช่นกัน การเป็นคนปากร้ายคือการใช้ภาษาที่หยาบคายและดูหมิ่นเหยียดหยามซึ่งแม้แต่คนทั่วไปก็ไม่กล้าพูด

วลีที่ว่า "แม้จะกินด้วยกันก็อย่าเลย" ไม่ได้หมายความว่าเราไม่ควรกินหรือคบหากับคนเช่นนั้นในคริสตจักร ถ้าเราทำเช่นนั้นก็หมายความว่าในคริสตจักรไม่มีความรัก ข้อนี้หมายความว่าเราไม่ควรทำตามการกระทำที่เป็นบาปของเขา

ผมกล่าวถึงความสัมพันธ์ของเรากับคนที่ไม่เชื่อและกับพี่น้องในความเชื่อก็เช่นเดียวกัน ถ้าเรามีความเชื่ออ่อนแอเราควรหลีกเลี่ยงการคบหากับคนที่ทำบาปเพราะเราอาจได้รับผลกระทบจากคนเหล่านั้นและในความอ่อนแอนั้นเราอาจทำบาปร่วมกันกับเขา แต่ถ้าเรายืนอยู่บนศิลาแห่งความเชื่อเราก็ไม่จำเป็นต้องหลีกเลี่ยงเขา เราสามารถแนะนำเขาด้วยความรักเพื่อให้เขากลับใจหรือชี้นำเขาให้ดำเนินชีวิตในความจริงด้วยการปลูกฝังความเชื่อไว้ในเขา

ไม่ใช่หน้าที่ของข้าพเจ้าที่จะไปตัดสินลงโทษคนภายนอก ท่านจะต้องตัดสินลงโทษคนภายในมิใช่หรือ ส่วนคนภายนอกนั้นพระเจ้าจะทรงตัดสินลงโทษ เหตุฉะนั้นจงกำจัดคนชั่วช้านั้นออกจากพวกท่านเสียเถิด (5:12-13)

การตัดสินลงโทษคือการวินิจฉัยประเด็นที่ถูกเปิดเผยออกมาว่าเป็นสิ่งที่ถูกหรือผิดตามความจริง เมื่อพระคัมภีร์บอกไม่ให้เราพิพากษาหรือตัดสินลงโทษนั้นจะมีความหมายที่แตกต่างกัน สิ่งนี้หมายความว่าเราไม่ควรพิพากษาประเด็นต่าง ๆ ที่ยังไม่ได้รับการเปิดเผยอย่างชัดเจน พระเจ้าเท่านั้นที่ทรงรู้จักจิตใจของมนุษย์ การตัดสินลงโทษเช่นนั้นจะกลายเป็นกำแพงบาปที่ขวางกั้นระหว่างเรากับพระเจ้า

แต่เราสามารถวินิจฉัยว่าผู้คนชาวโลกซึ่งเป็นคนที่ไม่เชื่อนั้นถูกหรือผิดตามความจริง ถ้าคนเหล่านั้นเป็นคนโลภ คนล่วงประเวณี คนไหว้รูปเคารพ คนปากร้าย คนขี้เมา หรือคนฉ้อโกง เราก็เข้าใจว่าคนเหล่านั้นขัดแย้งกับความจริง แต่เราไม่จำเป็นต้องพิพากษาเขาเพราะพระเจ้าจะทรงพิพากษาเขาตามน้ำพระทัยของพระองค์

เมื่อคนไม่เชื่อเป็นคนขี้เมา เราไม่จำเป็นต้องบอกเขาว่า "ทำไมคุณดื่มมากจังเลย หยุดดื่มเถอะและหันกลับมาดำเนินชีวิตตามความจริง" พระเจ้าจะทรงพิพากษาคนเหล่านั้นและเราไม่จำเป็นต้องทำสิ่งนั้น

แต่สมมุติว่าพี่น้องในความเชื่อคนหนึ่งไปพึ่งหมอดู ถ้าเช่นนั้นเราควรรู้ว่าเขากลายเป็นคนไหว้รูปเคารพเพราะเขาไม่มีความเชื่อ เขาสามารถอธิษฐานต่อพระเจ้าและรับเอาคำตอบจากพระองค์แต่เขายังไปปรึกษากับมาร ดังนั้นเราจึงพูดได้ว่าเขาไม่มีความเชื่อ เราสามารถวินิจฉัยกรณีเช่นนี้ตามความจริง

บทเรียนเกี่ยวกับการล่วงประเวณี 187

จงกำจัดคนชั่วช้า

จากนั้นข้อ 13 กล่าวว่า "จงกำจัดคนชั่วช้านั้นออกจากพวกท่านเสียเถิด" ในข้อ 11 พระคัมภีร์บอกเราไม่ให้คบหาหรือกินกับเขา แต่ในข้อนี้พระคัมภีร์บอกเราให้กำจัดเขาออกไปเสีย

อะไรคือผลลัพธ์ที่จะเกิดขึ้นถ้าเรายอมอ่อนข้อให้กับพี่น้องในความเชื่อที่เป็นคนล่วงประเวณี คนโลภ คนไหว้รูปเคารพ คนขี้เมา และคนฉ้อโกง คริสตจักรไม่สามารถมอบตำแหน่งหรือหน้าที่ใดให้กับคนเหล่านี้และบางทีสมาชิกคริสตจักรอาจรู้สึกไม่สบายใจที่จะคบหากับคนเหล่านี้ ดังนั้นเขาจะถูกปฏิเสธแม้กระทั่งในคริสตจักร

ในกรณีนี้ ถ้าเขากลับใจและหันหลังกลับก็ถือเป็นสิ่งที่น่าดีใจ แต่ถ้าเขาบ่นและทำบาปมากขึ้น จิตสำนึกของเขาก็จะด้านชาเช่นกัน ในที่สุด เขาก็ไม่สามารถยอมรับเอาความจริงเข้าไปได้และเขาอาจทำบาปที่ร้ายแรงอย่างอื่น (เช่น การมีเพศสัมพันธ์กับภรรยาของบิดาตน) เหมือนดังที่อธิบายไว้ใน

ข้อ 1

ผู้คนที่ถลำลึกในความบาปในระดับที่เขาไม่สามารถหันหลังกลับได้นั้นจะมีจิตใจที่แข็งกระด้างและไม่สามารถกลับใจ เพราะเหตุนี้พระคัมภีร์จึงบอกให้เรากำจัดเขาออกไปจากคริสตจักร ไม่เช่นนั้นเขาจะกลายเป็นเชื้อชั่วและส่งผลกระทบต่อผู้เชื่อคนอื่น

มัทธิว 18:15-18 กล่าวว่า "หากว่าพี่น้องของท่านผู้หนึ่งทำการละเมิดต่อท่าน จงไปแจ้งความผิดบาปนั้นแก่เขาสองต่อสองเท่านั้น ถ้าเขาฟังท่าน ท่านจะได้พี่น้องคืนมา แต่ถ้าเขาไม่ฟังท่าน จงนำคนหนึ่งหรือสองคนไปด้วยให้เป็นพยานสองสามปากเพื่อทุกคำจะเป็นหลักฐานได้ ถ้าเขาไม่ฟังคนเหล่านั้นจงไปแจ้งความต่อคริสตจักร แต่

ถ้าเขายังไม่ฟังคริสตจักรอีกก็ให้ถือเสียว่าเขาเป็นเหมือนคนต่างชาติและคนเก็บภาษี เราบอกความจริงแก่ท่านทั้งหลายว่าสิ่งใดซึ่งท่านจะผูกมัดในโลกก็จะถูกผูกมัดในสวรรค์และสิ่งซึ่งท่านจะปล่อยในโลกก็จะถูกปล่อยในสวรรค์”

พระคัมภีร์ตอนนี้บอกเราว่าเมื่อพี่น้องทำผิด เราไม่ควรนำความผิดของเขาไปเผยแพร่ให้กับคนอื่น แต่อันดับแรกเราควรไปหาเขาสองต่อสองและแนะนำเขาให้ดำเนินชีวิตอยู่ในพระคำของพระเจ้า ถ้าพี่น้องคนนั้นฟังและกลับใจก็หมายความว่าเราได้พี่น้องคนนั้นกลับคืนมาเพราะเขาจะได้รับความรอด

หากเขาไม่ฟังคำแนะนำ ถ้าเช่นนั้นเราต้องนำคนที่มีความสูงส่งกว่าฝ่ายวิญญาณสักสองสามคนไปให้คำแนะนำกับเขา เราควรช่วยให้เขาเข้าใจว่าสิ่งนั้นเป็นความผิดบาปและเขาต้องหันกลับมาสู่แนวทางของพระเจ้าและคนสองหรือสามคนนั้นต้องเป็นพยาน ถ้าเขายังไม่ฟัง เราต้องนำเรื่องนี้ไปแจ้งให้กับคริสตจักรรับทราบ

ถ้าเขายังไม่ฟังแม้กระทั่งศิษยาภิบาลของคริสตจักรหรือคนที่มีตำแหน่งเทียบเท่ากับศิษยาภิบาล ถ้าเช่นนั้นเราควรถือว่าเขาเป็นเหมือน “คนต่างชาติ” หรือ “คนเก็บภาษี” ในบริบทนี้คนต่างชาติคือคนที่ไม่เชื่อในพระเจ้าและคนเก็บภาษีคือคนบาป ความหมายที่บ่งบอกไว้ในข้อนี้ก็คือว่าเราต้องถือว่าเขาเป็นเหมือนคนชาวโลกที่ไม่เชื่อหรือคนบาปนั่นเอง

ข้อ 18 กล่าวว่า “สิ่งใดซึ่งท่านจะผูกมัดในโลกก็จะถูกผูกมัดในสวรรค์และสิ่งซึ่งท่านจะปล่อยในโลกก็จะถูกปล่อยในสวรรค์” เมื่อตัวแทนของคริสตจักรแนะนำเขา ถ้าเขาหันกลับพระเจ้าก็จะทรงยอมรับเขาเช่นกัน ไม่เช่นนั้นเขาก็จะถูกมอบไว้กับซาต

าน ด้วยเหตุนี้ ตัวแทนของคริสตจักรต้องมีความรักที่จะอดทนกับเขาและอธิษฐานเผื่อเขาจนถึงที่สุด

แต่ข้อนี้ไม่สามารถนำมาประยุกต์ใช้กับผู้เชื่อใหม่ที่เพิ่งต้อนรับเอาองค์พระผู้เป็นเจ้า ผู้คนที่เพิ่งเข้าร่วมนมัสการพระเจ้ากับคริสตจักรได้ไม่นานไม่เข้าใจพระคำของพระเจ้าอย่างแท้จริง คนเหล่านี้ไม่รู้ด้วยซ้ำว่าบาปคืออะไร ถึงแม้ว่าเขารู้ แต่เขาก็ไม่มีกำลังและฤทธิ์อำนาจที่จะประพฤติตามพระคำของพระเจ้าได้

ดังนั้นเราไม่ควรคิดว่าเราต้องหลีกเลี่ยงคนเหล่านี้เพราะเขายังทำบาปอยู่ แต่เราควรปลูกฝังความเชื่อไว้ในเขาและช่วยเขาให้เข้าสู่ความจริงเพิ่มมากขึ้น

แต่เมื่อผู้คนที่มีความเชื่อและมีตำแหน่งบางอย่างในคริสตจักรทำบาปที่ร้ายแรง เราไม่ควรคบหากับคนเหล่านี้

บทที่ 6

การฟ้องร้องในหมู่ผู้เชื่อ

ปัญหาในท่ามกลางสมาชิกคริสตจักร
ธรรมิกชนจะพิพากษาโลก
เพื่อให้เขาได้อาย
บาปที่นำไปสู่ความตาย
เราควรอยู่เพื่ออะไร
ความหมายฝ่ายวิญญาณของหญิงแพศยา

ปัญหาในท่ามกลางสมาชิกคริสตจักร

ในพวกท่านมีผู้ใดหรือถ้าเป็นความกับคนอื่นจะอาจไปว่าความกันต่อหน้าคนอธรรมและไม่ไปว่าต่อหน้าวิสุทธิชน (6:1)

ในบทที่ 6 เปาโลเขียนเกี่ยวกับน้ำพระทัยของพระเจ้าในเรื่องการฟ้องร้องกันในหมู่พี่น้องในความเชื่อและท่านอธิบายถึงวิธีการแก้ปัญหาต่าง ๆ ที่เกิดขึ้นในคริสตจักร

เราอาจกลายเป็น "คนอธรรม" เหมือนที่เปาโลกล่าวถึงและไม่ได้รับความรอดถ้าเราไม่เข้าใจน้ำพระทัยของพระเจ้าอย่างถูกต้องในเรื่องการฟ้องร้องกัน บางคนอาจคิดว่าเขาจะไม่เข้าไปยุ่งเกี่ยวกับสถานการณ์เช่นนั้นในคริสตจักรตั้งแต่แรกเพราะเขาเป็นคริสเตียนที่สัตย์ซื่อ

อย่างไรก็ตาม เราควรสามารถให้คำตอบที่ถูกต้องและสอดคล้องกับความจริงเมื่อผู้เชื่อใหม่หรือพี่น้องในความเชื่อคนอื่น ๆ มาขอคำปรึกษาหารือกับเราในเรื่องการฟ้องร้องกัน

ในข้อ 1 ของบทที่ 6 เราเห็นว่ามีการฟ้องร้องกันระหว่างสมาชิกในคริสตจักรโครินธ์ ผู้เชื่อคนหนึ่งกำลังฟ้องร้องพี่น้องในความเชื่ออีกคนหนึ่งในประเด็นทางกฎหมายต่อหน้าคนอธรรม

คำว่า "คนอธรรม" หมายถึงคนชาวโลกที่ไม่รู้จักความจริงและไม่ได้ดำเนินชีวิตอยู่ในพระคำของพระเจ้า เราพูดได้ว่าสมาชิกคริสตจักรที่สงสัยพระคำของพระเจ้าและไม่ได้ดำเนินชีวิตด้วยพระคำนั้นคือ "คนอธรรม" เช่นกัน

ดังนั้น ถ้าเรานำปัญหาไปหาบุคคลเช่นนี้ในคริสตจักร สิ่งนั้นก็ไม่แตกต่างอะไรกับการไปขอให้คนอธรรมที่ไม่เชื่อช่วยแก้ปัญหา นั่นไม่ใช่การกระทำที่ถูกต้อง เราไม่ควรฟ้องร้องพี่น้องในความเชื่อในศาลของโลกนี้เช่นกัน

การทำหน้าที่ของกฎหมายของโลกนี้ไม่สามารถดำเนินการในแนวทางแบบเดียวกันกับกฎบัญญัติของพระเจ้าที่บันทึกไว้ในพระคัมภีร์ พระเจ้าทรงบอกให้เรารักศัตรูของเรา ถือว่าคนอื่นดีกว่าตัวเรา พร้อมกับเข้าใจและยกโทษให้กับคนอื่น พระคัมภีร์บอกเราเช่นกันเรา "จะถูกยกขึ้นเมื่อเรารับใช้คนอื่น" และเรา "จะชนะเมื่อเราพ่ายแพ้"

พระคำของพระเจ้าเท่านั้นที่เป็นความจริงซึ่งไม่มีวันเปลี่ยนแปลงและเราสามารถดำเนินชีวิตอย่างมีความสุขได้ก็ต่อเมื่อเราทำตามพระคำเท่านั้น แต่หลายคนปฏิเสธที่จะดำเนินชีวิตตามพระคำของพระเจ้าและคนเหล่านี้ทำตามผลประโยชน์ของตนเอง

นอกจากนี้ กฎหมายของโลกนี้และกฎบัญญัติของพระเจ้าไม่เหมือนกัน ด้วยเหตุนี้ การที่ผู้เชื่อหันไปพึ่งพิงกฎหมายของโลกนี้และไม่พึ่งพากฎบัญญัติของพระเจ้านั้นถือเป็นสิ่งที่โง่เขลามาก

เพราะเหตุนี้อัครทูตเปาโลจึงตำหนิผู้เชื่อในคริสตจักรโครินธ์เพราะคนเหล่านั้นไม่พยายามที่จะแก้ปัญหาภายในคริสตจักรในหมู่พี่น้องในความเชื่อ แต่เขากลับนำปัญหาเหล่านั้นไปหาคนอธรรมที่ไม่รู้จักความจริง

ธรรมิกชนจะพิพากษาโลก

ท่านไม่รู้หรือว่าวิสุทธิชนจะพิพากษาโลก แลถ้าพวกท่านจะพิพากษาโลก ท่านไม่สมควรจะพิพากษาความเรื่องเล็กน้อยที่สุดหรือ (6:2)

ข้อนี้กล่าวว่าวิสุทธิชนหรือธรรมิกชนจะพิพากษาโลก ธรรมิกชนคือใคร เมื่อมีคนสมัครเข้ามาในคริสตจักรเราเรียกคนเหล่านี้ว่าสมาชิกของคริสตจักร จากสมาชิกคริสตจักรเหล่านี้ ผู้คนที่รักษาพระคำของพระเจ้าไว้ในจิตใจของตน ใช้พระคำเป็นอาหารฝ่ายวิญญาณสำหรับตน และประพฤติตามพระคำในชีวิตของตน จะถูกเรียกว่าธรรมิกชน

ทำไมคนเหล่านี้จึงถูกเรียกว่า "ธรรมิกชน" คำนี้หมายถึงผู้คนที่ดำเนินชีวิตอยู่ในความบริสุทธิ์อย่างไร้ที่ติใช่หรือไม่

ยอห์น 14:6 กล่าวว่า "พระเยซูตรัสกับเขาว่า 'เราเป็นทางนั้นเป็นความจริง และเป็นชีวิต ไม่มีผู้ใดมาถึงพระบิดาได้นอกจากมาทางเรา'" พระคำของพระเจ้าที่ไม่มีวันเปลี่ยนแปลงพระคำขอลพระเจ้าเท่านั้นที่เป็นความจริง ด้วยเหตุนี้ พระคำของพระเจ้าจะปรากฏเป็นจริงสำหรับผู้คนที่เชื่อในพระสัญญาของพระเจ้าในพระคัมภี

ร์และทำตามพระคำของพระองค์

ถ้าพระเจ้าไม่ทรงพระชนม์อยู่ พระคัมภีร์ก็ตายด้วยเช่นกันและพระคัมภีร์ก็ไม่อาจเป็นความจริงได้ แต่พระเจ้าทรงพระชนม์อยู่ พระองค์ทรงดำรงอยู่ก่อนนิรันดร์กาลและทรงดำรงอยู่ตลอดนิรันดร์กาล พระองค์ไม่เคยเปลี่ยนแปลงและพระคำของพระองค์เป็นความจริงสูงสุด พระเยซูคริสต์ทรงเป็นพระบุตรองค์เดียวของพระเจ้าซึ่งได้เสด็จเข้ามาในโลกนี้เช่นกัน พระองค์ทรงเป็นพระวาทะและเป็นความจริง

พระคำของพระเจ้าซึ่งเป็นความจริงเป็นสิ่งที่บริสุทธิ์และผู้คนที่ประพฤติตามพระคำนี้จึงถูกเรียกว่า "ธรรมิกชน" แต่เราเรียกผู้คนที่เข้าร่วมในคริสตจักรเพียงอย่างเดียวว่า "คนไปโบสถ์"

แน่นอน เราสามารถเรียกคนเหล่านี้ว่า "ผู้เชื่อใหม่" หรือ "ผู้มาใหม่" ได้เช่นกัน สาเหตุที่เรามายังคริสตจักรและสมัครเป็นสมาชิกของคริสตจักรก็เพื่อจะเป็นบุตรของพระเจ้าและได้รับความรอด เรามาคริสตจักรเพื่อฟังพระคำของพระเจ้าประพฤติตามแนวทางที่บริสุทธิ์ ดังนั้นจึงเป็นสิ่งเหมาะสมอย่างยิ่งที่จะเรียกผู้เชื่อใหม่ว่า "ธรรมิกชน"

คนเหล่านี้บางคนกำลังยืนอยู่บนศิลาแห่งความเชื่อ หลายคนพยายามอย่างมากที่จะดำเนินชีวิตด้วยพระคำของพระเจ้าแต่เขายังไม่ได้ยืนอยู่บนศิลาแห่งความเชื่อ

เปาโลกล่าวว่า "ท่านไม่รู้หรือว่าวิสุทธิชนจะพิพากษาโลก" คำว่า "วิสุทธิชน" (หรือธรรมิกชน) ในข้อนี้หมายถึงบุตรของพระเจ้าที่ยืนอยู่บนศิลาแห่งความเชื่อ ธรรมิกชนเหล่านี้สามารถที่จะพิพากษาโลก เหมือนที่อธิบายไว้ก่อนหน้านี้ว่าเมื่อมีปัญหาเกิดขึ้นในโลกนี้ คนเหล่านี้สามารถวินิจฉัยด้วยความจริงว่าสิ่งนั้นถูกหรือผิดหรือสิ่งนั้นจริงหรือเท็จ

เพราะเหตุนี้เปาโลจึงถามคนเหล่านั้นว่าเพราะเหตุใดเขาจึงไม่

สามารถจัดการดูแลปัญหาที่เกิดขึ้นในระหว่างพี่น้องในความเชื่อในเมื่อธรรมิกชนสามารถพิพากษาเรื่องราวต่าง ๆ ของโลกนี้ ผู้คนที่ยืนอยู่บนศิลาแห่งความเชื่อสามารถแก้ปัญหาต่าง ๆ ที่เกิดขึ้นในหมู่พี่น้องในความเชื่อ ด้วยเหตุนี้ ผู้เชื่อจึงไม่มีเหตุใดที่ต้องหันไปหาโลกเพื่อฟ้องร้องเป็นความกัน

ท่านไม่รู้หรือว่าเราจะต้องพิพากษาพวกทูตสวรรค์ ถ้าเช่นนั้นจะยิ่งเป็นการสมควรสักเท่าใดที่เราจะพิพากษาตัดสินความเรื่องของชีวิตนี้ (6:3)

ข้อ 3 เป็นส่วนเสริมของข้อ 2 เราเข้าใจเกี่ยวกับทูตสวรรค์ผ่านทางพระคัมภีร์ การพิพากษาทูตสวรรค์ไม่ได้หมายความว่าเราจะพิพากษาทูตสวรรค์ด้วยความคิดที่ชั่วร้าย แต่เป็นการวินิจฉัยสิ่งต่าง ๆ ตามความจริง

ยกตัวอย่าง จาก 2 เปโตร 2:4 เราเรียนรู้ว่าพระเจ้าไม่ได้ทรงยกเว้นพวกทูตสวรรค์ที่ทำบาป แต่พระองค์ทรงผลักทูตเหล่านั้นลงไปสู่นรกและคุมขังทูตเหล่านั้นไว้ด้วย “เครื่องจำจองแห่งความมืด” จนกว่าจะถึงการพิพากษา

นอกจากนั้น ยูดาส 1:6 ยังกล่าวว่า “และเหล่าทูตสวรรค์ที่ไม่ได้รักษาเทวสภาพของตน แต่ได้ละทิ้งถิ่นฐานของตนนั้น พระองค์ก็ได้ทรงจองจำไว้ด้วยโซ่ตรวนอันเป็นนิรันดร์ ขังไว้ในที่มืดจนกว่าจะถึงการพิพากษาในวันสำคัญยิ่งนั้น”

พระคัมภีร์บันทึกเกี่ยวกับทูตสวรรค์ที่ทำให้ฝนตก เคลื่อนก้อนเมฆ ทูตสวรรค์ที่ยิ่งใหญ่ และทูตสวรรค์ที่มีพลังอำนาจเหมือนดังใน 2 เปโตร 2:11 ซึ่งพูดถึงทูตสวรรค์ที่มี “ฤทธิ์และกำลังมากกว่า”

ลูกา 1:19 พูดถึงกาเบรียลว่า “ฝ่ายทูตสวรรค์นั้นจึงตอบท่าน

[เศคาริยาห์] ว่า 'เราคือกาเบรียลซึ่งยืนอยู่เฉพาะพระพักตร์พระเจ้า และทรงใช้ให้มาพูดและนำข่าวดีนี้มาแจ้งกับท่าน'" นี่เป็นภาพเหตุการณ์ที่กาเบรียลปรากฏเพื่อแจ้งข่าวเรื่องการกำเนิดของยอห์นผู้ให้รับบัพติศมา

ยิ่งกว่านั้น ดาเนียล 10:13 กล่าวว่า "เจ้าผู้พิทักษ์ราชอาณาจักรเปอร์เซียได้ขัดขวางข้าพเจ้าไว้ถึงยี่สิบเอ็ดวัน ข้าพเจ้าจึงยังอยู่ที่นั่นกับกษัตริย์ทั้งหลายของเปอร์เซีย แต่ดูเถิด มีคาเอลเจ้าผู้พิทักษ์ชั้นหัวหน้าผู้หนึ่งมาช่วยข้าพเจ้า" นี่เป็นบันทึกเกี่ยวกับเทพบดีมีคาเอล เราสามารถหยั่งรู้เรื่องทูตสวรรค์ในมิติฝ่ายวิญญาณผ่านทางพระคัมภีร์แม้ว่าเรามองไม่เห็นทูตเหล่านั้นก็ตาม

ดังนั้น จากการที่เปาโลกล่าวว่า "ท่านไม่รู้หรือว่าเราจะต้องพิพากษาพวกทูตสวรรค์ ถ้าเช่นนั้นจะยิ่งเป็นการสมควรสักเท่าใดที่เราจะพิพากษาตัดสินความเรื่องของชีวิตนี้" ท่านจึงเน้นว่าเราสามารถพิพากษาตัดสินความเรื่องต่าง ๆ ของโลกนี้เพราะเราสามารถพิพากษาตัดสินสิ่งมีชีวิตฝ่ายวิญญาณอย่างพวกทูตสวรรค์

ฉะนั้นถ้าพวกท่านเป็นความกันเรื่องชีวิตนี้ ท่านจะตั้งคนที่คริสตจักรนับถือน้อยที่สุดให้ตัดสินหรือ (6:4)

อาจมีปัญหาบางอย่างเกิดขึ้นในหมู่ผู้เชื่อสืบเนื่องมาจากเรื่องราวต่าง ๆ ของโลกนี้ ดังนั้นถ้ามีบางสิ่งบางอย่างในทำนองนี้เกิดขึ้นในคริสตจักร เราควรทำสิ่งใดถ้ามีคนสองคนทะเลาะกันหรือมีปัญหากันและไม่สามารถตกลงกันได้ภายในคริสตจักร

ธรรมิกชนที่ยืนอยู่บนศิลาแห่งความเชื่อสามารถวินิจฉัยระหว่างสิ่งที่ถูกและสิ่งที่ผิดด้วยพระคำของพระเจ้า ดังนั้น เราควรเปิดโอกาสให้คนเหล่านั้นแก้ไขสถานการณ์ แต่ผู้เชื่อในคริสตจักรโครินธ์ไม่ได้ทำเช่นนั้น เพราะเหตุนี้เปาโลจึงชี้ให้เห็นว่าคนเหล่านั้นตั้งค

นที่คริสตจักรนับถือน้อยที่สุดให้ตัดสินปัญหาที่เกิดขึ้น

ถ้าความขัดแย้งเกิดขึ้นในหมู่พี่น้องในความเชื่อสืบเนื่องมาจากเรื่องราวต่าง ๆ ของโลกและคนเหล่านั้นฟ้องร้องซึ่งกันและกัน การกระทำของคนเหล่านี้เป็นพฤติกรรมของคนอธรรมที่ไม่ได้ดำเนินชีวิตอยู่ในความจริง

ยกตัวอย่าง สมมุติว่าคนที่ไม่ได้ดำเนินชีวิตอยู่ในความจริงคนหนึ่งกำลังใส่ร้ายและวิพากษ์วิจารณ์อีกคนหนึ่งในคริสตจักร นอกจากนี้ สมมุติว่ามีบางคนได้ยินถึงเรื่องนั้นและเข้าร่วมกับเขา เมื่อมีคนสองสามคนเข้าร่วมกับคนนั้น กลุ่มคนก็เกิดขึ้น

เมื่อมีบางสิ่งเกิดขึ้นกับคนหนึ่งที่อยู่ในกลุ่มนั้น เขาก็จะไปหาเพื่อนที่เป็นคนอธรรมโดยธรรมชาติเพื่อถามคนเหล่านั้นว่าเขาควรทำสิ่งใด ตอนนี้เมื่อคนอธรรมให้คำแนะนำกับเขา จะเกิดอะไรขึ้น สิ่งนั้นจะเป็นวิธีการที่ถูกต้องในการแก้ปัญหาหรือไม่ โอกาสที่จะเป็นเช่นนั้นแทบไม่มีเลย คนอธรรมไม่สามารถให้คำตอบภายในความจริงได้เพราะคนเหล่านั้นไม่ได้ดำเนินชีวิตอยู่ในความจริง เพราะเหตุนี้ เปาโลจึงถามผู้เชื่อเหล่านั้นว่า "ท่านจะตั้งคนที่คริสตจักรนับถือน้อยที่สุดให้ตัดสินหรือ" โดยชี้ให้คนเหล่านั้นเห็นว่าการกระทำเช่นนั้นไม่ถูกต้อง

เพื่อให้เขาได้อาย

ข้าพเจ้ากล่าวดังนี้ก็เพื่อให้ท่านละอายใจ ในพวกท่านไม่มีสักคนหนึ่งหรือที่มีสติปัญญาสามารถชำระความระหว่างพี่น้อง แต่พี่น้องกับพี่น้องต้องไปว่าความกันต่อหน้าคนที่ไม่เชื่ออย่างนั้นหรือ (6:5-6)

อัครทูตเปาโลกล่าวไว้ใน 1 โครินธ์ 4:14 ว่า "ข้าพเจ้ามิได้เขียนข้อความเหล่านี้เพื่อจะให้ท่านได้อาย แต่เขียนเพื่อเตือนสติในฐานะที่ท่านเป็นลูกที่รักของข้าพเจ้า" แต่ในข้อนี้ท่านกลับพูดว่า "ข้าพเจ้ากล่าวดังนี้ก็เพื่อให้ท่านละอายใจ" สาเหตุก็เพราะว่าเวลานี้สถานการณ์แตกต่างจากสิ่งที่เกิดขึ้นใน 1 โครินธ์บทที่ 4 อย่างสิ้นเชิง

ใน 1 โครินธ์บทที่ 4 เราเห็นว่าเมื่อพวกอัครทูตถูกด่า คนเหล่านั้นยอมรับว่าคำด่านั้นเป็นพระพร เมื่อถูกข่มเหงคนเหล่านั้นก็ทนเอา เมื่อถูกใส่ร้าย คนเหล่านั้นก็พยายามอ้อนวอน นี่เป็นวิธีการที่ถูกต้องและผู้เชื่อในคริสตจักรโครินธ์ควรทำแบบเดียวกัน แต่เขากลับไม่ได้ทำเช่นนั้น

เปาโลไม่ต้องการที่อวดอ้างเกี่ยวกับตนเองหรือทำให้ผู้เชื่อชาวโครินธ์ได้อาย ท่านเพียงแต่ต้องการที่จะสอนคนเหล่านั้นด้วยหัวใจของพ่อแม่ว่าการกระทำของบรรดาอัครทูตนั้นถูกต้อง

แต่ในข้อ 5 เปาโลกล่าวว่า "ข้าพเจ้ากล่าวดังนี้ก็เพื่อให้ท่านละอายใจ" ท่านอธิบายอย่างชัดเจนว่าท่านจะไม่พูดสิ่งที่ดีกับลูกที่รักของท่าน ท่านหมายความว่าท่านต้องพูดสิ่งนั้นเพื่อให้เขาละอายใจเพื่อชี้ให้คนเหล่านั้นเห็นถึงความผิดของเขา แม้คนเหล่านั้นอาจรู้สึกละอายใจอยู่บ้าง แต่สำหรับเปาโลการพูดเช่นนี้คือการทำให้คนเหล่านั้นจำใส่ใจของตนเอาไว้เพื่อเขาจะไม่ทำแบบเดิมนั้นอีกต่อไป

บุตรของพระเจ้าต้องไม่ฟ้องร้องกันและกัน แต่ในคริสตจักรโครินธ์พี่น้องในความเชื่อกลับฟ้องร้องกันและกันอย่างรวดเร็วต่อหน้าคนที่ไม่เชื่อ เพราะเหตุนี้เปาโลจึงต้องพูดถึงเรื่องนี้เพื่อให้เขาได้อาย

วิธีการแก้ไขปัญหาในองค์พระผู้เป็นเจ้า

ตอนนี้ เราควรทำสิ่งใดถ้าเรามีเรื่องฝ่ายโลกกับพี่น้องในความเชื่อด้วยกัน เราควรทำตามระเบียบขั้นตอนของคริสตจักรเพื่อจัดการกับปัญหาที่เกิดขึ้น ถ้าท่านเป็นผู้เชื่อฆราวาส อันดับแรกท่านควรหารือกับผู้นำเซลล์ของท่าน ถ้าผู้นำเซลล์ไม่สามารถแก้ปัญหานั้นได้ ท่านควรเข้าหาผู้นำที่อยู่ในระดับสูงขึ้นไปในคริสตจักร

สุดท้ายท่านสามารถเข้าหาศิษยาภิบาลของคริสตจักร ถ้าปัญหายังไม่ได้รับการแก้ไข ท่านควรเข้าหาคณะกรรมการหรือที่ประชุมหรือองค์กรของคริสตจักรที่เป็นตัวแทนของคนทั้งคริสตจักรเพื่อวินิจฉัยสิ่งที่ถูกหรือสิ่งที่ผิดนั้น

ในกรณีส่วนใหญ่ประเด็นปัญหาที่เกิดขึ้นมักเกี่ยวข้องกับเงิน ผมแนะนำสมาชิกคริสตจักรมาโดยตลอดว่าอย่ามีการแลกเปลี่ยนหรือกู้ยืมเงินในคริสตจักรไม่ว่าด้วยเหตุผลใดก็ตาม ปัญหาและความเข้าใจผิดหลายอย่างมีต้นเหตุมาจากเงินทั้งสิ้น

ถ้าท่านต้องยืมเงินจากใครบางคนเนื่องจากความต้องการฉุกเฉินเร่งด่วน ท่านไม่ควรยืมจากพี่น้องในความเชื่อแต่ควรยืมจากผู้ค

นที่อยู่นอกคริสตจักร การแลกเปลี่ยนหรือกู้ยืมเงินในหมู่พี่น้องในความเชื่อเป็นการไม่เชื่อฟังพระคำของพระเจ้า ซาตานจะทำให้เกิดปัญหาและการทะเลาะกันขึ้นเพราะเรื่องนี้

ผมเห็นสมาชิกคริสตจักรหลายคนประสบกับความยุ่งยากมากมายเนื่องการกู้ยืมเงินกันในหมู่สมาชิกคริสตจักร

บางคนไม่กล้าปฏิเสธเมื่อมีคนมาขอยืมเงินจากเขา (ทั้งที่ตัวเขาเองไม่มีเงิน) ดังนั้นเขาจึงไปขอยืมจากบุคคลที่สามเพื่อนำเงินนั้นมาให้คนนั้นยืม แต่หลายคนที่ยืมเงินไปแล้วไม่ยอมจ่ายคืนภายในเงื่อนเวลาที่สัญญาไว้ โรม 13:8 กล่าวว่า "อย่าเป็นหนี้อะไรใคร นอกจากความรักซึ่งมีต่อกัน เพราะว่าผู้ที่รักคนอื่นก็ทำให้พระราชบัญญัติสำเร็จแล้ว" ข้อนี้กล่าวว่าเราไม่ควรวางภาระหนักให้กับพี่น้องในความเชื่อเพราะเรื่องเงินทอง

เหตุฉะนั้นเพราะพวกท่านไปเป็นความกัน บัดนี้ท่านก็ตกจากระดับที่ควรแล้ว ทำไมท่านจึงไม่ทนต่อการร้ายซึ่งเขาทำแก่ท่าน ทำไมท่านจึงไม่ยอมถูกโกง แต่ท่านเองกลับทำร้ายกัน และโกงกันในระหว่างพวกพี่น้องของท่านเอง (6:7-8)

ถ้าพี่น้องในความเชื่อคนหนึ่งฟ้องร้องพี่น้องในความเชื่ออีกคนหนึ่ง สิ่งนี้ก็พิสูจน์ให้เห็นว่าเขาเป็นคนอธรรมที่ไม่ได้ดำเนินชีวิตอยู่ในความจริงและไม่ใช่บุตรของพระเจ้า สิ่งนี้แสดงให้เห็นว่าเขาเป็นผู้เชื่อเทียมเท็จแม้เขาอาจดูเหมือนว่าเป็นคนที่มีความเชื่ออย่างแรงกล้าด้วยการทำงานอย่างสัตย์ซื่อในคริสตจักรก็ตาม

ถ้าเช่นนั้นท่านควรทำสิ่งใดถ้าพี่น้องในความเชื่ออีกคนหนึ่งฟ้องร้องท่าน ถ้าท่านมีความเชื่ออย่างแท้จริง ท่านก็พร้อมที่จะยอมรับเอาความสูญเสียที่มีต้นเหตุมาจากเรื่องนั้นแทนที่ท่านจะต่อสู้กับพี่น้องคนนั้นเพื่อเผยให้รู้ว่าสิ่งนั้นเป็นความผิดของใคร เพราะเหตุนี้

ในข้อ 7 อัครทูตเปาโลจึงแนะนำให้คนเหล่านั้นทนต่อการร้ายที่ค
นอื่นทำกับเขาและการถูกคนอื่นฉ้อโกงแทนที่จะทะเลาะวิวาทกันแ
ละกลายเป็นคนชั่วร้าย

แต่ผู้เชื่อใหม่ที่ไม่รู้จักความจริงเป็นอย่างดีมักมีแนวโน้มที่จะคิ
ดว่าเป็นการถูกต้องที่จะเปิดเผยให้รู้ว่าใครไม่มีความผิดด้วยการต่
อสู้กลับไปตามความยุติธรรม

แม้ว่าเราจะถูกคนอื่นทำร้ายและถูกฉ้อโกง สิ่งนั้นก็ไม่ใช่การสู
ญเสียอย่างแท้จริง ซาตานจะสูญเสียอย่างแน่นอนและความชอบธ
รรมจะมีชัยชนะ ได้ก็ต่อเมื่อเราดำเนินชีวิตอยู่ในความจริง พระเจ้
าทรงสถิตอยู่ในความชอบธรรมและทรงสำรวจจิตใจของมนุษย์ ดั
งนั้นอาจดูเหมือนว่าท่านกำลังพบกับความสูญเสียในชั่วระยะหนึ่ง
แต่ในเวลาที่เหมาะสมพระเจ้าทรงช่วยให้คนที่รักพระองค์เกิดผลอั
นดีในทุกสิ่งอย่างแน่นอน

ด้วยวิธีนี้ ในหมู่พี่น้องในความเชื่อต้อง ไม่มีการฟ้องร้องเป็นคว
ามกัน แต่สมาชิกคริสตจักรโครินธ์กลับประพฤติตนในความอธรร
มด้วยเปิดเผยให้เห็นถึงความชั่วร้ายที่อยู่ท่ามกลางเขา คนอธรรม
อยู่ในคริสตจักรด้วยการเสแสร้งว่าตนเป็นบุตรของพระเจ้าและดำ
เนินชีวิตอยู่ในความจริง แต่ภายหลังมีการเปิดเผยให้เห็นว่าคนเห
ล่านั้นไม่ใช่บุตรของพระเจ้าหรือไม่ได้ดำเนินชีวิตอยู่ในความจริง
แต่ประการใด สุดท้ายคนเหล่านั้นก็หลอกลวงซึ่งกันและกัน

สิ่งที่อธรรมประเภทนี้ ไม่ควรเกิดขึ้นในคริสตจักร
แม้ในหมู่คนที่ไม่เชื่อ ถ้าเขาฟ้องร้องคนในครอบครัวของตนเอง ผู้
คนจะพูดว่านั่นเป็นสิ่งที่ชั่วร้าย ถ้ามีการฟ้องร้องกันในหมู่พี่น้องใ
นความเชื่อที่เชื่อในพระเจ้า สิ่งนี้จะเป็นที่ยอมรับได้อย่างไร ถ้าเรื่อ
งในทำนองนี้เกิดขึ้นในคริสตจักรก็เป็นที่แน่ชัดว่าคนนั้นเป็นคนอ
ธรรม

ยากอบ 1:22 กล่าวว่า "แต่ท่านทั้งหลายจงเป็นคนที่ป

ระพฤติตามพระวจนะนั้น ไม่ใช่เป็นแต่เพียงผู้ฟังเท่านั้น ซึ่งเป็นการล่อลวงตนเอง" ข้อนี้กล่าวว่าถ้าท่านเพียงแค่ฟังพระคำแต่ไม่ประพฤติตามพระคำนั้น ท่านก็เป็นคนมุสาและเป็นคนหลอกลวงตนเอง ถ้าผู้เชื่อในโครินธ์เชื่อในพระเจ้าอย่างแท้จริงคนเหล่านั้นก็คงไม่ฟ้องร้องซึ่งกันและกัน

ข้อ 8 กล่าวว่า "แต่ท่านเองกลับทำร้ายกัน และโกงกันในระหว่างพวกพี่น้องของท่านเอง" ข้อนี้หมายความว่าการฟ้องร้องซึ่งกันและกันเป็นการประพฤติที่อธรรมและคนเหล่านั้นพูดว่าตนเชื่อในพระเจ้าแม้หลังจากที่เขาฟ้องร้องพี่น้องของตน ด้วยเหตุนี้คนเหล่านั้นจึงกำลังหลอกลวงตนเอง

พระเจ้าทรงบอกให้เรารักแม้กระทั่งศัตรูของเรา พระองค์ทรงอนุญาตให้เราได้รับความรอดด้วยการสละพระเยซูพระบุตรองค์เดียวของพระองค์บนไม้กางเขน เราผู้ซึ่งได้รับพระคุณนี้มาเปล่า ๆ ต้องไม่มีวันที่จะฟ้องร้องพี่น้องในความเชื่อคนหนึ่งคนใด

บาปที่นำไปสู่ความตาย

ท่านไม่รู้หรือว่าคนอธรรมจะไม่ได้รับอาณาจักรของพระเจ้าเป็นมรดก อย่าหลงเลย คนล่วงประเวณี คนถือรูปเคารพ คนผิดผัวเมียเขา คนนิสัยเหมือนผู้หญิงหรือคนที่เป็นกะเทย คนขโมย คนโลภ คนขี้เมา คนปากร้าย คนฉ้อโกง จะไม่ได้รับอาณาจักรของพระเจ้าเป็นมรดก (6:9-10)

แม้กระทั่งในหมู่ผู้เชื่อ ผู้ที่เป็นคนอธรรมจะไม่ได้รับแผ่นดินของพระเจ้าเป็นมรดกเช่นกัน สิ่งนี้หมายความว่าเขาจะไม่รอด พระเจ้าทรงประทานพระคำของพระองค์ให้กับผู้เชื่อ คนที่ไม่เชื่อไม่มีส่วนเกี่ยวข้องใด ๆ กับพระเจ้าตั้งแต่แรกอยู่แล้ว

ดังนั้นคำว่า "คนอธรรม" ในข้อนี้จึงหมายถึงผู้คนที่พูดว่าตนเป็นผู้เชื่อแต่เขาไม่ได้ดำเนินชีวิตตามพระคำของพระเจ้า คนเหล่านี้ก็จะไม่รอด

พระเยซูกล่าวไว้ในมัทธิว 7:21 ว่า "มิใช่ทุกคนที่ร้องแก่เราว่า 'พระองค์เจ้าข้า พระองค์เจ้าข้า' จะได้เข้าในอาณาจักรแห่งสวรรค์ แต่ผู้ที่ปฏิบัติตามพระทัยพระบิดาของเราผู้ทรงสถิตในสวรรค์จึ

งจะเข้าได้" นอกจากนั้น แม้เราจะทำตัวเหมือนผู้เผยพระวจนะสำแดงการทำงานด้วยฤทธิ์อำนาจ และขับผีออก แต่องค์พระผู้เป็นเจ้าจะตรัสว่าพระองค์ไม่รู้จักเราถ้าเราดำเนินชีวิตอยู่ในความชั่วร้าย

เราจะไม่รอดเพียงแค่เราพูดว่าเราเชื่อในองค์พระผู้เป็นเจ้า รักษาวันขององค์พระผู้เป็นเจ้า ถวายสิบลด และช่วยเหลือคนยากจน แต่เราจะรอดด้วยการดำเนินชีวิตตามพระคำของพระเจ้า แม้เราจะทำหลายสิ่งหลายอย่างเพื่อพระเจ้า พระเยซูจะตรัสว่า "เราไม่รู้จักเจ้า" ถ้าเราประพฤติชั่ว (มัทธิว 7:23)

เราอาจถูกกล่อลวงถ้าเราไม่เข้าใจเรื่องนี้อย่างชัดเจน ไม่เฉพาะคนไม่เชื่อเท่านั้นที่ล่อลวงเรา แต่เราสามารถถูกกล่อลวงจากคนที่พูดว่าเขาเชื่อแต่ยังประพฤติตนอย่างอธรรมด้วยการไม่ดำเนินชีวิตอยู่ในพระคำของพระเจ้าด้วยเช่นกัน

ผู้เชื่อบางคนพูดว่าเราไม่จำเป็นต้องเป็นพวกสุดขั้วในเรื่องความเชื่อ คนเหล่านี้เรียกร้องให้เราเข้าร่วมเฉพาะการนมัสการในตอนเช้าวันอาทิตย์และจากนั้นใช้เวลาในช่วงบ่ายในการตกปลา ปีนเขา หรือไปปิกนิก เขาพูดว่าผู้ปกครองบางคนของคริสตจักรก็ดื่มเหล้าเช่นกัน ดังนั้นการที่เราจะดื่มเหล้าสักสองสามแก้วก็ไม่เป็นไร แต่พระเจ้าทรงบอกไม่ให้เราถูกกล่อลวงด้วยถ้อยคำเหล่านั้น

ถ้าเช่นนั้นความอธรรมคืออะไร ข้อ 8 กล่าวว่าการฟ้องร้องพี่น้องในความเชื่อคือความอธรรม ยิ่งกว่านั้น ความอธรรมคือทุกสิ่งที่ต่อสู้กับความจริงและการกระทำทุกอย่างที่ไม่สอดคล้องกับพระคำของพระเจ้า

ข้อ 9 และ 10 กล่าวถึงสิ่งที่เป็นความอธรรมบางอย่าง

การล่วงประเวณีคือพฤติกรรมทางเพศที่สกปรกและหยาบโลน การไหว้รูปเคารพไม่ใช่เป็นเพียงกราบไหว้รูปที่ทำจากทองคำ เงิน หิน หรือโลหะเท่านั้น แต่ยังหมายถึงการรักบางสิ่งหรือบางคนมากกว่าพระเจ้าด้วยเช่นกัน การผิดผัวผิดเมียคือการมีเพศสัมพันธ์กันระหว่างผู้หญิงและผู้ชายซึ่งไม่ได้รับการยอมรับจากพระเจ้าว่าเป็นผู้ที่ผูกพันกันอย่างถูกต้องตามกฎหมาย

การเป็นกะเทยคือการที่ผู้ชายซึ่งมีลักษณะของพฤติกรรม การแต่งตัว หรือการพูดเหมือนผู้หญิงหรือเด็กหญิง ส่วนใหญ่เราพบเห็นคนเหล่านี้ภายนอกคริสตจักร แต่มีบางคนที่อยู่ในคริสตจักรด้วยเช่นกัน ยกตัวอย่าง ผู้ชายบางคนชอบมีเพื่อนเป็นผู้หญิงและทำตัวเหมือนผู้หญิงอย่างผิดธรรมชาติ

คนรักร่วมเพศไม่ได้รับการยกโทษจากพระเจ้าและคนเหล่านี้ไม่ได้รับความรอด เมื่อผู้คนที่เคยเป็นคนรักร่วมเพศมีความเชื่อ คนเหล่านี้ต้องกลับใจและหันหลังกลับเพื่อเขาจะได้รับการยกโทษ แต่ถ้าเขายังไม่หันหลังกลับและยังคงประพฤติตนแบบเดิมอย่างต่อเนื่อง สิ่งนี้ก็หมายความว่าเขาไม่ได้รับความรอด

การเป็นขโมยมีความหมายหลายอย่าง แต่โดยทั่วไปสิ่งนี้หมายถึงการยักยอกหรือการลักเอาทรัพย์สินของคนอื่นด้วยจิตใจหรือการกระทำ ยูดาสอิสคาริโอทเป็นขโมยด้วยเช่นกัน เขายักยอกเงินโดยพูดว่าเขากำลังช่วยเหลือคนจน

ต่อไปคือการเป็นคนโลภและคนขี้เมา พระเจ้าไม่พอพระทัยกับการเป็นคนขี้เมา เหล้าไม่ให้ประโยชน์ใดกับเรา ผู้คนดื่มเหล้าเพื่อความสนุกเพลิดเพลิน เหล้าไม่ใช่เครื่องดื่มเพื่อสุขภาพ ถ้าเราดำเนินชีวิตอยู่ในพระเยซูคริสต์และอยู่ในความจริง เราควรเลิกดื่มเหล้าโดยธรรมชาติ

พระคัมภีร์สอนเราไม่ให้เมาเหล้า (เอเฟซัส 5:18) เมื่อแอลกอฮอล์เข้าไปในร่างกายของเรา เราก็จะสูญเสียการควบคุมร่างกายและความคิดของเราและเราจะทำสิ่งที่ขัดแย้งกับความจริง บางคนพูดว่าการดื่มเพียงเล็กน้อยไม่เป็นไรหรอกเพราะพระคัมภีร์เพียงแต่ห้ามเราไม่ให้เมาเหล้า

แต่ถ้าดื่มเพียงแก้วเดียวท่านเมาเท่ากับแก้วเดียว แอลกอฮอล์จะเข้าไปในทุกส่วนของร่างกายของท่าน ถ้าดื่มนิดเดียวท่านก็จะเมาเพียงนิดเดียวและถ้าท่านดื่มมากท่านก็จะเมามาก ดังนั้นเราไม่ควรพูดว่าการดื่มสองสามแก้วไม่เป็นไรหรอก

การเป็นคนปากร้ายและคนฉ้อโกงถูกอธิบายไว้ในบทที่ 5 ข้อ 11 คนปากร้ายพูดภาษาที่หยาบคายและคนฉ้อโกงยักยอกเอาเงินหรือทรัพย์สินของคนอื่นด้วยการหลอกลวง คนประเภทนี้จะไม่ได้รับแผ่นดินของพระเจ้าเป็นมรดกซึ่งหมายความว่าเขาจะไม่ได้เข้าไปในแผ่นดินสวรรค์

ดังนั้น ถ้าท่านยังคงประพฤติในสิ่งที่เป็นอธรรมเหล่านี้อยู่ ท่านต้องสารภาพบาปของท่านและหันกลับอย่างรวดเร็ว พระเจ้าทรงสัตย์ซื่อและชอบธรรมที่จะยกโทษความผิดบาปให้กับเราและชำระเราให้พ้นจากการอธรรมทั้งสิ้น (1 ยอห์น 1:9) แต่ถ้าเราทำบาปอย่างต่อเนื่องแม้หลังจากที่เราสารภาพบาปและพูดว่าเราจะไม่ทำบาปอีก สิ่งนี้ถือเป็นการเยาะเย้ยพระเจ้า ซึ่งหมายความว่าเรายังคงอยู่ในบาปและเราจะไม่รอดด้วยวิธีนี้

แต่ก่อนมีบางคนในพวกท่านเป็นคนอย่างนั้น แต่ท่านได้รับทรงชำระแล้วและได้ทรงแยกตั้งท่านไว้แล้ว แต่พระวิญญาณแห่งพระเจ้าของเราได้ทรงตั้งท่านให้เป็นผู้ชอบธรรมในพระนามของพระเยซูเจ้า

(6:11)

พวกเราหลายคนเคยเป็นคนอธรรมเช่นนั้น แต่เวลานี้เราได้รับพระวิญญาณบริสุทธิ์ในพระเยซูคริสต์ พระวิญญาณบริสุทธิ์ทรงช่วยเราให้รู้ว่าบาปคืออะไรและทรงประทานความเชื่อให้กับเรา

เมื่อเรากลับใจและหันหลังกลับ พระโลหิตขององค์พระผู้เป็นเจ้าจะชำระเราให้สะอาด แม้เราเคยทำบาปมาก่อน แต่ถ้าเรากลับใจและหันหลังกลับ พระเจ้าก็จะทรงชำระเราผ่านทางพระโลหิตของพระเยซูเจ้าผู้ทรงถูกตรึง เราจะไปถึงความรอดด้วยวิธีนี้

แต่ถ้าเราเพียงแค่พูดว่าเราเชื่อในพระเจ้าในขณะที่กำลังประพฤติตนอย่างอธรรม พระเจ้าจะไม่ทรงยอมรับว่าสิ่งนั้นเป็นความเชื่อและเราจะไม่รอด พระเจ้าจะทรงถือว่าสิ่งนั้นเป็นความเชื่อและช่วยเราให้รอดเมื่อเราพยายามที่จะดำเนินชีวิตตามพระคำของพระเจ้าและต่อสู้กับบาปเพื่อกำจัดสิ่งเหล่านั้นทิ้งไป พระเจ้าจะตรัสว่าเราเป็นคนชอบธรรมเมื่อเราได้รับการชำระให้บริสุทธิ์มากขึ้นผ่านขั้นตอนและความพยายามที่จะต่อสู้กับความบาปดังกล่าว

ข้าพเจ้าทำสิ่งสารพัดได้ แต่ไม่ใช่ทุกสิ่งที่จะทำได้นั้นเป็นประโยชน์ ข้าพเจ้าทำสิ่งสารพัดได้ แต่ข้าพเจ้าไม่ยอมอยู่ใต้อำนาจของสิ่งใดเลย (6:12)

"ข้าพเจ้าทำสิ่งสารพัดได้" หมายความว่าเรามีเสรีภาพที่จะเลือกว่าเราจะดำเนินชีวิตอยู่ในความจริงหรือในความอธรรม ทุกอย่างขึ้นอยู่กับการเลือกของเรา แต่ไม่ใช่ทางเลือกทุกอย่างของเราจะมีประโยชน์ การดำเนินชีวิตอยู่ในพระเยซูคริสต์เท่านั้นที่มีประโยชน์

เพื่อให้ได้รับอาณาจักรของพระเจ้าเป็นมรดก เราต้องดำเนินชีวิตอยู่ในความจริงอย่างสมบูรณ์โดยไม่ยอมตกเป็นทาสของสิ่งหนึ่งสิ่งใด เราต้องทำตามน้ำพระทัยของพระเจ้าอย่างกล้าหาญ ถ้าเรามีความเชื่อชนิดนี้เราจะไม่หวั่นไหวแม้ในยามที่พ่อแม่หรือเจ้านายในที่ทำงานของเราพยายามที่จะยับยั้งเราจากการดำเนินชีวิตในความจริง

ครั้งหนึ่ง มีผู้เชื่อคนหนึ่งเดินทางมาหาผมเพื่อขอให้ผมอธิษฐานเผื่อเขา แต่ผมจำได้ว่าผู้หญิงคนนี้เคยได้รับการรักษาให้หายจากโรคของเธอมาแล้วครั้งหนึ่งในคริสตจักรของเราและเธอเคยให้คำพยาน

"ศิษยาภิบาลค่ะ โปรดอธิษฐานเผื่อฉันด้วยค่ะ ฉันเคลื่อนไหวร่างกายหรือใช้มือของฉันไม่ได้เนื่องจากฉันเป็นอัมพาต"

"น้องสาวครับ คุณไม่ได้รักษาวันขององค์พระผู้เป็นเจ้าใช่หรือไม่ ในเมื่อคุณได้รับพระคุณของพระเจ้าแล้วคุณควรรักษาวันนั้นให้บริสุทธิ์ ทำไมคุณถึงไม่ทำหละ"

"ฉันไปทำงานในวันอาทิตย์เพราะฉันกลัวสามีของฉัน"

เธอได้ยินข่าวเรื่องการทำงานด้วยฤทธิ์อำนาจของพระเจ้าและเดินทางมาที่คริสตจักรของเราและเธอได้รับการรักษาให้หายจากความป่วยไข้ แต่ภายหลังเธอประนีประนอมกับโลกเพราะความกลัวการข่มเหงจากสามีของเธอ

พระเยซูตรัสไว้ในมัทธิว 10:28 ว่า "อย่ากลัวผู้ที่ฆ่าได้แต่กายแต่ไม่มีอำนาจที่จะฆ่าจิตวิญญาณ แต่จงกลัวพระองค์ผู้ทรงฤทธิ์ที่จะให้ทั้งจิตวิญญาณทั้งกายพินาศในนรกได้" ถ้าเรามีความเชื่ออย่างแท้จริงเราจะไม่ทำให้วันขององค์พระผู้เป็นเจ้าเป็นมลทินซึ่งพระเจ้าได้ทรงบัญชาไว้ถึงแม้ว่าเราอาจถูกข่มเหงหรือถูกเฆี่ยนตีก็ตาม

พระเจ้าทรงช่วยคนที่รักพระองค์ให้เกิดผลอันดีในทุกสิ่งเมื่อเราเชื่อว่าพระเจ้าทรงสถิตอยู่กับเราและอธิษฐาน พระเจ้าจะทรงนำพ่อแม่หรือสามีที่ข่มเหงมาถึงความรอดด้วยเช่นกัน ถ้าเรารักษาความเชื่อของเราเอาไว้โดยไม่ประนีประนอม เราอาจพบกับการข่มเหงจากคนในครอบครัวชั่วระยะหนึ่ง แต่สุดท้ายเราจะสามารถประกาศกับครอบครัวของเราได้

เราอาจหลงไปจากหนทางแห่งความรอดถ้าเราประนีประนอมเพราะความกลัวการข่มเหง ด้วยเหตุนี้ เราต้องทำตามน้ำพระทัยของพระเจ้าอย่างกล้าหาญและประพฤติตามความจริงโดยไม่กลัวอุปสรรคกีดขวางใด ๆ

เราควรอยู่เพื่ออะไร

อาหารมีไว้สำหรับท้องและท้องก็สำหรับอาหาร แต่พระเจ้าจะทรงให้ทั้งท้องและอาหารสิ้นสูญไป แล้วร่างกายนั้นไม่ได้มีไว้สำหรับการล่วงประเวณี แต่มีไว้สำหรับองค์พระผู้เป็นเจ้าและองค์พระผู้เป็นเจ้ามีไว้สำหรับร่างกาย พระเจ้าได้ทรงชุบให้องค์พระผู้เป็นเจ้าเป็นขึ้นมาใหม่ และพระองค์จะทรงชุบให้เราทั้งหลายเป็นขึ้นมาใหม่โดยฤทธิ์เดชของพระองค์ด้วย ท่านไม่รู้หรือว่า ร่างกายของท่านเป็นอวัยวะของพระคริสต์ เมื่อเป็นเช่นนั้น จะให้ข้าพเจ้าเอาอวัยวะของพระคริสต์มาเป็นอวัยวะของหญิงแพศยาได้หรือ ขอพระเจ้าอย่ายอมให้เป็นเช่นนั้นเลย (6:13-15)

อาหารคือสิ่งจำเป็นสำหรับชีวิต เราจะสามารถรักษาชีวิตของเราเอาไว้ได้เมื่อเรากินอาหารและได้รับการบำรุงเลี้ยงเท่านั้น แต่ในที่สุดอาหารก็จะสูญสิ้นไป เมื่อพระเจ้าทรงเรียกเอาวิญญาณจิตของเรากลับไป ร่างกายของเราก็จะสูญสิ้นไปด้วยเช่นกัน ทุกสิ่งจะสูญสิ้นไปด้วยวิธีนี้ ถ้าเช่นนั้นเราควรอยู่เพื่ออะไร เมื่อเรารู้ว่าเราจะไม่ได้รับอาณาจักรของพระเจ้าเป็นมรดก ถ้าเราไม่กำจัดความอธรรม (เช่น การเป็นคนผิดศีลธรรม

การเป็นคนไหว้รูปเคารพ การเป็นคนล่วงประเวณี การเป็นกะเทย การเป็นคนรักร่วมเพศ การขโมย การเป็นคนโลภ การเป็นคนขี้เมา การเป็นคนปากร้าย และการเป็นคนฉ้อโกง) ทิ้งไป เราจะดำเนินชีวิตอยู่ในความอธรรมได้อย่างไร

ตอนนี้ ข้อความที่ว่า "ร่างกายนั้นไม่ได้มีไว้สำหรับการล่วงประเวณี แต่มีไว้สำหรับองค์พระผู้เป็นเจ้าและองค์พระผู้เป็นเจ้ามีไว้สำหรับร่างกาย" หมายถึงอะไร พระเยซูทรงสิ้นพระชนม์บนกางเขนเพื่อนำเราเข้าไปสู่แผ่นดินสวรรค์เพราะพระองค์ทรงมีไว้สำหรับร่างกายของเรา เพราะเหตุนี้เราจึงสามารถรับเอาอาณาจักรของพระเจ้าเป็นมรดก

เราไม่สามารถหลีกหนีจากการตกลงไปในนรกได้ถ้าเราดำเนินชีวิตอยู่ในความอธรรมอย่างต่อเนื่องในฐานะคนบาป ดังนั้นจึงเป็นที่ชัดเจนว่าเราต้องมีชีวิตอยู่เพื่อองค์พระผู้เป็นเจ้าผู้ทรงจัดการกับวิญญาณจิตของเราและทรงนำเราไปสู่แผ่นดินสวรรค์ด้วยฤทธิ์อำนาจของพระเจ้า

ข้อ 14 กล่าวว่า "พระเจ้าได้ทรงชุบให้องค์พระผู้เป็นเจ้าเป็นขึ้นมาใหม่ และพระองค์จะทรงชุบให้เราทั้งหลายเป็นขึ้นมาใหม่โดยฤทธิ์เดชของพระองค์ด้วย" พระองค์จะประทานร่างกายแห่งการเป็นขึ้นมาใหม่ที่สมบูรณ์แบบซึ่งไม่มีวันเสื่อมสูญให้กับเรา

ข้อ 15 กล่าวว่า "ท่านไม่รู้หรือว่า ร่างกายของท่านเป็นอวัยวะของพระคริสต์ เมื่อเป็นเช่นนั้นจะให้ข้าพเจ้าเอาอวัยวะของพระคริสต์มาเป็นอวัยวะของหญิงแพศยาได้หรือ ขอพระเจ้าอย่ายอมให้เป็นเช่นนั้นเลย" พระเยซูตรัสว่า "เราเป็นเถาองุ่น ท่านทั้งหลายเป็นกิ่ง" (ยอห์น 15:5) เราเป็นกิ่งที่ติดอยู่กับเถาและเราเป็นหนึ่งเดียวกันกับเถา เราเป็นหนึ่งเดียวกันกับองค์พระผู้เป็นเจ้าและเราทุกคนเป็นอวัยวะแห่งพระกายของพระองค์

พระกายขององค์พระผู้เป็นเจ้าบริสุทธิ์เพียงใด พระก

ายของพระองค์ปราศจากมลทินและจุดด่างพร้อย ถ้าเช่นนั้นอวัยวะของพระกายที่บริสุทธิ์นี้ควรบริสุทธิ์ด้วยเช่นกัน ต้นไม้มีกิ่งก้านสาขามากมาย ถ้ากิ่งหนึ่งไม่สมบูรณ์เราต้องตัดกิ่งนั้นออกเพื่อต้นไม้ทั้งต้นจะมีสุขภาพสมบูรณ์ สำหรับร่างกายของเราก็เหมือนกัน ถ้าแขนของเรากำลังเปื่อยเน่าผุพัง เราไม่สามารถปล่อยแขนของเราไว้ในสภาพนั้น เราต้องตัดแขนของเราทิ้ง

หรือจะเกิดอะไรขึ้นถ้าอวัยวะหนึ่งในร่างกายของเราเกิดความสกปรกหลังจากที่เราอาบน้ำ เราไม่สามารถเข้านอนโดยพูดว่าไม่เป็นไรหรอกเพราะอวัยวะอื่น ๆ ของเราสะอาดอยู่แล้ว เราจะล้างอวัยวะส่วนนั้นให้สะอาดอย่างแน่นอน

เพราะเหตุนี้ บุตรของพระเจ้า (ซึ่งเป็นอวัยวะส่วนต่าง ๆ ในพระกายที่ปราศจากมลทินและจุดด่างพร้อยขององค์พระผู้เป็นเจ้า) ต้องดำเนินชีวิตที่บริสุทธิ์อยู่ตลอดเวลา ถ้าคนเหล่ามีความสกปรก เขาต้องชำระล้างตนเองให้สะอาดทันที

ความหมายฝ่ายวิญญาณของหญิงแพศยา

ท่านไม่รู้หรือว่าคนที่ผูกพันกับหญิงแพศยาก็เป็นกายอันเดียวกันกับหญิงนั้น เพราะพระองค์ได้ตรัสว่า `เขาทั้งสองจะเป็นเนื้ออันเดียวกัน' แต่ส่วนคนที่ผูกพันกับองค์พระผู้เป็นเจ้า ก็เป็นอันเดียวกันกับพระองค์ฝ่ายจิตวิญญาณ จงหลีกเลี่ยงเสียจากการล่วงประเวณี ความบาปทุกอย่างที่มนุษย์กระทำนั้นเป็นบาปนอกกาย แต่คนที่ล่วงประเวณีนั้นทำผิดต่อร่างกายของตนเอง (6:16-18)

ก่อนหน้านี้เปาโลเตือนสมาชิกของคริสตจักรโครินธ์ (ซึ่งเป็นอวัยวะส่วนต่าง ๆ แห่งพระกายของพระคริสต์) ว่าอย่าทำตัวของเขาให้เป็นร่างกายของหญิงแพศยา คำว่า "หญิงแพศยา" ในที่นี้หมายถึงความอธรรมทุกชนิดที่ได้กล่าวมาทั้งหมด

การล่วงประเวณี การไหว้รูปเคารพ การผิดผัวผิดเมีย การเป็นกะเทย การรักร่วมเพศ การลักขโมย ความโลภ การเมาเหล้า การเป็นคนปากร้าย และการฉ้อโกงล้วนเป็นความหมายของคำว่า "หญิงแพศยา" ทั้งสิ้น เราไม่สามารถทำให้พระกายของพระคริสต์เป็นร่างกายของหญิงแพศยาซึ่งได้แก่ร่างกายแห่งความอธรรมที่สกปรก

องค์พระผู้เป็นเจ้าของเราทรงมีพระกายที่สะอาดบริสุทธิ์ ดังนั้นเราจึงไม่สามารถหลู่พระเกียรติขององค์พระผู้เป็นเจ้าด้วยการกลายเป็นคนสกปรก การที่เราส่งกลิ่นเหม็นแทนที่จะส่งกลิ่นหอมของพระคริสต์ออกไปถือเป็นการลบหลู่พระเกียรติของพระเจ้าเช่นกัน

เราไม่ใช่คนอธรรม เราเป็นบุตรของพระเจ้าที่ได้รับการชำระล้างด้วยพระโลหิตประเสริฐขององค์พระผู้เป็นเจ้า ด้วยเหตุนี้ เราจึงไม่สามารถประพฤติตนอย่างอธรรมและถ้าเรามีความอธรรมอยู่ในเรา เราต้องกำจัดสิ่งนั้นทิ้งไปอย่างรวดเร็ว

โรม 1:18 กล่าวว่า "เพราะว่า พระเจ้าทรงสำแดงพระพิโรธของพระองค์จากสวรรค์ต่อความอธรรมและความไม่ชอบธรรมทั้งมวลของมนุษย์ ที่เอาความไม่ชอบธรรมนั้นขัดขวางความจริง" นอกจากนั้น โคโลสี 3:25 กล่าวเช่นกันว่า "ส่วนผู้ที่ทำความผิดก็จะได้รับผลตามความผิดที่เขาได้ทำนั้นและไม่มีการทรงเห็นแก่หน้าผู้ใดเลย"

พระเจ้าไม่ทรงมองดูรูปร่างหน้าตาภายนอกแต่ทรงทอดพระเนตรดูภายในจิตใจ การแสดงความยำเกรงพระเจ้าภายนอกจะไม่มีคุณค่าถ้าภายในของเรายังเต็มไปด้วยความอธรรม พระเจ้าไม่ทรงมองดูมนุษย์จากภายนอก ดังนั้นจิตใจของเราต้องเปลี่ยนแปลง เราควรประพฤติด้วยความยำเกรงพระเจ้าไม่เฉพาะที่ภายนอกเท่านั้น แต่เราต้องชำระล้างจิตใจภายในของเราให้สะอาดด้วยพระโลหิตขององค์พระผู้เป็นเจ้าทุกวันด้วยเช่นกันเพื่อเราจะเป็นบุตรที่บริสุทธิ์และชอบธรรมของพระเจ้า

ไม่ใช่เรื่องง่ายที่มนุษย์จะเข้าใจความหมายฝ่ายวิญญาณในพระเจ้า ข้อ 16 และ 17 อธิบายถึงความหมายฝ่ายวิญญาณด้วยการอุปมาเพื่อทำให้มนุษย์เข้าใจเรื่องนี้ง่ายขึ้น ผู้ชายจะจากบิดามารดาของเขาและจะไปผูกพันอยู่กับผู้หญิง (ปฐมกาล 2:24) ในทำนองเดียวกัน ผู้คนที่ผูกพันกับหญิงแพศยาก็จะเป็นกายเดียว

กันกับหญิงนั้น

ในฝ่ายวิญญาณสิ่งนี้หมายความว่าคนเหล่านั้นต้องเป็นกายเดียวกันกับพระเยซูผู้เป็นเจ้าบ่าวของเรา แต่เขากลับไม่ทำเช่นนั้น พระเยซูผู้ทรงเป็นเจ้าบ่าวของเราทรงเป็นความจริง เราต้องเป็นหนึ่งเดียวกับพระคำของพระเจ้า แต่ถ้าเราทำตามความเท็จเราก็จะเป็นกายเดียวกันกับหญิงแพศยา

เหมือนดังที่ได้อธิบายไปแล้วว่าหญิงแพศยาหมายถึงความอธรรมทุกชนิดที่ต่อสู้กับความจริง ถ้าเราผูกพันกับหญิงแพศยาเราก็จะเป็นหนึ่งเดียวกันกับหญิงนั้น ในทำนองเดียวกัน การเป็นมิตรกับโลกและการไม่ดำเนินชีวิตด้วยพระคำของพระเจ้าคือการเป็น “หญิงแพศยา” และการเป็นผู้ชายที่ผูกพันกับหญิงแพศยานั้น ถ้าเราทำให้ตนเองมีมลทินด้วยการผูกพันกับหญิงแพศยา เราก็จะไม่รอด

แต่ผู้คนที่ผูกพันกับองค์พระผู้เป็นเจ้าจะมีวิญญาณเดียวกันกับองค์พระผู้เป็นเจ้า พระวิญญาณบริสุทธิ์จะช่วยให้เรารู้จักพระคำของพระเจ้าและเชื่อในพระคำนั้น พระองค์จะทรงชี้ให้เราเห็นถึงความบาปของเราเพื่อเราจะกำจัดสิ่งเหล่านั้นนั้นทิ้งไป

เมื่อเราดำเนินชีวิตอยู่ในความจริงมากขึ้นเราก็จะให้กำเนิดกับวิญญาณจิตผ่านทางพระวิญญาณบริสุทธิ์ เราจะกลายเป็นมนุษย์ฝ่ายวิญญาณอย่างสมบูรณ์เมื่อเรากำจัดความเท็จทิ้งไปและดำเนินชีวิตอยู่ในความจริงอย่างสมบูรณ์ ในขั้นนี้ เรามีจิตใจเหมือนที่มีอยู่ในพระเยซูคริสต์ (ฟีลิปปี 2:5) และวิญญาณขององค์พระผู้เป็นเจ้าจะเป็นอันหนึ่งอันเดียวกันกับวิญญาณของเรา

ข้อ 18 กล่าวว่า “จงหลีกเลี่ยงเสียจากการล่วงประเวณี ความบาปทุกอย่างที่มนุษย์กระทำนั้นเป็นบาปนอกกาย แต่คนที่ล่วงประเวณีนั้นทำผิดต่อร่างกายของตนเอง”

การล่วงประเวณีมีอยู่สองชนิด ความหมายฝ่ายร่างกายคือการร่

วมประเวณีทางเพศ แต่เราควรเข้าใจความหมายฝ่ายวิญญาณเช่นกัน

บางครั้งพระคัมภีร์อธิบายถึงพระเจ้าในฐานะของเจ้าบ่าวของประชากรของพระองค์

ในพระคัมภีร์เดิม ผู้คนที่ไม่ได้รักษาพระบัญญัติของพระเจ้าแต่กลับกราบไหว้รูปเคารพหรือทำบาปจะถูกเรียกว่าคนล่วงประเวณี นั่นหมายความว่าถ้าเราไม่ได้อยู่ในพระคำของพระเจ้าเราก็ล่วงประเวณี

ตอนนี้ ข้อความที่ว่า "ความบาปทุกอย่างที่มนุษย์กระทำนั้นเป็นบาปนอกกาย" หมายถึงอะไร

เมื่อเราละทิ้งความบาปเราก็ไม่ได้เชื่อมต่อกับความบาปเพราะความบาปอยู่ภายนอกร่างกายของเราแล้ว เรามีอิสรภาพจากความบาปซึ่งเป็นเสรีภาพแห่งความจริง เราเชื่อมต่อกับความบาปเพราะเรามีบาปอยู่ภายในเรา ถ้าเรากำจัดความบาปเหล่านี้ทิ้งไปและอยู่ในความสว่างและความจริง เราก็ไม่มีส่วนเกี่ยวข้องใดกับบาปอีกต่อไป

สมมุติว่าท่านไม่มีความปรารถนาที่จะเกลียดชังหรือฆ่าผู้หนึ่งผู้ใด จากนั้นความบาปเหล่านี้ก็ไม่มีส่วนเกี่ยวข้องกับท่าน ความบาปเหล่านี้อยู่นอกร่างกายของท่านแล้ว แต่คนที่มีการล่วงประเวณีซึ่งได้แก่ผู้คนที่ประนีประนอมกับโลกและทำสิ่งที่อธรรม คนเหล่านี้ผูกพันตนเองเข้ากับความบาปที่เคยอยู่นอกร่างกายของเขา เวลานี้เขากลายเป็นกายเดียวกันกับความอธรรม

ท่านไม่รู้หรือว่า ร่างกายของท่านเป็นวิหารของพระวิญญาณบริสุทธิ์ ซึ่งสถิตอยู่ในท่าน ซึ่งท่านได้รับจากพระเจ้า ท่านไม่ใช่เจ้าของตัวท่านเอง พระเจ้าได้ทรงซื้อท่านไว้แล้วตามราคา เหตุฉะนั้นท่านจงถวายพระเกียรติแด่พระเจ้าด้วยร่างกายของท่าน

และด้วยจิตวิญญาณของท่าน ซึ่งเป็นของพระเจ้า (6:19-20)

ใครให้ร่างกายนี้กับเรา พระเจ้าพระผู้สร้างคือผู้ให้ร่างกายนี้กับเรา ในสมัยพระคัมภีร์เดิม พระวิญญาณบริสุทธิ์ไม่ได้สถิตอยู่ในจิตใจของมนุษย์ พระองค์เพียงแต่ดลใจผู้คนจากภายนอกเพื่อให้คำพยากรณ์กับคนเหล่านั้น ดังนั้นผู้คนจึงไม่สามารถสื่อสารกับพระเจ้าได้อย่างต่อเนื่อง หลังจากการดลใจเสร็จสิ้นลง คนเหล่านั้นต้องดำเนินชีวิตด้วยความมุ่งมั่นตั้งใจของตนเอง แต่ในสมัยพระคัมภีร์ใหม่ เราสามารถสื่อสารกับพระเจ้าได้ตลอดเวลาเพราะพระวิญญาณบริสุทธิ์ได้เข้ามาอยู่ในจิตใจของเรา

สิ่งนี้หมายความว่าร่างกายของเราได้กลายเป็นวิหารซึ่งเป็นที่สถิตของพระวิญญาณบริสุทธิ์ ร่างกายของเราจึงมีสง่าราศีและมีคุณค่ามากทีเดียว เนื่องจากพระวิญญาณบริสุทธิ์ทรงสถิตอยู่ในเรา เราต้องไม่เป็นกายเดียวกันกับหญิงแพศยาซึ่งได้แก่ความอธรรม พระวิญญาณบริสุทธิ์ทรงสะอาดและบริสุทธิ์มาก ลองคิดดูซิว่าพระองค์จะทรงคร่ำครวญมากเพียงใดถ้าพระองค์ต้องสถิตอยู่ในสถานที่ซึ่งสกปรกและโสมม

บางครั้งเราอาจทำบาปในขณะที่เรากำลังดำเนินชีวิตอยู่ในความจริง จากนั้นเราจะมีความยุ่งยากและความรู้สึกไม่สบายใจบางอย่างอยู่ภายในเรา สาเหตุก็เพราะว่าพระวิญญาณบริสุทธิ์กำลังคร่ำครวญอยู่ภายในเราเพราะพระองค์สถิตอยู่ในสถานที่อันเปรอะเปื้อน ในกรณีนี้เราต้องทำสิ่งใด เราต้องกลับใจและหันหลังกลับอย่างรวดเร็วเพื่อทำให้พระวิญญาณบริสุทธิ์พอพระทัย

พระคัมภีร์ตอนนี้กล่าวต่อไปว่า “ท่านไม่ใช่เจ้าของตัวท่านเอง” สมัยก่อนเราเคยดำเนินชีวิตตามที่เราต้องการด้วยการมีชีวิตอยู่ในบาปและทำสิ่งที่อธรรม แต่เราได้กลายเป็นขององค์พระผู้เป็นเจ้าด้วยคุณค่าแห่งพระโลหิตของพระองค์ เพราะพระองค์ได้ทรงซื้อเรา

มาด้วยพระโลหิตของพระองค์เราต้องไม่ดำเนินชีวิตตามที่เราเห็นชอบอีกต่อไป

เราต้องดำเนินชีวิตตามน้ำพระทัยของพระเจ้าและขององค์พระผู้เป็นเจ้า เราต้องต่อสู้กับบาปเพื่อดำเนินชีวิตที่บริสุทธิ์ เนื่องจากร่างกายของเราไม่ได้เป็นของเราอีกต่อไป เราต้องไม่ใช้ร่างกายของเราราวกับว่าเราเป็นเจ้าของร่างกายนั้น

องค์พระผู้เป็นเจ้าของเราทรงซื้อเรามาด้วยการหลั่งพระโลหิตอันบริสุทธิ์และประเสริฐของพระองค์ พระองค์ทรงประทานพระคุณและชีวิตนิรันดร์ให้กับเราด้วยมูลค่าที่สูงมากจนไม่มีสิ่งใดในโลกนี้จะสามารถนำมาแลกเปลี่ยนได้ ด้วยเหตุนี้ เราต้องถวายเกียรติแด่พระเจ้าด้วยร่างกายของเรา

เราควรถวายเกียรติแด่พระเจ้าและส่งกลิ่นหอมของพระคริสต์ออกไปเพื่อทำให้ผู้คนที่ไม่เชื่อพูดว่า "ผมอยากไปโบสถ์จังเลยเมื่อผมเห็นคุณ" นี่คือหน้าที่ของผู้เชื่อในพระเจ้า

1 โครินธ์ 10:31 กล่าวว่า "เหตุฉะนั้นเมื่อท่านจะรับประทานจะดื่ม หรือจะทำอะไรก็ตาม จงกระทำเพื่อเป็นการถวายพระเกียรติแด่พระเจ้า" โรม 14:7-9 กล่าวว่า "เพราะในพวกเราไม่มีผู้ใดมีชีวิตอยู่เพื่อตนเองฝ่ายเดียว และไม่มีผู้ใดตายเพื่อตนเองฝ่ายเดียว ถ้าเรามีชีวิตอยู่ก็มีชีวิตอยู่เพื่อองค์พระผู้เป็นเจ้า และถ้าเราตายก็ตายเพื่อองค์พระผู้เป็นเจ้า เหตุฉะนั้นไม่ว่าเรามีชีวิตอยู่หรือตายไปก็ตาม เราก็เป็นคนขององค์พระผู้เป็นเจ้า เพราะเหตุนี้เองพระคริสต์จึงได้ทรงสิ้นพระชนม์และได้ทรงเป็นขึ้นมาและทรงพระชนม์อีก เพื่อจะได้เป็นองค์พระผู้เป็นเจ้าของทั้งคนตายและคนเป็น"

ถ้าเชื่ออย่างแท้จริงเราต้องกำจัดความอธรรมทั้งสิ้นทิ้งไปและกลายเป็นหนึ่งเดียวกันกับองค์พระผู้เป็นเจ้าในความจริง เราต้องดำเนินชีวิตเพื่อถวายเกียรติแด่พระเจ้าไม่ว่าในยามที่เรากิน เราดื่ม และในสิ่งใด ๆ ก็ตามที่เราทำ

บทที่ 7

การแต่งงาน

ชีวิตการแต่งงานที่พึงปรารถนา
ความหมายฝ่ายวิญญาณของคำว่า "อย่าปฏิเสธการอยู่ร่วมกัน"
"ข้าพเจ้าปรารถนาที่จะให้ทุกคนเป็นเหมือนข้าพเจ้า"
การหย่าร้าง
ตามขนาดแห่งความเชื่อ
ความแตกต่างระหว่าง "การประพฤติภายนอก" กับ "การรักษาพระบัญญัติ"
เป็นการดีที่ผู้ชายควรจะอยู่อย่างที่เขาเป็นอยู่เดี๋ยวนี้
กรณีของพ่อแม่ที่มีบุตรสาวเป็นหญิงพรหมจารีหรือกรณีของแม่ม่ายและพ่อม่าย

ชีวิตการแต่งงานที่พึงปรารถนา

แล้วเรื่องที่พวกท่านเขียนมาถึงข้าพเจ้านั้น ขอตอบว่า การที่ผู้ชายไม่ยุ่งเกี่ยวกับผู้หญิงเลยก็ดีแล้ว แต่เพื่อป้องกันการล่วงประเวณี ผู้ชายทุกคนควรมีภรรยาเป็นของตนและผู้หญิงทุกคนมีสามีเป็นของตน สามีพึงประพฤติต่อภรรยาตามควร และภรรยาก็พึงประพฤติต่อสามีตามควรเช่นเดียวกัน ภรรยาไม่มีอำนาจเหนือร่างกายของตน แต่สามีมีอำนาจเหนือร่างกายของภรรยา ทำนองเดียวกันสามีไม่มีอำนาจเหนือร่างกายของตน แต่ภรรยามีอำนาจเหนือร่างกายของสามี (7:1-4)

เปาโลกล่าวว่าเป็นการดีที่ผู้ชายจะไม่ยุ่งเกียวกับผู้หญิงเลย ท่านต้องการทีจะป้องกันไม่ให้เกิดการทดลองขึ้นในคริสตจักร

การที่ผู้ชายไม่ยุ่งเกียวกับผู้หญิงนีหมายความว่าเป็นการดีกว่าทีเราจะดำเนินชีวิตเพือพระเจ้าด้วยการเตรียมตัวเราให้พร้อมในฐานะเจ้าสาวขององค์พระผู้เป็นเจ้าในยุคสุดท้ายนับจากวันทีพระเยซูได้เสด็จมาในโลกนี แต่ถ้าเราต้องเข้าสู่การล่วงประเวณีด้วยการไม่แต่งงาน ถ้าเช่นนันการแต่งงานก็เป็นสิงทีดีกว่า

สมมุติว่าเราไม่แต่งงานเพราะเห็นแก่งานของพระเจ้า แต่จากนั้

นเราล่วงประเวณีและถูกพระเจ้าทอดทิ้ง ลองคิดดูซิว่าเราจะอยู่ในสภาพที่น่าสมเพชมากเพียงใด ในกรณีนี้ เป็นการดีกว่าที่จะแต่งงานเพื่อหลีกเลี่ยงการล่วงประเวณี

ข้อ 3 กล่าวว่าสามีและภรรยาต้องทำหน้าที่ของตนที่มีต่อกันและกันให้สมบูรณ์ ตอนนี้คำว่า “การทำหน้าที่ของตนให้สมบูรณ์” หมายถึงอะไร สามีต้องนำครอบครัวด้วยความจริง นอกจากนั้นเขาต้องเข้มแข็งและกล้าหาญเหมือนโยชูวาเมื่อพระเจ้าตรัสกับท่าน (โยชูวา 1:6-9) ผู้ชายต้องมีคุณลักษณะที่ทำให้เขาเป็นผู้ชายพร้อมกับความขยันหมั่นเพียรและจริยธรรมการทำงานที่แข็งแกร่ง

การเป็นคนเข้มแข็งและกล้าหาญไม่ได้หมายความเขาต้องเป็นคนที่ชอบใช้ความรุนแรง เขาควรสามารถยอมรับและโอบอุ้มคนอื่นและทำหน้าที่ของตนต่อภรรยาและต่อครอบครัวด้วยความสุภาพอ่อนโยน

ถ้าเช่นนั้นอะไรคือหน้าที่ของภรรยา ภรรยาไม่ควรอวดอ้างหรือขึ้นเสียงกับสามี แต่เธอควรเชื่อฟังและสงบนิ่งด้วยการอดทนกับทุกสิ่ง เธอต้องสั่งสอนลูก ๆ ในความจริงด้วยเช่นกัน

เราไม่มีอำนาจเหนือร่างกายของเราหรือ

ตอนนี้การไม่มีอำนาจเหนือร่างกายของเรานั้นหมายถึงอะไร

คู่สมรสไม่เพียงแต่เป็นปัจเจกบุคคล แต่เขาเป็นกายเดียวกัน สามีไม่สามารถใช้อำนาจควบคุมเหนือร่างกายของตนอย่างเต็มที่และภรรยาก็ไม่สามารถใช้อำนาจควบคุมเหนือร่างกายของเธอเช่นกัน ทั้งสองควรรวมกันเป็นใจหนึ่งเดียวด้วยการพูดคุยกันในเรื่องต่าง ๆ อย่างสงบสุข

ปฐมกาล 2:24 กล่าวว่า “เหตุฉะนั้นผู้ชายจะจากบิดามารดาของเขา และจะไปผูกพันอยู่กับภรรยา และเขาทั้งสองจะเป็นเนื้ออันเดียวกัน” เพราะเขาเป็นเนื้อเดียวกันเขาจึงไม่สามารถยืนกรานอยู่กั

บความเห็นของตนเพียงฝ่ายเดียว

เมือสามีโศกเศร้า ภรรยาควรโศกเศร้าร่วมกับสามีของตนด้วยเช่นกัน เมือภรรยาชืนชมยินดี สามีควรชืนชมยินดีร่วมกับเธอด้วยเช่นกัน ทังสองคนควรมีความคิดและจิตใจเดียวกัน

ในตำแหน่งของอำนาจ ผู้ชายอยู่เหนือผู้หญิงในการแต่งงาน แต่ทังสองคนต้องยอมรับอำนาจของกันและกัน สามีจะไม่ยืนกรานอยู่กับความเห็นของตนเพียงลำพังเช่นกันถ้าเขายอมรับอำนาจของภรรยา

ความหมายฝ่ายวิญญาณของคำว่า
"อย่าปฏิเสธการอยู่ร่วมกัน"

อย่าปฏิเสธการอยู่ร่วมกันเว้นแต่ได้ตกลงกันเป็นการ
ชั่วคราว เพื่ออุทิศตัวในการถืออดอาหารและการอธิษฐาน
แล้วจึงค่อยมาอยู่ร่วมกันอีก เพื่อมิให้ซาตานชักจูงให้ทำผิดเพราะตัว
อดไม่ได้ ข้าพเจ้ากล่าวเช่นนี้โดยได้รับอนุญาต มิใช่เป็นพระบัญชา
(7:5-6)

ข้อนี้กล่าวว่า "อย่าปฏิเสธการอยู่ร่วมกัน" และเราต้องเข้าใจข้อ
ความนี้ในฝ่ายวิญญาณ ข้อความนี้พูดถึงจิตใจของเรา
สิ่งนี้หมายความว่าสามีและภรรยาไม่ควรแบ่งแยกจิตใจของ
ตน แต่เขาควรมีใจเป็นหนึ่งเดียวกันในความจริง การมีความคิดเ
ป็นหนึ่งเดียวถือเป็นสิ่งที่ยาก แต่การมีจิตใจเดียวกันสามารถเป็นไ
ปได้ ผู้เชื่อดำเนินชีวิตอยู่ในความจริงและเนื่องจากความจริงมีอยู่
ความจริงเดียว เราจึงสามารถมีจิตใจเดียวกันในความจริงนั้น

ข้อนี้กล่าวต่อไปว่า "...เว้นแต่ได้ตกลงกันเป็นการชั่
วคราว เพื่ออุทิศตัวในการอดอาหารและการอธิษฐาน
แล้วจึงค่อยมาอยู่ร่วมกันอีก..." ถ้าเขาไม่มีจิตใจเป็นหนึ่งเดียวกัน
ซาตานก็จะทดลองเขา เขาอาจรู้สึกเหงาหรือมีปัญหาเมื่อเขาไม่

ได้เป็นหนึ่งเดียวกันและซาตานอาจทดลองเขาในสถานการณ์นี้ เขาอาจทำบาปด้วยซ้ำไป ดังนั้นเขาควรมีจิตใจเป็นหนึ่งเดียวกันอีกครั้งหนึ่งให้เร็วที่สุดเท่าที่จะทำได้

แต่บางครั้งในฝ่ายร่างกายเขาอาจไม่ได้อยู่ด้วยกัน เขาอาจแยกจากกันเพื่อทำพันธกิจของพระเจ้า ทำธุรกิจ ทำงาน หรือทำเรื่องส่วนตัว

กล่าวคือ ถ้าคนหนึ่งต้องอดอาหาร ขึ้นภูเขาเพื่อการอธิษฐาน หรือถวายการอธิษฐานต่อพระเจ้าเป็นเวลา 100 คืน เขาจึงไม่สามารถ "อยู่ร่วมกัน" ได้ เขาต้องทำสิ่งนี้เพื่อจุดประสงค์ที่ดี แต่หลังจากที่การอธิษฐานสิ้นสุดลง เขาต้องกลับมาอยู่ร่วมกันอีก

สิ่งหนึ่งที่เราต้องระมัดระวังในแง่ของการอยู่ร่วมกันนี้ สมมุติว่าเราต้องไปโบสถ์และอธิษฐานตลอดทั้งคืน ถ้าเช่นนั้น ก่อนที่เราจะทำเช่นนั้นเราต้องมีข้อตกลงกับคู่สมรสของเราก่อน ถ้าสามีหรือภรรยาไม่เคารพความคิดเห็นของอีกฝ่ายหนึ่ง แต่กลับทำตามที่ตนต้องการ สิ่งนั้นอาจก่อให้เกิดการทะเลาะเบาะแว้ง สิ่งนี้หมายความว่าความสงบสุขได้ถูกทำลายลงและพระเจ้าไม่ทรงพอพระทัยกับสิ่งนั้น ลูก ๆ ของเขาอาจหลงเจินไปด้วยเช่นกัน เพราะเหตุนี้ สามีและภรรยาต้องอยู่กันอย่างสงบสุขในทุกสิ่ง

สิ่งนี้มีทั้งความหมายฝ่ายร่างกายและฝ่ายวิญญาณ แต่ที่จริงเป็นความหมายเดียวกัน พระเยซูทรงเป็นเจ้าบ่าวของเรา และเราเป็นเจ้าสาวของพระองค์ ดังนั้นเราต้องผูกพันเป็นหนึ่งเดียวกับพระเยซูองค์พระผู้เป็นเจ้าผู้ทรงเป็นความจริง สิ่งนี้จึงหมายความว่าในการผูกพันเป็นหนึ่งเดียวกันกับพระคริสต์นั้นจะทำให้เราผูกพันและมีจิตใจเป็นหนึ่งเดียวกับพระเจ้าเช่นกัน ฟีลิปปี 2:5 กล่าวว่า "ท่านจงมีน้ำใจอย่างนี้ เหมือนอย่างที่พระเยซูคริสต์ทรงมีด้วย" เพื่อให้เป็นเช่นนี้เราต้องดำรงอยู่ในความจริง เมื่อเราดำรงอยู่ในความจริงเราจะผูกพันเป็นหนึ่งเดียวกับพระเยซูคริสต์เพราะพ

ระทัยของพระองค์เป็นความจริง

ตอนนี้ จะเกิดอะไรขึ้นถ้าเราแยกตนเองออกจากพระเจ้า ซาตานจะทดลองเราอย่างแน่นอน ถ้าเราไม่เป็นหนึ่งเดียวกันกับความจริงก็หมายความเรากำลังมองดูโลก เราถูกทดลองให้ทำบาป และเราจะถูกเยาะเย้ยจากซาตานในความทุกข์ยากของเราที่เกิดจากการทดลองและความยากลำบาก แต่ถ้าเรามีจิตใจเดียวกันกับองค์พระผู้เป็นเจ้าในความจริงก็หมายความว่าเรากำลังดำเนินชีวิตตามน้ำพระทัยของพระเจ้าอย่างสมบูรณ์ ดังนั้นเราจะไม่พบกับการทดลองหรือความทุกข์ลำบาก แม้เราจะพบกับการทดลองหรือความทุกข์ลำบาก พระเจ้าจะทรงช่วยคนที่รักพระองค์ให้เกิดผลอันดีในทุกสิ่ง

ข้อ 6 กล่าวว่า "ข้าพเจ้ากล่าวเช่นนี้โดยได้รับอนุญาต มิใช่เป็นพระบัญชา" ก่อนที่ท่านต้อนรับเอาองค์พระผู้เป็นเจ้า อัครทูตเปาโลเป็นคนหนุ่มที่เอาจริงเอาจังและเข้มแข็งมาก แต่นับจากช่วงเวลาที่ท่านได้พบกับองค์พระผู้เป็นเจ้า เปาโลชื่นบานอยู่เสมอขอบพระคุณองค์พระผู้เป็นเจ้า และเปลี่ยนเป็นคนบริสุทธิ์ที่มีลักษณะเหมือนองค์พระผู้เป็นเจ้า

เนื่องจากท่านเต็มไปด้วยความเอื้อเฟื้อเผื่อแผ่และความรักท่านจึงไม่สั่งคนอื่นให้ทำสิ่งนั้นหรือสิ่งนี้เมื่อท่านสั่งสอนเขา แม้ท่านเป็นอัครทูต ท่านก็ไม่เคยเรียกร้องสิ่งใดจากลูกแกะ ท่านเพียงแต่สอนเขาและแนะนำเขาด้วยพระคำของพระเจ้า ถ้าเราเป็นผู้นำในคริสตจักรเราไม่ควรออกคำสั่ง แต่เราควรนำเขาด้วยการเป็นแบบอย่าง การยินยอม และการหนุนใจ

หลายครั้งผู้คนทั้งคริสตจักรต้องอดอาหารและอธิษฐานเผื่อบางสิ่งบางอย่างที่เกี่ยวข้องกับแผ่นดินของพระเจ้า แต่ถึงแม้โอกาสเช่นนี้ ผมเพียงแต่พูดว่า "เรากำลังจะทำสิ่งนี้ตามน้ำพระทัยของพระเจ้า ถ้าท่านพร้อมและทำได้

ท่านก็สามารถเข้าร่วม แต่ท่านควรตัดสินใจด้วยเสรีภาพแห่งการตัดสินใจของท่านเองตามการทำงานของพระวิญญาณบริสุทธิ์"

แต่บางครั้งผมเห็นผู้นำบางคนเป็นคนที่ชอบออกคำสั่งในการเป็นผู้นำของตน ผมรู้สึกใจหายที่เห็นสิ่งนั้นและผมแนะนำคนเหล่านั้นว่า "พระเยซูไม่ได้มาเพื่อรับการปรนนิบัติแต่มาเพื่อปรนนิบัติคนอื่น เราต้องถือว่าตัวเราเล็กน้อยกว่าคนอื่น"

เราควรมีความถ่อมใจเหมือนความถ่อมใจของอัครทูตเปาโล ซึ่งเป็นพระทัยขององค์พระผู้เป็นเจ้าไม่เพียงแต่ในคริสตจักรเท่านั้น แต่ในความสัมพันธ์ในครอบครัวระหว่างพ่อแม่กับลูกและในความสัมพันธ์ในสังคมระหว่างผู้ที่อยู่ในตำแหน่งผู้นำและผู้ตาม และในความสัมพันธ์ทุกชนิด สิ่งเหล่านี้เป็นจิตใจที่แนะนำและชี้นำคนอื่นด้วยความรักและความเอื้อเฟื้อเผื่อแผ่และไม่ใช่ด้วยการออกคำสั่ง

“ข้าพเจ้าปรารถนาที่จะให้ทุกคนเป็นเหมือนข้าพเจ้า”

ข้าพเจ้าปรารถนาที่จะให้ทุกคนเป็นเหมือนข้าพเจ้า แต่ทุกคนก็ได้รับของประทานจากพระเจ้าเหมาะกับตัว คนหนึ่งได้รับอย่างนี้และอีกคนหนึ่งได้รับอย่างนั้น (7:7)

อัครทูตเปาโลกล่าวตามการทรงนำ การดลใจ และพระสุรเสียงที่ชัดเจนของพระวิญญาณบริสุทธิ์ ด้วยเหตุนี้ สิ่งที่ท่านพูดจึงเป็นพระคำของพระเจ้า

ท่านกล่าวว่า “ข้าพเจ้าปรารถนาที่จะให้ทุกคนเป็นเหมือนข้าพเจ้า” ถ้าเช่นนั้น เพราะเหตุใดเปาโลจึงไม่พูดว่าท่านต้องการให้ทุกคนเป็นเหมือนพระเยซูหรือพระเจ้า ทำไมต้องเป็นเหมือนท่าน

ท่านมีจิตใจขององค์พระผู้เป็นเจ้าด้วยการรักพระเจ้าอย่างถ่องแท้และประพฤติตนอยู่ในความจริง ท่านต้องการให้ทุกคนเลียนแบบสิ่งเหล่านั้น เราควรเรียนรู้อะไรอีกจากท่าน เปาโลไม่แต่งงาน ท่านไม่แต่งงานตลอดการเดินทางไปทำพันธกิจมิชชันนารีทั้งสามเที่ยวของท่าน

1 โครินธ์ 9:5-12 บันทึกคำพูดของเปาโลที่ท่านระบุว่าท่านมีสิทธิ์ที่จะมีภรรยาที่เป็นผู้เชื่อเหมือนอย่างอัครทูตคนอื่น ๆ เหมือนอ

ย่างพี่น้องขององค์พระผู้เป็นเจ้า และเหมือนอย่างเคฟาส แต่ท่านใช้สิทธิ์นั้นเพราะเห็นแก่ข่าวประเสริฐ ท่านกล่าวเช่นกันว่าท่านต้องให้ทุกคนเป็น "เหมือนที่ท่านเคยเป็น"

อย่างไรก็ตาม ข้อ 7 กล่าวว่าแต่ละคนก็ได้รับ "ของประทานจากพระเจ้า" ที่เหมาะสมกับตัวเอง ของประทานนี้ไม่ได้หมายถึงของประทานชนิดต่าง ๆ เช่น การพูดภาษาแปลก ๆ การเผยพระวจนะ หรือการรักษาโรค แต่หมายถึงพระคุณที่คนเหล่านั้นได้รับจากพระเจ้า

เราทุกคนล้วนได้รับพระคุณบางอย่างจากพระเจ้าเหนือสิ่งอื่นใด เรารอดพ้นจากความพินาศในบึงไฟนรก เราได้รับชีวิตนิรันดร์เช่นกัน เราได้รับการเปลี่ยนแปลงจากการเป็นลูกของมารมาเป็นบุตรของพระเจ้าและชื่อของเราถูกบันทึกไว้ในหนังสือแห่งชีวิตในสวรรค์ นี่เป็นเพียงส่วนหนึ่งของพระคุณอันยิ่งใหญ่ที่เราได้รับ

แต่ความรู้สึกที่มีต่อพระคุณนั้นจะอยู่ในระดับที่แตกต่างกันในแต่ละคน บางคนอาจพูดว่าเขาต้องการที่จะอุทิศชีวิตให้กับพระเจ้าเพียงอย่างเดียว เขาไม่ยอมแต่งงานเพราะพระคุณที่เขาได้รับจากพระเจ้านั้นยิ่งใหญ่มาก

ถ้าผมได้ต้อนรับเอาองค์พระผู้เป็นเจ้าและรู้จักความจริงก่อนผมแต่งงาน ผมคงเลือกที่จะมีชีวิตเหมือนอัครทูตเปาโลเช่นกัน พระคุณที่พระเจ้าทรงมอบให้กับผมนั้นยิ่งใหญ่มากจนผมต้องการที่จะตอบแทนพระคุณนั้นด้วยสิ้นสุดใจ สิ้นสุดความคิด สิ้นสุดจิตวิญญาณ สิ้นสุดกำลัง และสิ้นสุดชีวิตด้วยความสัตย์ซื่อที่มีต่อพระองค์ ถ้าพระคุณที่เขาเคยได้รับจากพระเจ้ายิ่งใหญ่ถึงเพียงนั้น การที่ผู้ชายจะครองโสดเหมือนอัครทูตเปาโลถือเป็นสิ่งที่ดี

เหตุฉะนั้นข้าพเจ้าขอกล่าวแก่คนที่ยังเป็นโสดและพวกหญิงม่าย

ว่า การที่เขาจะอยู่เหมือนข้าพเจ้าก็ดีแล้ว แต่ถ้าเขายังใจไม่ได้ก็จงแต่งงานเสียเถิด เพราะแต่งงานเสียก็ดีกว่ามีใจเร่าร้อนด้วยกามราคะ (7:8-9)

เปาโลพูดกับคนที่ยังไม่แต่งงานและหญิงม่ายว่าการที่คนเหล่านั้นจะอยู่เหมือนเปาโลก็เป็นสิ่งที่ดี เหตุผลคืออะไร

ถ้าคนเหล่านี้แต่งงานเขาต้องดูแลเอาใจใส่คู่สมรสของตนและรับใช้พระเจ้าในเวลาเดียวกัน จากนั้นความคิดของเขาก็จะถูกแบ่งแยก สามีอาจพอใจเมื่อภรรยาไปอธิษฐาน เขาเพียงต้องการให้ภรรยาอยู่กับเขา มีบางคนที่ขยันขันแข็งในงานของพระเจ้าอย่างมากก่อนที่เขาแต่งงาน แต่หลังจากแต่งงานคนเหล่านี้กลับสาวละวนอยู่กับการเลี้ยงดูลูกและดูแลสิ่งต่าง ๆ ในครอบครัวของตนและเริ่มเกียจคร้านในการทำงานของพระเจ้า เพราะเหตุนี้เปาโลจึงพูดว่าเป็นการดีที่จะอยู่เป็นโสด

แต่ท่านกล่าวเช่นกันว่าเราควรแต่งงานถ้าเราไม่สามารถควบคุมตนเอง เมื่อเราเห็นคนอื่นแต่งงานและเริ่มต้นชีวิตครอบครัว ถ้าเรารู้สึกว่าเราต้องการที่จะทำแบบเดียวกัน ถ้าเช่นนั้นก็เป็นการดีกว่าที่เราจะแต่งงาน

พระเยซูตรัสไว้ในมัทธิว 5:28 ว่า “ฝ่ายเราบอกท่านทั้งหลายว่า ผู้ใดมองผู้หญิงเพื่อให้เกิดใจกำหนัดในหญิงนั้น ผู้นั้นได้ล่วงประเวณีในใจกับหญิงนั้นแล้ว” การแต่งงานและการมีครอบครัวที่ดีและรับใช้พระเจ้านั้นก็ดีกว่าการเป็นโสดและการล่วงประเวณี การแต่งงานไม่ใช่ความบาปและพระเจ้าจะไม่ตรัสว่าการทำเช่นนั้นคือการทำให้พระองค์ทรงผิดหวัง

การหย่าร้าง

ส่วนคนที่แต่งงานแล้วข้าพเจ้าขอสั่ง มิใช่ข้าพเจ้าสั่งเอง แต่องค์พระผู้เป็นเจ้าทรงบัญชาว่า อย่าให้ภรรยาทิ้งสามี แต่ถ้านางทิ้งสามีไปอย่าให้นางไปมีสามีใหม่ หรือไม่ก็ให้นางกลับมาคืนดีกับสามีเก่า และขออย่าให้สามีหย่าร้างภรรยาเลย ข้าพเจ้าขอกล่าวแก่คนอื่น ๆ นอกจากพวกนี้ (องค์พระผู้เป็นเจ้ามิได้ตรัส) ว่า ถ้าพี่น้องคนใดมีภรรยาที่ไม่เชื่อและนางพอใจที่จะอยู่กับสามี สามีก็ไม่ควรหย่านาง ถ้าหญิงคนใดมีสามีที่ไม่เชื่อและสามีพอใจที่จะอยู่กับนาง นางก็ไม่ควรหย่าสามีนั้นเลย (7:10-13)

ในข้อ 6 เปาโลกล่าวว่าท่านพูดเช่นนั้นโดยได้รับอนุญาต แต่เพราะเหตุใดในข้อนี้ท่านจึงพูดว่าสิ่งที่ท่านกล่าวเป็นคำสั่ง เมื่อท่านกล่าวพระคำของพระเจ้า สิ่งนั้นถือเป็นคำสั่ง ถ้าท่านพูดความเห็นของตนเอง สิ่งนั้นเป็นการพูดโดยได้รับอนุญาต เราต้องเข้าใจความแตกต่างระหว่างวิธีของการได้รับอนุญาตและการสั่ง

ท่านกล่าวว่าคำพูดนี้เป็นคำสั่งเพราะสิ่งนี้ไม่ใช่ความเห็นส่วนตัวของเปาโลแต่ท่านกำลังนำเสนอพระคำของพระเจ้า เมื่อผู้รั

บใช้ของพระเจ้ากล่าวพระคำของพระเจ้า เขาไม่สามารถพูดว่า "ทำอย่างนี้ดีกว่า โปรดทำเช่นนี้เถอะ" เขาต้องสั่งเพราะสิ่งนี้เป็นพระคำของพระเจ้า

พระคัมภีร์ตอนนี้กล่าวว่าผู้คนที่แต่งงานแล้วไม่ควรทิ้งคู่สมรสของตน นั่นหมายความว่าคนเหล่านี้ไม่ควรแยกกันอยู่หรือหย่ากัน ถ้าเขาทำเช่นนั้นเขาไม่ควรแต่งงานใหม่กับอีกคนหนึ่ง แต่เขาต้องอยู่เป็นโสดหรือคืนดีกับคู่สมรสของตน

การแยกกันหรือการหย่าร้างกันของผู้เชื่อเป็นสิ่งที่ไม่ถูกต้องซึ่งแตกต่างจากคนที่ไม่เชื่อ แม้เขาจะมีความแตกต่างในเรื่องบุคลิกภาพหรือความเห็น แต่เขาควรเข้าใจกันและยอมต่อกันและกัน ผู้เชื่อมีหน้าที่รักกัน เป็นอันหนึ่งอันเดียวกัน และยกโทษให้กันและกัน

ข้อนี้กล่าวเช่นกันว่า "...อย่าให้สามีหย่าร้างภรรยาเลย" ข้อนี้หมายความว่าสามีไม่ควรเป็นคนแรกที่เสนอให้มีการหย่าร้าง การหย่าร้างเป็นคำพูดสำหรับคนที่ไม่เชื่อเท่านั้น ไม่ใช่สำหรับคนที่เชื่อ

ข้อ 12-13 กล่าวว่า "ข้าพเจ้าขอกล่าวแก่คนอื่น ๆ นอกจากพวกนี้ (องค์พระผู้เป็นเจ้ามิได้ตรัส) ว่า ถ้าพี่น้องคนใดมีภรรยาที่ไม่เชื่อและนางพอใจที่จะอยู่กับสามี สามีก็ไม่ควรหย่านาง ถ้าหญิงคนใดมีสามีที่ไม่เชื่อและสามีพอใจที่จะอยู่กับนาง นางก็ไม่ควรหย่าสามีนั้นเลย" ข้อความเหล่านี้ไม่ใช่พระคำของพระเจ้าแต่เป็นความเห็นของเปาโล แต่ข้อความเหล่านี้ก็เกือบเป็นเหมือนกับน้ำพระทัยของพระเจ้าเพราะอัครทูตเปาโลได้ยินพระสุรเสียงของพระวิญญาณบริสุทธิ์อย่างชัดเจนและประพฤติอยู่ในทางขององค์พระผู้เป็นเจ้า

พระบัญญัติของพระคัมภีร์เดิมห้ามไม่ให้คนอิสราเอลแต่งงานกับคนต่างชาติ ในทำนองเดียวกัน ในพระคัมภีร์ใหม่ก็มีการขีดเส้นขนานไว้ว่าผู้เชื่อไม่ควรแต่งงานกับคนที่ไม่เชื่อ

แต่สถานการณ์ของการที่คู่สมรสคนหนึ่งไม่ใช่ผู้เชื่อนั้นจะเกิดขึ้นได้อย่างไร สมมุติว่าคนไม่เชื่อสองคนแต่งงานกันและต่อมาภายหลังคู่สมรสคนหนึ่งเริ่มเข้าร่วมนมัสการในคริสตจักรและกลายเป็นผู้เชื่อ ในกรณีนี้ ถ้าคู่สมรสอีกคนหนึ่งทำตามคู่สมรสของตนในการเข้าร่วมนมัสการในคริสตจักรและต้อนรับเอาองค์พระผู้เป็นเจ้าจะเป็นสิ่งที่ดีที่สุด แต่กรณีเช่นนี้อาจไม่เกิดขึ้น

ลองพิจารณาดูกรณีที่ภรรยาไม่ยอมรับพระกิตติคุณ สามีที่เชื่อไม่สามารถพูดว่า “ผมต้องการหย่ากับคุณเพราะคุณไม่มาโบสถ์กับผม” ถ้าภรรยาที่ไม่เชื่อต้องการที่จะอยู่กับสามีของเธอที่เชื่อ เขาก็ไม่ควรหย่าร้างกับเธอ

ในข้อนี้เราเห็นสถานการณ์ที่ระบุว่า “ถ้านางพอใจที่จะอยู่กับสามี” ในกรณีที่ภรรยาเป็นผู้เชื่อและสามีไม่ใช่ผู้เชื่อก็เหมือนกัน แต่ไม่ได้หมายความว่าฝ่ายหนึ่งสามารถหย่ากับคู่สมรสของตนถ้าคู่สมรสของเขาไม่พอใจที่จะอยู่กับเขา

ด้วยว่าสามีที่ไม่เชื่อนั้นได้รับการทรงชำระให้บริสุทธิ์ทางภรรยา และภรรยาที่ไม่เชื่อก็ได้รับการทรงชำระให้บริสุทธิ์ทางสามี มิฉะนั้นลูกของท่านก็เป็นมลทิน แต่บัดนี้ลูกเหล่านั้นก็บริสุทธิ์ (7:14)

พระคัมภีร์ตอนที่แล้วกล่าวว่าเราไม่ควรหย่าสามีหรือภรรยาที่ไม่เชื่อและข้อนี้อธิบายถึงเหตุผลดังกล่าวเอาไว้ ยกตัวอย่าง เมื่อภรรยาเป็นผู้เชื่อและสามีไม่ใช่ผู้เชื่อ ภรรยาจะอธิษฐานเผื่อความรอดของสามีของเธอและพยายามที่จะประกาศกับเขา นอกจากนั้นเมื่อภรรยา (ซึ่งเคยทะเลาะเบาะแว้งกับสามีและโกรธสามีของตน) กลายเป็นคนสุภาพอ่อนโยนและปรนนิบัติสามีของเธอด้วยความปรานี อีกไม่นานเขาจะเปิดใจของตน

เมื่อภรรยาบอกถึงประสบการณ์ในความเชื่อของเธอและแบ่งปั

นพระคำของพระเจ้ากับสามีของตน ครั้งแรกเขาอาจไม่สนใจ แต่สิ่งนั้นจะถูกเพาะบ่มไว้ในจิตใจของเขาทีละเล็กทีละน้อย ในที่สุดเมล็ดพันธุ์เหล่านั้นจะสร้างโอกาสให้เขาต้อนรับเอาองค์พระผู้เป็นเจ้า เมื่อสามีเริ่มเข้าร่วมนมัสการในคริสตจักรและดำเนินชีวิตด้วยพระคำแห่งความจริง อีกไม่นานเขาก็จะได้รับการชำระให้บริสุทธิ์

แม้กรณีที่สามีเป็นผู้เชื่อและภรรยาไม่เชื่อนั้นจะปรากฏให้เห็นน้อยกว่าก็ตาม แต่ก็เป็นสถานการณ์แบบเดียวกัน ถ้าสามีนำครอบครัวด้วยการเป็นแบบอย่างที่ดี ถ้าเขาช่วยทำงานบ้าน และถ้าเขาให้ของขวัญกับภรรยาในบางโอกาสและให้ความสนใจกับภรรยาและรักเธออย่างมาก ภรรยาก็จะฟังเขาเช่นกัน ในที่สุดเธอก็จะยอมรับเอาพระกิตติคุณ ฟังพระคำ เข้าร่วมนมัสการในคริสตจักร และในที่สุดก็ได้รับการชำระให้บริสุทธิ์เช่นกัน

ข้อ 14 กล่าวว่า "...มิฉะนั้นลูกของท่านก็เป็นมลทิน แต่บัดนี้ลูกเหล่านั้นก็บริสุทธิ์" ข้อนี้หมายถึงอะไร ในกรณีที่พ่อหรือแม่เท่านั้นที่เข้าร่วมนมัสการในคริสตจักร โดยทั่วไปลูกจะอยู่ภายใต้อิทธิพลของผู้ปกครองที่ไม่เชื่อ

สมมุติว่าสามีเข้าร่วมนมัสการในคริสตจักรและภรรยาไม่ได้เข้าร่วม ภรรยามักจะไม่ฟังสามีของเธออย่างแท้จริง ปกติสิ่งนี้จะหมายความว่าภรรยาดื้อรั้นมากกว่าสามี ดังนั้นลูกของเขาจะได้รับอิทธิพลจากแม่ที่ไม่เชื่อและไม่มีความเชื่อ

นอกจากนั้น สมมุติว่าภรรยาเป็นผู้เชื่อและสามีไม่ใช่ผู้เชื่อ ในกรณีนี้ สามีจะไม่ฟังภรรยาของตนแต่เขาจะข่มเหงเธอ สามีจะสอนลูกของตนไม่ให้ไปโบสถ์ด้วยตามอย่างเขา ดังนั้น ข้อ 14 จึงหมายความว่าเมื่อทั้งพ่อและแม่ไม่ใช่ผู้เชื่อหรือเมื่อพ่อหรือแม่ไม่ใช่ผู้เชื่อ การที่ลูกของเขาจะได้รับการชำระให้บริสุทธิ์นั้นไม่ใช่เรื่องง่าย

ตอนท้ายของข้อนี้กล่าวว่า "แต่บัดนี้ลูกเหล่านั้นก็บริสุทธิ์" ผมจ

ะอธิบายให้ทราบว่าข้อความนี้หมายถึงอะไร เมื่อพ่อหรือแม่ดำเนินชีวิตที่เป็นแบบอย่างและแบ่งปันพระกิตติคุณกับอีกฝ่ายหนึ่งอยู่เสมอ ในที่สุดทั้งสองคนก็จะกลายเป็นผู้เชื่อ คนเหล่านี้จะเปลี่ยนแปลงด้วยความจริงมากขึ้นเช่นกัน เมื่อพ่อและแม่เป็นคนบริสุทธิ์ ลูกเขาก็จะกลายเป็นคนบริสุทธิ์เหมือนพ่อแม่ของตนเช่นกัน

แต่ถ้าคนที่ไม่เชื่อจะแยกไป ก็จงให้เขาไปเถิด เรื่องเช่นนี้ไม่จำเป็นที่พี่น้องชายหญิงจะผูกมัดให้จำใจอยู่ด้วยกัน เพราะว่าพระเจ้าได้ทรงเรียกเราให้อยู่อย่างสงบ โอ ท่านผู้เป็นภรรยา ไฉนท่านจะรู้ได้ว่าท่านจะช่วยสามีให้รอดได้หรือไม่'โอ ท่านผู้เป็นสามี ไฉนท่านจะรู้ได้ว่าท่านจะช่วยภรรยาให้รอดได้หรือไม่'(7:15-16)

ข้อนี้หมายความว่าถ้าสามีหรือภรรยาที่ไม่เชื่อต้องการหย่า ฝ่ายที่เชื่อก็สามารถหย่าให้กับอีกฝ่ายหนึ่งได้ แต่สิ่งนี้ไม่ได้หมายความว่าเราควรหย่ากับคู่สมรสที่ไม่เชื่อ ข้อนี้ประยุกต์ใช้กับสถานการณ์ที่รุนแรงเท่านั้น

ยกตัวอย่าง ถ้าสถานการณ์บีบบังคับให้ท่านต้องเลือกระหว่างสามีของท่านหรือคริสตจักร ท่านจะทำอย่างไร ท่านไม่สามารถเลือกสามีของท่านก่อนเลือกพระเจ้าและลงไปสู่บึงไฟนรก นอกจากนั้น ถ้าสามีใช้ความรุนแรงและพูดว่า "ผมจะหย่ากับคุณก่อนที่ผมจะยอมให้คุณไปโบสถ์" การหย่าในสถานการณ์เช่นนี้ก็ไม่ใช่ความบาป

ในกรณีนี้ ถ้าเธอละทิ้งพระเจ้าและหันหลังให้กับพระองค์เพราะกลัวถูกข่มเหงหรือถูกสามีหย่า สิ่งนี้ก็หมายความเธอไม่ได้มีความเชื่อมาตั้งแต่แรก เธอเลือกหนทางไปสู่นรกเพราะเธอไม่มีความเชื่อ

มัทธิว 10:28 กล่าวว่า "อย่ากลัวผู้ที่ฆ่าได้แต่กายแต่ไม่มีอำนาจที่จะฆ่าจิตวิญญาณ แต่จงกลัวพระองค์ผู้

ทรงฤทธิ์ที่จะให้ทั้งจิตวิญญาณทั้งกายพินาศในนรกได้"
มนุษย์ฆ่าได้เพียงร่างกาย แต่เขาฆ่าจิตวิญญาณไม่ได้
 มนุษย์อาจมีอำนาจควบคุมชีวิตฝ่ายร่างกายในโลกใบนี้ชั่วคราวเท่านั้น พระเจ้าเท่านั้นที่สามารถส่งวิญญาณจิตของเราไปสวรรค์หรือนรก ด้วยเหตุนี้ เราควรเกรงกลัวพระเจ้าแทนที่จะกลัวมนุษย์ เราควรเชื่อฟังพระคำของพระเจ้าด้วยความยำเกรงพระองค์
 แต่เราไม่ควรคิดเอาแบบง่าย ๆ เราสามารถหย่าร้างได้ เราสามารถเข้าใจถึงพระทัยของพระเจ้าในวลีที่ว่า "พระเจ้าได้ทรงเรียกเราให้อยู่อย่างสงบ" กล่าวคือ พระเจ้าทรงต้องการให้เรามีครอบครัวที่สุขสบายและสงบสุข เพราะเหตุนี้เราจึงไม่ควรพยายามที่จะหย่าร้าง แต่เราควรทำทุกอย่างเพื่อให้การแต่งงานของเราเป็นสิ่งที่น่ารักและน่าพึงพอใจเพื่อว่าคู่สมรสที่ไม่เชื่อจะได้รับความรอดผ่านทางเรา

ตามขนาดแห่งความเชื่อ

แต่ตามที่พระเจ้าได้ทรงประทานฐานะแก่แต่ละคนอย่างไร เมื่อองค์พระผู้เป็นเจ้าได้ทรงเรียกให้เขามาแล้ว ก็ให้เขาดำรงอยู่ในฐานะนั้น ข้าพเจ้าขอสั่งให้คริสตจักรทั้งหมดทำตามดังนั้น มีชายคนใดที่พระเจ้าทรงเรียกเมื่อเขาได้เข้าสุหนัตแล้วหรือ อย่าให้เขากลับเป็นเหมือนคนที่ไม่ได้เข้าสุหนัต หรือมีชายคนใดที่พระเจ้าทรงเรียกเมื่อเขามิได้เข้าสุหนัตหรือ อย่าให้เขาเข้าสุหนัตเลย (7:17-18)

องค์พระผู้เป็นเจ้าทรงมอบของประทานแห่งพระวิญญาณบริสุทธิ์ให้กับเราเพื่อนำเราไปสู่แผ่นดินสวรรค์ พระวิญญาณบริสุทธิ์ทรงช่วยให้เรารู้จักความจริงและความบาป พระวิญญาณบริสุทธิ์ทรงช่วยเราให้รอดผ่านทางความเชื่อของเรา

"เมื่อองค์พระผู้เป็นเจ้าได้ทรงเรียกให้เขามาแล้ว ก็ให้เขาดำรงอยู่ในฐานะนั้น" หมายความว่าเราต้องประพฤติตนตามขนาดแห่งความเชื่อของเรา ยิ่งความเชื่อของเราเติบโตมากขึ้นเท่าใด เราก็สามารถประพฤติตนตามพระคุณขององค์พระผู้เป็นเจ้าที่ทรงมอบให้กับเรามากขึ้นเท่านั้น

เราไม่สามารถกดดันผู้คนที่เพิ่งมาคริสตจักรเป็นได้ไม่นา

นว่า "คุณต้องปิดร้านค้าในวันอาทิตย์" หรือ "คุณจะถูกลงโทษถ้าคุณไม่ถวายสิบลด" สำหรับผู้คนที่เป็นเหมือนทารกซึ่งดื่มได้เพียงน้ำนมเหล่านั้น ถ้าท่านให้อาหารแข็งหรือให้เนื้อกับเขา เขาจะมีปัญหากับสิ่งนั้น เราต้องสอนแต่ละคนด้วยสติปัญญาตามขนาดแห่งความเชื่อของเขา

จากนั้น พระคัมภีร์ตอนนี้กล่าวว่า "มีชายคนใดที่พระเจ้าทรงเรียกเมื่อเขาได้เข้าสุหนัตแล้ว หรือ อย่าให้เขากลับเป็นเหมือนคนที่ไม่ได้เข้าสุหนัต หรือมีชายคนใดที่พระเจ้าทรงเรียกเมื่อเขามิได้เข้าสุหนัตหรือ อย่าให้เขาเข้าสุหนัตเลย"

ผู้ชายในอิสราเอลจะเข้าสุหนัตเมื่อเขาเกิดมามีอายุครบแปดวัน สิ่งนี้เป็นเครื่องหมายของพันธสัญญาที่พระเจ้าได้ทรงทำกับอับราฮัมที่ว่า "เราคือพระเจ้าผู้ทรงรักษาเจ้าและนำเจ้าไปสู่ความรอดและเจ้าเป็นประชากรของเรา"

จุดประสงค์ฝ่ายร่างกายของการเข้าสุหนัตคือเหตุผลเรื่องความสะอาดและสุขอนามัย ในฝ่ายวิญญาณพิธีนี้เป็นสัญลักษณ์ของการทำพันธสัญญากับพระเจ้า ในสมัยพระคัมภีร์เดิมผู้คนไม่ได้รับพระวิญญาณบริสุทธิ์ แต่คนเหล่านั้นสามารถเข้ามาอยู่ต่อพระพักตร์พระเจ้าโดยผ่านการเข้าสุหนัต ในพระคัมภีร์ใหม่เราไม่ได้รอดด้วยการประพฤติ ดังนั้นเราต้องเข้าสุหนัตในจิตใจของเราเพื่อกำจัดสิ่งสกปรกทิ้งไปด้วยพระวิญญาณบริสุทธิ์

"...พระเจ้าทรงเรียกเมื่อเขาได้เข้าสุหนัตแล้ว" หมายความว่าคนนี้เป็นหนึ่งในประชากรของพระเจ้าเนื่องจากเขามีเครื่องหมายแห่งพันธสัญญาของพระเจ้า คนที่ไม่ได้เข้าสุหนัตหมายถึงคนต่างชาติ การบอกให้คนที่เข้าสุหนัตแล้วไม่ให้กลับไปเป็นเหมือนคนที่ไม่ได้เข้าสุหนัตหมายความว่าในฐานะประชากรของพระเจ้าคนเหล่านั้นควรดำเนินชีวิตอยู่ในความจริงและไม่ห่างเหินไปจากความเชื่อ ในฐานะบุตรของพระเจ้า เราไม่

ควรดำเนินชีวิตเหมือนผู้คนชาวโลกด้วยการทำบาปและการประนีประนอมกับโลกเหมือนคนที่ไม่ได้เข้าสุหนัต

นอกจากนั้น "...พระเจ้าทรงเรียกเมื่อเขามิได้เข้าสุหนัต" หมายความว่าเขาได้รับทรงเรียกในฐานะคนต่างชาติ ดังนั้นการบอกเขาไม่ให้เข้าสุหนัตจึงหมายความว่าคนนั้นไม่ควรดำเนินชีวิตคริสเตียนเหมือนชาวยิวที่ประพฤติตามธรรมบัญญัติเพื่อให้ได้รับความรอด คนต่างชาติที่ได้รับการทรงเรียกจะรอดโดยความเชื่อในพระเยซูคริสต์ ไม่ใช่ด้วยการประพฤติภายนอก

ความแตกต่างระหว่าง
"การประพฤติภายนอก"
กับ "การรักษาพระบัญญัติ"

การเข้าสุหนัตไม่สำคัญอะไรและการไม่เข้าสุหนัตไม่สำคัญอะไร แต่การรักษาพระบัญญัติของพระเจ้านั้นสำคัญ ให้ทุกคนอยู่ในฐานะที่เขาอยู่เมื่อพระเจ้าทรงเรียกนั้น (7:19-20)

เรามาอยู่ต่อเบื้องพระพักตร์ของพระเจ้าด้วยการทรงเรียกของพระองค์ ดังนั้นเราไม่จำเป็นต้องเข้าสุหนัตเหมือนในพระคัมภีร์เดิม การกระทำเช่นนั้นไม่ใช่หนทางแห่งความรอด สิ่งนั้นไม่สามารถเป็นรางวัลของเราในสวรรค์เช่นกัน

ถ้าเช่นนั้นเราต้องทำสิ่งใด พระคัมภีร์ตอนนี้บอกเราว่าเราสามารถสำแดงถึงหลักฐานของความรักที่เรามีต่อพระเจ้าและหลักฐานของการเดินอยู่ในทางแห่งความรอดด้วยการรักษาพระบัญญัติของพระเจ้า

บางคนอาจเข้าใจผิดความหมายของการพูดเช่นนี้ บางคนพูดว่า "ตอนนี้เราอยู่ในยุคพระคัมภีร์ใหม่และเราไม่ได้รอดโดยการรักษาพระบัญญัติ แต่เรารอดโดยความเชื่อ" เขาพูดเช่นนี้เพราะเขาไม่เข้าใจว่าความเชื่อคืออะไร

อะไรคือความแตกต่างระหว่าง "การประพฤติภายนอก" กับ

การแต่งงาน 241

“การรักษาพระบัญญัติ” การรักษาพระบัญญัติของพระเจ้าหมายถึงการเข้าสุหนัตในจิตใจ นี่คือการกำจัดสิ่งสกปรกในจิตใจและการกระทำของเราทิ้งไปและดำเนินชีวิตที่สะอาดบริสุทธิ์ตามพระคำของพระเจ้า

ในพระคัมภีร์เดิม ตราบใดที่คนเหล่านั้นรักษาพระบัญญัติภายนอก เขาก็ไม่ทำบาป ยกตัวอย่าง แม้เขาจะมีความคิดล่วงประเวณีบางอย่างเมื่อเขามองดูผู้หญิง แต่สิ่งนั้นไม่ถือว่าเป็นความบาปเพราะไม่มีการกระทำใด ๆ เกิดขึ้น

แต่ในพระคัมภีร์ใหม่ การมีความคิดเช่นนั้นถือเป็นความบาป นอกจากนี้ เราต้องกำจัดจิตใจที่สกปรกดังกล่าวทิ้งไป เราสามารถพูดว่าเรารักษาพระบัญญัติอย่างแท้จริงได้ก็ต่อเมื่อเรากำจัดความเท็จที่อยู่ภายในจิตใจ (ไม่ใช่เฉพาะในการกระทำ) ทิ้งไปแล้วเท่านั้น

การทำตามแนวทางของการประพฤติภายนอกโดยไม่เปลี่ยนแปลงจิตใจถือเป็นสิ่งที่ไร้ประโยชน์เพราะเราไม่ได้รอดด้วยการประพฤติของเรา แม้เราเข้าร่วมนมัสการในคริสตจักรในวันอาทิตย์และถวายสิบลดเราก็จะไม่รอดถ้าเราไม่ได้ดำเนินชีวิตอยู่ในความจริงและถ้าเรายังประพฤติอยู่ในความอธรรม ถ้าเราดำเนินชีวิตอยู่ในความชั่วร้ายโดยไม่เข้าสุหนัตในจิตใจของเรา พระเจ้าไม่อาจตรัสว่าเรามีความเชื่อ

เพราะเหตุนี้ อัครทูตเปาโลจึงบอกเราว่าการเข้าสุหนัตหรือการไม่เข้าสุหนัตนั้นไม่ใช่สิ่งสำคัญ แต่การรักษาพระบัญญัติของพระเจ้านั้นสำคัญกว่า

โรม 10:10 กล่าวว่า “ด้วยว่าความเชื่อด้วยใจก็นำไปสู่ความชอบธรรม และการยอมรับด้วยปากก็นำไปสู่ความรอด” พระคัมภีร์บันทึกไว้ว่าผู้คนที่เชื่อจิตใจของตนจะรักษาพระบัญญัติของพระเจ้า คนเหล่านี้จะกำจัดความบาปทิ้งไปจากจิตใจของตนและรักษาสิ

งที่พระเจ้าทรงบัญชา ด้วยวิธีนี้เขาจึงเข้าสุหนัตในจิตใจของตนและเป็นคนชอบธรรม

ให้ทุกคนอยู่ในฐานะที่เขาอยู่เมื่อพระเจ้าทรงเรียกนั้น

ข้อ 20 กล่าวว่า "ให้ทุกคนอยู่ในฐานะที่เขาอยู่เมื่อพระเจ้าทรงเรียกนั้น" ข้อนี้หมายความว่าเมื่อเราต้อนรับเอาพระเยซูคริสต์แล้วเราต้องสำแดงการประพฤติและความรักของเราในความจริง (1 ยอห์น 3:18)

บางคนพูดว่า "ผมไม่สามารถไปโบสถ์ได้เพราะผมเป็นคนดื่มเหล้า" คนอื่นอาจพูดว่าเขาไม่สามารถไปโบสถ์ในวันอาทิตย์ได้เพราะเขา "ต้องเปิดร้านค้าของตน" หรือเขาให้เหตุผลอย่างอื่นสำหรับการทำงานในวันอาทิตย์ แต่พระเจ้าตรัสว่าเราต้องมาอยู่ต่อพระพักตร์ในสภาพที่เราเป็นอยู่และพยายามอย่างสุดกำลังที่จะเป็นคนสัตย์ซื่อทั้งในการประพฤติและความจริง

พระเจ้าทรงเรียกท่านเมื่อยังเป็นทาสอยู่หรือ ก็อย่ากระวนกระวายเพราะการเป็นทาสนั้น แต่ถ้าท่านสามารถไถ่ตัวออกได้ก็ควรไถ่ดีกว่า เพราะผู้ใดที่องค์พระผู้เป็นเจ้าทรงเรียกเมื่อยังเป็นทาสอยู่ ผู้นั้นเป็นเสรีชนขององค์พระผู้เป็นเจ้า เช่นเดียวกันคนที่รับการทรงเรียกเมื่อเป็นเสรีชน คนนั้นเป็นผู้รับใช้ของพระคริสต์ (7:21-22)

ผู้คนส่วนใหญ่มักเป็นขององค์กรหรือบางกลุ่มบางประเภท พระคัมภีร์ข้อนี้บอกเราไม่ให้กระวนกระวายถ้าเราได้รับการทรงเรียกในขณะที่เรามีพันธะผูกพันบางอย่าง แม้ว่าร่างกายของเราจะถูกผูกมัดด้วยพันธะบางอย่างหรือโดยคนบางคน แต่จิตใจของเราก็ยังสามารถแสวงหาพระเจ้าและทำตามความจริง

แน่นอน น่าจะดีกว่าถ้าเรามีเสรีภาพในการนับถือศาสนาของเรา การทำงานเพื่อแผ่นดินของพระเจ้าอย่างสัตย์ซื่อน่าจะเป็นสิ่งที

ดีกว่าการถูกผูกมัดด้วยพันธะบางอย่าง ด้วยเหตุนี้ สถานการณ์ทั้งสองอย่างเป็นสิ่งที่ยอมรับได้ แต่การมีเสรีภาพจะเป็นสิ่งที่ดีกว่า

ข้อ 22 กล่าวว่า "เพราะผู้ใดที่องค์พระผู้เป็นเจ้าทรงเรียกเมื่อยังเป็นทาสอยู่ ผู้นั้นเป็นเสรีชนขององค์พระผู้เป็นเจ้า"

เราเป็นขององค์พระผู้เป็นเจ้าถ้าเราเปิดจิตใจของเราและต้อนรับเอาพระเยซูคริสต์ ในพระคัมภีร์ตอนนี้คำว่า "ทาส" สามารถจำแนกออกเป็นสองกลุ่ม

กลุ่มแรกคือทาสที่มีพันธะผูกพันในโลก กลุ่มนี้ไม่ได้หมายถึงทาสคนหนึ่งคนใดในโลกนี้เท่านั้น แต่หมายถึงผู้คนที่เป็นทาสของงานบางอย่างในโลกแต่เขาได้ถวายจิตใจของตนให้กับองค์พระผู้เป็นเจ้า เมื่อเขารักษาพระบัญญัติขององค์พระผู้เป็นเจ้าด้วยจิตใจแบบนี้ คนเหล่านี้จะมีเสรีภาพในองค์พระผู้เป็นเจ้าตามที่บันทึกไว้ในยอห์น 8:32 ที่ว่า "และท่านทั้งหลายจะรู้จักความจริง และความจริงนั้นจะทำให้ท่านทั้งหลายเป็นไทย"

นอกจากนั้นยังมีบรรดาทาสที่มีพันธะผูกพันในองค์พระผู้เป็นเจ้า คนเหล่านี้ได้แก่ผู้รับใช้และคนงานของพระเจ้าที่ทำงานรับใช้พระเจ้าในคริสตจักร คนเหล่านี้เป็นเสรีชนในองค์พระผู้เป็นเจ้าเช่นกัน

ผู้เชื่อใหม่บางคน ผู้คนที่ไม่รู้จักความจริงเป็นอย่างดี หรือผู้คนที่ถูกบีบบังคับให้ทำหน้าที่บางอย่างในคริสตจักรกล่าวว่าเขามีพันธะผูกพันกับองค์พระผู้เป็นเจ้าและเขาไม่มีเสรีภาพ เขาคิดว่าเขามีพันธะผูกพันกับพระเจ้าหรือกับคริสตจักร แต่ที่จริงคนเหล่านี้ไม่ได้มีพันธะผูกพัน แต่เขามีเสรีภาพ เพราะอะไร

ถ้าคนเหล่านี้ไม่ได้รับการทรงเรียกให้เป็นผู้รับใช้ขององค์พระผู้เป็นเจ้า เขาจะเป็นผู้รับใช้ของใคร เขาคงต้องเป็นผู้รับใช้ของโลกนี้ซึ่งเป็นผู้รับใช้ของผีมารซาตาน เขาเป็นอิสระจากโซ่ตรวนเหล่านี้และมีเสรีภาพที่แท้จริง เขากำลังก้าวไปสู่หนทางของชีวิตนิรันด

ร์ ที่จริงนี่คือเสรีภาพที่แท้จริง

ถ้าท่านเป็นศิษยาภิบาลหรือทำหน้าที่บางอย่างในคริสตจักร สิ่งนี้ก็หมายความว่าท่านกำลังทำงานเพื่อแผ่นดินและความชอบธรรมของพระเจ้าและเพื่อพี่น้องในความเชื่อ นี่คือวิธีการที่จะได้รับชีวิตนิรันดร์ พระพรบนโลกนี้ และรางวัลในสวรรค์

นี่เป็นหนทางที่จะมีพลานามัยสมบูรณ์ทั้งในฝ่ายวิญญาณและฝ่ายร่างกายสำหรับท่าน นี่เป็นหนทางที่จะทำให้วิญญาณจิตของท่านจำเริญขึ้น นี่เป็นหนทางที่จะทำให้พี่น้องในความเชื่ออยู่ดีกินดี นี่เป็นหนทางแห่งความชื่นชมยินดีและเป็นหนทางที่ดี ดังนั้นเราจึงควรทำหน้าที่อย่างสุดกำลังเพื่อพันธกิจขององค์พระผู้เป็นเจ้าและมีความเชื่อ สันติสุข และเสรีภาพที่แท้จริง

ในเรื่องนี้เปาโลกล่าวว่า "คนที่รับการทรงเรียกเมื่อเป็นเสรีชน" และทันทีหลังจากนั้นทำไมท่านจึงพูดว่าบุคคลเช่นนี้ "เป็นผู้รับใช้ [ทาส] ของพระคริสต์" ทาสต้องเชื่อฟังนายของตนโดยไม่มีเงื่อนไข ผู้รับใช้ของพระเจ้าจะปรนนิบัติพระเจ้าในฐานะเจ้านายของตน ดังนั้นเขาจึงไม่มีความคิดของตนเอง แต่เขาจะทำตามความคิดของพระเจ้าซึ่งเป็นความจริงเพียงอย่างเดียว

ด้วยเหตุนี้ เราจึงมีเสรีภาพที่จะเดินตามหนทางแห่งชีวิตนิรันดร์ เราคือทาสที่มีพันธะผูกพันอยู่ในความจริงต่อพระพักตร์พระเจ้า เราสามารถเป็นเสรีชนอย่างแท้จริงเมื่อเราเป็นทาสในความจริง

พระเจ้าทรงซื้อท่านไว้แล้วตามราคา อย่าเข้าเป็นทาสของมนุษย์เลย พี่น้องทั้งหลาย ท่านทุกคนดำรงอยู่ในฐานะอันใดเมื่อพระเจ้าทรงเรียก ก็ให้ผู้นั้นอยู่กับพระเจ้าในฐานะนั้น (7:23-24)

เพื่อจะประทานชีวิตที่แท้จริงให้กับเรา พระเจ้าได้ทรงซื้

อเรามาด้วยพระโลหิตประเสริฐของพระเยซูพระบุตรองค์เดียวของพระองค์ ด้วยเหตุนี้ เราจึงไม่ได้เป็นของเราอีกต่อไป แต่เราเป็นของพระเจ้า สาเหตุที่เราไม่ได้รับพระพรก็เพราะว่าเราไม่ได้ถวายชีวิตของเราแด่พระเจ้า เราจะมีความสุขและเสรีภาพที่แท้จริงและเราจะสามารถเดินกับพระเจ้าในความมั่งคั่งเมื่อเราถวายทุกสิ่งที่เรามีให้กับพระองค์

เหมือนดังที่อัครทูตเปาโลกล่าวไว้ใน 1 โครินธ์ 15:31 ว่า "ข้าพเจ้าตายทุกวัน" เราควรตายทุกวันและทำให้ตัวเราเชื่อฟังความจริงด้วยเช่นกัน จากนั้นพระเจ้าจะทรงควบคุมความคิดและจิตใจของเรา เราจะสามารถได้ยินพระสุรเสียงของพระวิญญาณบริสุทธิ์อย่างชัดเจนและได้รับการทรงนำไปสู่หนทางแห่งความมั่งคั่ง

"อย่าเข้าเป็นทาสของมนุษย์" ในข้อนี้ไม่ได้หมายความว่าเราไม่ควรมีพันธะผูกพันกับงานใดเลยในโลกนี้ แต่หมายความว่าเราไม่ควรทำตามกฎเกณฑ์ของมนุษย์ที่ต่อสู้กับความจริง พระเยซูตรัสไว้ในมัทธิว 10:28 เช่นกันว่า "อย่ากลัวผู้ที่ฆ่าได้แต่กาย แต่ไม่มีอำนาจที่จะฆ่าจิตวิญญาณ แต่จงกลัวพระองค์ผู้ทรงฤทธิ์ที่จะให้ทั้งจิตวิญญาณทั้งกายพินาศในนรกได้"

ร่างกายของเราเป็นสิ่งชั่วคราวและทุกคนต้องตาย แต่วิญญาณของเราดำรงอยู่ชั่วนิรันดร์ ดังนั้นเราจึงไม่ควรกลัวมนุษย์ที่ฆ่าได้เพียงร่างกาย แต่จงกลัวพระเจ้าผู้ทรงสามารถจัดการกับวิญญาณของเรา

ในสมัยของดาเนียล กษัตริย์ถูกหลอกจากแผนการของบรรดารัฐมนตรีของพระองค์และได้ออกพระราชกฤษฎีกาห้ามไม่ให้ผู้ใดอธิษฐานต่อพระอื่นหรือมนุษย์คนใดนอกจากอธิษฐานต่อกษัตริย์เป็นเวลาหนึ่งเดือน แต่ดาเนียลไม่ได้ทำตามคำสั่งห้ามนั้นเพราะสิ่งนั้นไม่สอดคล้องกับความจริง

แม้จะรู้ว่าท่านต้องถูกโยนลงไปในถ้ำสิงห์ แต่ดาเนียลก็พร้อมที่จะฝ่าฝืนกฎหมายของประเทศเพื่อทำให้พระเจ้าพอพระทัย ท่านไม่กลัวมนุษย์ที่ฆ่าได้เพียงร่างกายของท่าน แต่ท่านเกรงกลัวพระเจ้าของท่านแต่เพียงผู้เดียว ท่านทำตามกฎเกณฑ์ของพระเจ้าและในที่สุดพระเจ้าก็ทรงช่วยท่านให้เกิดผลอันดีในทุกสิ่ง

ในกิจการบทที่ 4 เราเห็นภาพเหตุการณ์ที่พวกปุโรหิต พวกผู้ครอบครอง พวกผู้ใหญ่ และพวกธรรมาจารย์ข่มขู่บรรดาอัครทูตด้วยการสั่งไม่ให้เขาประกาศเรื่องพระเยซูคริสต์ แต่เปโตรและยอห์นตอบคนเหล่านั้นว่า "ฝ่ายเปโตรและยอห์นตอบเขาว่า 'การที่จะฟังท่านมากกว่าฟังพระเจ้าจะเป็นการถูกต้องในสายพระเนตรของพระเจ้าหรือ ขอท่านทั้งหลายพิจารณาดูเถิด ซึ่งข้าพเจ้าจะไม่พูดตามที่เห็นและได้ยินนั้นก็ไม่ได้'" (ข้อ 19-20)

ทั้งสองท่านหมายความว่าท่านจะทำตามพระคำของพระเจ้าไม่ใช่คำพูดของมนุษย์เพราะพระเจ้าทรงบัญชาให้ท่านประกาศพระกิตติคุณและไม่ให้กลัวการข่มเหง เราไม่ควรเป็นผู้รับใช้ของมนุษย์ แต่เราต้องเชื่อฟังพระคำของพระเจ้าแต่เพียงผู้เดียวผู้ทรงซื้อเรามาด้วยราคาแพงและทรงนำเราไปสู่ชีวิตนิรันดร์

ข้อ 24 กล่าวว่า "พี่น้องทั้งหลาย ท่านทุกคนดำรงอยู่ในฐานะอันใดเมื่อพระเจ้าทรงเรียก ก็ให้ผู้นั้นอยู่กับพระเจ้าในฐานะนั้น" ข้อนี้หมายถึงอะไร ข้อนี้หมายความว่าเราสามารถดำเนินชีวิตอยู่ในสภาพใดก็ตามเมื่อพระเจ้าทรงเรียกเรา เราไม่ควรพูดว่า "ผมต้องการเป็นคนที่สัตย์ซื่อต่อพระเจ้าและผมจะลาออกจากงานของผมและทำพันธกิจของพระเจ้าเท่านั้น"

เราต้องดำเนินชีวิตอยู่ในพระคำของพระเจ้ามากขึ้น ส่งกลิ่นหอมของพระคริสต์ออกไป และถวายเกียรติแด่พระเจ้าด้วยการช่วยวิญญาณดวงอื่นที่เคยอยู่ในสภาพที่เราเคยอยู่เหล่านั้นให้รอด

เป็นการดีที่ผู้ชายควรจะอยู่อย่างที่เขาเป็นอยู่เดี๋ยวนี้

แล้วเรื่องหญิงสาวพรหมจารีนั้น ข้าพเจ้าไม่ได้รับพระบัญชาจากองค์พระผู้เป็นเจ้า แต่ข้าพเจ้าก็ขอออกความเห็นในฐานะที่เป็นผู้ได้รับพระเมตตาจากองค์พระผู้เป็นเจ้าให้เป็นผู้ที่ไว้ใจได้ ฉะนั้นเพราะเหตุความยากลำบากที่มีอยู่ในเวลานี้ ข้าพเจ้าเห็นว่า ทุกคนควรจะอยู่อย่างที่เขาอยู่เดี๋ยวนี้ (7:25-26)

เปาโลกล่าวว่าท่านไม่มีคำบัญชาจากองค์พระผู้เป็นเจ้าในเรื่องหญิงพรหมจารี ในพระคัมภีร์ (ไม่ว่าจะเป็นพระคัมภีร์เดิมหรือพระคัมภีร์ใหม่) ไม่มีข้อแนะนำเกี่ยวกับการแต่งงานของหญิงพรหมจารี องค์พระผู้เป็นเจ้าของเราทรงพระเมตตา ชอบธรรมและอุดมไปด้วยความรัก อัครทูตเปาโลเป็นคนที่สัตย์ซื่อต่อองค์พระผู้เป็นเจ้าจนถึงวันตายโดยไม่มีการบ่น ความเสียใจ หรือความขุ่นเคืองใจแม้ท่านจะตกอยู่ในการข่มเหงมากมาย

และในเรื่องนี้เปาโลให้ความเห็นส่วนตัวของท่าน เนื่องจากพระเจ้าไม่ได้ทรงบัญชาสิ่งใดไว้อย่างเฉพาะเจาะจงในเรื่องหญิงพรหมจารี ท่านจึงกล่าวในข้อต่อไปว่า “ข้าพเจ้าก็ขอออกความเห็น” แต่ท่านพูดตามการดลใจของพระวิญญาณบริสุทธิ์ เพราะเหตุนี้ท่า

นจึงเน้นในประเด็นนี้เช่นกันว่า “ในฐานะที่เป็นผู้ได้รับพระเมตตาจากองค์พระผู้เป็นเจ้าให้เป็นผู้ที่ไว้ใจได้”

ข้อ 26 กล่าวในมุมมองของความทุกข์ลำบากที่มีอยู่ในเวลานี้ ท่านจึงเห็นว่าเป็นการดีที่คนเหล่านี้จะอยู่อย่างที่เขาอยู่เดียวนี้ ผู้เชื่อรู้ว่าชื่อของเขาถูกบันทึกไว้ในหนังสือแห่งชีวิตในสวรรค์ คนเหล่านี้รู้เช่นกันว่าเมื่อองค์พระผู้เป็นเจ้าเสด็จกลับมาอีกครั้งหนึ่งนั้นจะมีความทุกข์เวทนาครั้งใหญ่ อาณาจักรพันปี และการพิพากษา ณ พระที่นั่งใหญ่สีขาวเกิดขึ้น การที่เปาโลกล่าวว่า “ความทุกข์ลำบากที่มีอยู่ในเวลานี้” ในข้อนี้ท่านไม่ได้หมายความว่าองค์พระผู้เป็นเจ้าจะเสด็จกลับมาในฟ้าอากาศในเร็ว ๆ นี้

ความทุกข์ลำบากนี้มีอยู่กับทุกคน บางคนเสียชีวิตในวัยเยาว์ บางคนมีชีวิตอยู่เพียงเจ็ดสิบหรือแปดสิบปีเท่านั้นแม้เขาจะมีสุขภาพดี เมื่อคนเหล่านี้พบกับความตายฝ่ายร่างกาย เขาก็ไม่มีทางเลือกอื่นแต่เขาจะยืนอยู่ต่อหน้าการพิพากษาของพระเจ้า ด้วยเหตุนี้ ความทุกข์ลำบากจึงมีอยู่สำหรับทุกคนทั้งผู้คนที่เคยมีชีวิตอยู่เมื่อสองพันปีก่อนและผู้คนที่มีชีวิตอยู่ในปัจจุบัน

เปาโลกล่าวว่าเป็นการดีที่ผู้ชายจะเป็นอยู่อย่างที่เขาอยู่เดียวนี้ ข้อต่อไปอธิบายถึงเหตุผลว่าเพราะอะไร

ท่านมีภรรยาแล้วหรือ อย่าหาช่องที่จะหย่าภรรยาเลย ท่านหย่าจากภรรยาแล้วหรือ อย่าหาภรรยาเลย ถ้าท่านจะแต่งงานก็ไม่มีความผิดและถ้าหญิงสาวพรหมจารีจะแต่งงานก็ไม่มีความผิด แต่คนที่แต่งงานนั้นคงจะต้องยุ่งยากลำบากในฝ่ายเนื้อหนัง แต่ข้าพเจ้าปรารถนาที่จะให้ท่านพ้นจากความยุ่งยากนั้น (7:27-28)

การยุ่งยากลำบากอยู่กับภรรยาหมายความว่าคนนั้นแต่งงานแล้ว ข้อ 4 ของบทนี้กล่าวว่าภรรยาไม่มีอำนาจเหนือร่างกายของตน

แต่สามีของเธอมีอำนาจ และเช่นเดียวกัน สามีก็ไม่มีอำนาจเหนือร่างกายของตน แต่ภรรยาของเขามีอำนาจ สามีและภรรยาต่างก็มีพันธะผูกพันกันโดยคนเหล่านี้ไม่มีอำนาจเหนือร่างกายของตน

การพ้นจากความยุ่งยากนั้นหมายถึงการแยกหรือการหย่า ดังนั้นการพูดว่า "อย่าหาช่องที่จะหย่าภรรยาเลย" หมายความว่าเราไม่ควรมองหาช่องทางที่จะหย่า นอกจากนั้น ถ้าเราหย่าแล้วหรือถ้าคู่สมรสของเราเสียชีวิต เปาโลวิงวอนให้เราอยู่ "อย่างที่เราอยู่เดี๋ยวนี้"

แน่นอน การแต่งงานไม่ใช่ความผิดบาป เหตุผลที่เปาโลกล่าวเช่นนี้ก็เพราะว่าท่านรักคนเหล่านี้อย่างมาก กล่าวคือ เราจะพบกับความทุกข์ลำบากอย่างมากเมื่อเราแต่งงาน

ยกตัวอย่าง ถ้าผู้ชายครองความเป็นโสดเขาก็สามารถรักพระเจ้าและสัตย์ซื่อกับพระองค์ได้มากที่สุดตามที่เขาต้องการ เขาสามารถดูแลวิญญาณดวงอื่นและอธิษฐานโต้รุ่งได้เพราะเขาไม่มีพันธะผูกพันอยู่กับผู้หนึ่งผู้ใดเลย

แต่ถ้าเขาแต่งงาน เขาจะมีความทุกข์ลำบากในชีวิตเพราะเขาไม่มีเสรีภาพเหนือชีวิตของตน เขาต้องรับผิดชอบครอบครัวของตนด้วยการทำงานหนัก แม้เขาต้องการที่จะทำบางสิ่งบางอย่างเพื่อพระเจ้า แต่เขาต้องอยู่กับภรรยาและลูกของตน โดยเฉพาะอย่างยิ่งในกรณีของผู้หญิง เขาอาจมาโบสถ์ในวันอาทิตย์ไม่ได้ถ้าสามีของเขาไม่มีความเชื่อ

พี่น้องทั้งหลาย ข้าพเจ้าหมายความว่ายุคนี้ก็สั้นมากแล้ว ตั้งแต่นี้ไปให้คนเหล่านั้นที่มีภรรยาดำเนินชีวิตเหมือนกับไม่มีภรรยาและให้คนที่เศร้าโศกเป็นเหมือนกับมิได้เศร้าโศกและผู้ที่ชื่นชมยินดีให้ได้เป็นเหมือนกับมิได้ชื่นชมยินดีและผู้ที่ซื้อก็ให้ดำเนินชีวิตเหมือนกับว่าเขาไม่มีกรรมสิทธิ์เหนืออะไรเลยและคนที่ใช้ของโลกนี้ให้เป็นเหมื

อนกับมิได้ใช้อย่างเต็มที่เลยเพราะความนิยมของโลกนี้กำลังล่วงไป (7:29-31)

พระคัมภีร์ตอนนี้อธิบายให้เราทราบอย่างชัดเจนว่าผู้เชื่อต้องดำเนินชีวิตแบบใดในยุคที่การเสด็จมาครั้งที่สองขององค์พระผู้เป็นเจ้าเข้ามาใกล้

ตอนนี้กล่าวว่า "คนเหล่านั้นที่มีภรรยาดำเนินชีวิตเหมือนกับไม่มีภรรยา" ข้อความนี้ไม่ได้หมายความว่าเราควรหย่าอย่างไรก็ตาม แม้สามีจะมีพันธะผูกพันกับภรรยาของตน แต่ก็ไม่ควรมีกรณีที่ว่าเขาไม่ได้ทำในสิ่งที่ควรทำเพื่อพระเจ้าเพราะเขาดูแลภรรยาของตนมากกว่า เขาต้องให้ในสิ่งที่เขาควรให้แด่พระเจ้า ถึงกระนั้นเขาต้องสัตย์ซื่อต่อภรรยาของตนเช่นกัน เขาต้องทำหน้าที่ของตนในฐานะสามี แต่เขาไม่ควรให้ความสำคัญกับภรรยามากกว่าพระเจ้า

ข้อนี้กล่าวเช่นกันว่า "...ให้คนที่เศร้าโศกเป็นเหมือนกับมิได้เศร้าโศก" แม้ว่าจะมีการหลั่งน้ำตา แห่งความโศกเศร้าและความเจ็บปวดในโลกนี้ แต่เราควรชื่นชมยินดีและขอบพระคุณด้วยความหวังในเรื่องแผ่นดินสวรรค์แม้เราจะอยู่ในท่ามกลางการทดลองและความยากลำบาก เราต้องดำเนินชีวิตในพระคุณของพระเจ้าด้วยการเตรียมน้ำมันของเราไว้ให้พร้อม

ข้อความที่ว่า "ผู้ที่ชื่นชมยินดีให้ได้เป็นเหมือนกับมิได้ชื่นชมยินดี" หมายถึงอะไร

สมมุติว่าท่านได้รับพระพรและท่านมีความสุข แต่ถ้าท่านไปหาคนที่กำลังโศกเศร้าและแสดงความสุขของท่านออกมาโดยพูดว่าท่านได้รับพระพรมากมาย สิ่งนี้อาจทำให้บุคคลนั้นโศกเศร้ามากยิ่งขึ้น ด้วยเหตุนี้ เราต้องมีความสุขุมรอบคอบในการพิจารณาดูตามสถานการณ์

จากนั้นข้อนี้กล่าวว่า "...ผู้ที่ซื้อก็ให้ดำเนินชีวิตเหมือนกับว่าเขาไม่มีกรรมสิทธิ์เหนืออะไรเลย" ข้อนี้หมายความว่าผู้คนที่ร่ำรวยในโลกนี้ไม่ควรพยายามแสดงว่าตนเป็นคนร่ำรวย แม้เราจะเป็นคนร่ำรวยมาก แต่สิ่งเหล่านี้จะไร้ค่าเมื่อองค์พระผู้เป็นเจ้าเสด็จกลับมา เราไม่ควรอวดอ้างถึงสิ่งที่เสื่อมสูญและไม่ยั่งยืน เราต้องพึงพอใจกับสิ่งที่เรามีอยู่และสัตย์ซื่อต่อพระเจ้า

เมื่อเราอยู่ใกล้การเสด็จกลับมาครั้งที่สองขององค์พระผู้เป็นเจ้า ผู้คนที่ใช้สิ่งเหล่านี้ในโลกนี้ต้องทำตัวเหมือนกับว่าเขาไม่มีสิ่งเหล่านี้เลย หลายสิ่งหลายอย่างของโลกนี้ถูกนำไปใช้สำหรับการไหว้รูปเคารพ ความฟุ่มเฟือย ความสนุกเพลิดเพลิน และการพนัน สิ่งเหล่านี้เป็นสิ่งที่อธรรมในสายพระเนตรของพระเจ้า

ด้วยเหตุนี้ เราควรรู้จักควบคุมตนเองในเรื่องสิ่งเหล่านี้ เราไม่ควรดำเนินชีวิตอยู่ในความฟุ่มเฟือยที่เป็นเหตุให้พี่น้องในความเชื่อสะดุด นอกจากนี้ ถ้าคนหนึ่งปล่อยตัวอยู่ในความฟุ่มเฟือยในสถานการณ์ที่ไม่เหมาะสม ผู้คนจะถือว่าเขาเป็นคนไร้ค่า

เหตุผลที่ว่าทำไมเราต้องทำสิ่งที่กล่าวมาทั้งหมดเหล่านี้ก็เพราะว่าทุกสิ่งในโลกนี้จะเสื่อมสูญไป ทุกสิ่งในโลกนี้ไร้ความหมายและจะจางหายไปในที่สุด เราไม่สามารถนำสิ่งของภายนอกเหล่านี้ติดตัวไปกับเราได้เมื่อองค์พระผู้เป็นเจ้าทรงเรียกเรากลับไป สิ่งสารพัดจะกลับเป็นสู่ความว่างเปล่า ถ้าทรัพย์สมบัติและความมั่งคั่งร่ำรวยที่เรามีทำให้คนอื่นสะดุด การเก็บรักษาสิ่งเหล่านี้ไว้ก็ไม่ถูกต้อง

ข้าพเจ้าอยากให้ท่านพ้นจากความสาละวนวุ่นวาย ฝ่ายคนที่ไม่มีภรรยาก็สาละวนในการงานขององค์พระผู้เป็นเจ้า เพื่อจะทำสิ่งซึ่งเป็นที่พอพระทัยองค์พระผู้เป็นเจ้า แต่คนที่มีภรรยาแล้วก็สาละวนในการงานของโลกนี้เพื่อจะทำสิ่งที่พอใจของภรรยามีความแตกต่างกันด้วยระหว่างภรรยาและสาวพรหมจารี หญิงที่ยังไม่แต่งงานก็สาละวนในการ

งานขององค์พระผู้เป็นเจ้าเพื่อจะได้เป็นคนบริสุทธิ์ทั้งกายและจิตใจ แต่หญิงที่มีสามีแล้วก็สาละวนในการงานของโลกนี้เพื่อจะทำสิ่งซึ่งเป็นที่พอใจของสามี (7:32-34)

องค์พระผู้เป็นเจ้าตรัสไว้ในลูกา 16:13 ว่า "ท่านจะปรนนิบัติพระเจ้าและจะปรนนิบัติเงินทองพร้อมกันไม่ได้" ข้อนี้กำลังบอกเราว่าเราต้องไม่เป็นคนสองใจ คนที่ไม่แต่งงานก็จะแสวงหาพระเจ้าเพียงอย่างเดียว เขาจะใช้เวลาที่ตนมีอยู่เพื่อทำให้พระเจ้าพอพระทัยและทำงานเพื่อแผ่นดินและความชอบธรรมของพระเจ้า

แต่เมื่อเขาแต่งงาน เขาต้องสาละวนอยู่กับครอบครัวของตนและสิ่งต่าง ๆ ของโลกนี้ ดังนั้นเป็นการยากยิ่งขึ้นที่เขาจะสัตย์ซื่อต่อพระเจ้า

ในกรณีของผู้หญิง หญิงม่าย หรือหญิงโสด คนเหล่านี้มุ่งที่จะทำให้พระเจ้าพอพระทัยในชีวิตของตนด้วยเช่นกัน เขาพยายามอย่างสุดกำลังที่จะดำเนินชีวิตอย่างบริสุทธิ์ด้วยการประดับตนเองให้งดงามในฐานะเจ้าสาวขององค์พระผู้เป็นเจ้า

แต่เมื่อคนเหล่านี้แต่งงาน ความคิดของเขาก็ถูกแบ่งแยก เขาต้องคิดถึงสิ่งต่าง ๆ มากมาย เช่น ทำอย่างไรเขาจึงจะทำให้สามีพอใจ ทำให้ตนเองดูดี และได้รับความรักและความสนใจจากสามี เป็นต้น แน่นอน ไม่ได้หมายความว่าสิ่งเหล่านี้ชั่วร้าย ภรรยาควรทำเช่นนั้น ถ้าเธอทำได้ การได้รับความรักจากสามีของเธอและทำให้ครอบครัวมีความสุขถือเป็นสิ่งที่ดีกว่า

ข้าพเจ้าว่าอย่างนี้ก็เพื่อเป็นประโยชน์ของท่าน มิใช่จะเอาบ่วงบาศคล้องท่านแต่เพื่อความเป็นระเบียบ ให้ท่านปฏิบัติองค์พระผู้เป็นเจ้าโดยปราศจากใจสองฝักสองฝ่าย (7:35)

เปาโลพูดถึงอุปสรรคของการแต่งงาน บัดนี้ในข้อนี้ท่านพูดว่าการอุทิศตนเองให้กับองค์พระผู้เป็นเจ้าโดยปราศจากข้อตำหนิหรือจุดด่างพร้อยด้วยความหวังและความรู้เกียวกับรางวัลในแผ่นดินสวรรค์นั้นเป็นสิ่งที่ดีกว่า

เปาโลพูดถึงสิ่งเหล่านั้นไม่ใช่เพื่อก่อให้เกิดภาระหนักแก่เรา แต่เพื่อประโยชน์ส่วนตัวของเรา ท่านอธิบายสิ่งที่เป็นประโยชน์มากกว่าและให้เหตุผลว่าเพราะอะไร การแต่งงานไม่ใช่ความบาป ถ้าต้องการที่จะแต่งงานท่านก็ไม่ควรยอมให้ข้อต่าง ๆ ด้านบนผูกมัดท่านกับบางสิ่งบางอย่างที่ท่านไม่ปรารถนา

นอกจากนี้ ถ้าท่านสามารถถวายตนเองเพื่อเป็นชายโสดหรือหญิงโสดในปัจจุบันถือว่าไม่ใช่ความเชื่อแบบธรรมดา ท่านสามารถทำสิ่งนี้ได้ก็ต่อเมื่อท่านรักพระเจ้ามากที่สุดเหนือสิ่งอื่นใดเท่านั้น ด้วยเหตุนี้ท่านจึงไม่ควรให้คำมั่นสัญญาที่จะไม่แต่งงานโดยพละการ

แน่นอน ถ้าท่านรู้จักความรักของพระเจ้าอย่างแท้จริงในส่วนลึกแห่งจิตใจของท่านและถ้าท่านขอบพระคุณสำหรับความรักนั้น พระเจ้าจะทรงยอมรับเมื่อท่านดำเนินชีวิตเพื่อพระองค์แต่เพียงผู้เดียวด้วยความปีติยินดี ถ้าท่านรับใช้พระเจ้าและรับใช้โลกนี้ในเวลาเดียวกัน ท่านจะสาละวนและมีใจสองฝักสองฝ่าย เพราะเหตุนี้เปาโลจึงอธิบายอย่างมีเหตุมีผลในการนำเสนอน้ำพระทัยของพระเจ้าให้กับเรา

กรณีของพ่อแม่ที่มีบุตรสาวเป็นหญิงพรหมจารีหรือกรณีของแม่ม่ายและพ่อม่าย

แต่ถ้าชายใดคิดว่าเขาปฏิบัติต่อสาวพรหมจารีของเขาอย่างสมควรไม่ได้ และถ้าหญิงนั้นมีอายุผ่านวัยหนุ่มสาวแล้วและต้องทำอย่างใดอย่างหนึ่งก็ให้เขาทำตามปรารถนา จงให้เขาแต่งงานเสีย เขาไม่ได้ทำผิดสิ่งใด แต่ชายใดที่ตั้งใจแน่วแน่และเห็นว่าไม่มีความจำเป็น แต่เขาบังคับใจตนเองได้ และตั้งใจว่าจะให้หญิงนั้นเป็นพรหมจารีต่อไป เขาก็กระทำดีแล้ว เหตุฉะนั้นผู้ใดที่ให้หญิงนั้นแต่งงานก็ทำดีอยู่ แต่ผู้ที่ไม่ให้แต่งงานก็ทำดีกว่า (7:36-38)

เปาโลกำลังพูดกับบิดาที่มีบุตรสาวซึ่งมีอายุมากพอที่จะแต่งงาน บิดามีความเชื่อค่อนข้างมากและเขาไม่ต้องการให้บุตรสาวของตนแต่งงาน แต่เปาโลอธิบายในกรณีที่มีการคัดค้านแนวคิดของบิดาเช่นกันว่า "...เขาปฏิบัติต่อสาวพรหมจารีของเขาอย่างสมควร"

ยกตัวอย่าง มารดาของบุตรสาวยืนกรานว่าบุตรสาวของตนต้องแต่งงานหรือตัวของบุตรสาวเองต้องการที่จะแต่งงาน ดังนั้นในความเชื่อของบิดาเขาไม่ต้องการให้บุตรสาวของตนแต่งงาน แต่เมื่อมีสถานการณ์อื่น หรือการข่มเหง หรือการทดลองเกิดขึ้นกับบิดาเนื่องจากบุตรสาวของเขาไม่แต่งงาน ถ้าเช่นนั้นการยอมให้

บุตรสาวแต่งงานถือเป็นสิ่งที่ทำได้เพราะการแต่งงานไม่ใช่ความบาป

กรณีที่ตรงกันข้ามกับกรณีนี้ถูกอธิบายไว้ในข้อ 37 บิดาของหญิงพรหมจารีคนหนึ่งมีความเชื่อที่มั่นคงและเขาต้องการแนะนำให้บุตรสาวของตนเดินอยู่ในทางแห่งพระพร เขาไม่ได้อยู่ในสถานการณ์อื่น หรือการข่มเหง หรือการทดลอง ในกรณีเช่นนี้ ถ้าเขามีอำนาจควบคุมจิตใจของตนได้และตัดสินใจที่จะรักษาบุตรสาวพรหมจารีของเขาเอาไว้โดยไม่มีการบีบบังคับ เขาก็ทำดีแล้ว

ในปัจจุบันพ่อแม่อาจไม่มีอำนาจเช่นนี้ แต่ในอดีตผู้คนแต่งงานตามใจของบิดามารดาของตน แต่ในปัจจุบันความเห็นของลูกมีน้ำหนักมากกว่าความเห็นของพ่อแม่

การรักษาบุตรสาวพรหมจารีไว้ในความเชื่อเป็นสิ่งที่ดีกว่า แต่ท่านไม่จำเป็นต้องวิตกกังวลในเรื่องนี้ การที่หญิงโสดครองความโสดเอาไว้ก็ถือเป็นสิ่งที่ดีกว่าเช่นกันในสายพระเนตรของพระเจ้า แต่การแต่งงานไม่ใช่ความบาปหรือการล่วงละเมิดแต่ประการใด

ตราบใดที่สามียังมีชีวิตอยู่ ภรรยาก็ต้องอยู่กับสามีตามกฎหมาย แต่ถ้าสามีตาย นางก็เป็นอิสระแต่งงานกับชายใดก็ได้ตามใจในองค์พระผู้เป็นเจ้าเท่านั้น แต่ตามความเห็นของข้าพเจ้าก็เห็นว่าถ้านางอยู่คนเดียวจะเป็นสุขกว่าและข้าพเจ้าคิดว่าพระวิญญาณของพระเจ้าทรงสถิตอยู่ฝ่ายข้าพเจ้าด้วย (7:39-40)

เมื่อผู้หญิงคนหนึ่งแต่งงานเธอก็มีพันธะผูกพันอยู่กับสามีของตนเหมือนที่ปรากฏอยู่ใน 1 โครินธ์ 7:4 แต่ถ้าสามีของเธอเสียชีวิตเธอก็มีเสรีภาพที่จะแต่งงานใหม่ แต่การแต่งงานใหม่นั้นต้องอยู่ในองค์พระผู้เป็นเจ้าเท่านั้นซึ่งหมายความว่าเธอต้องหาสามีจากคนที่

เป็นผู้เชื่อ ผู้เชื่อต้องหาคู่สมรสที่เป็นผู้เชื่อด้วยกัน พระคัมภีร์เดิมแ
ละพระคัมภีร์ใหม่กล่าวถึงเรื่องนี้อย่างมาก

บางคนพูดว่า "ไม่ดีกว่าหรือที่ผู้เชื่อจะพบหากับคนที่ไม่เชื่อแล
ะนำเขามาถึงพระเจ้า" ถ้าสิ่งนั้นเกิดขึ้นก็ถือเป็นเรื่องที่ดีมาก แต่ใน
กรณีส่วนใหญ่มักไม่ได้เป็นไปในทำนองนั้น

ครั้งหนึ่งมีผู้หญิงคนหนึ่งซึ่งเป็นสมาชิกคริสตจักรมาปรึกษากับ
ผม เธอเข้าร่วมนมัสการในคริสตจักรก่อนที่เธอแต่งงานและเมื่อส
ามีขอเธอแต่งงานเขายังไม่ใช่ผู้เชื่อ ดังนั้นเธอจึงปฏิเสธเขาไปว่าเธ
อไม่สามารถแต่งงานกับคนไม่เชื่อ จากนั้นผู้ชายคนนั้นเริ่มเข้าร่ว
มนมัสการในคริสตจักรเช่นกันและในที่สุดทั้งสองก็แต่งงานกัน

แต่ชายคนนั้นเปลี่ยนความคิดของตนหลังจากการแต่งงานและ
หยุดเข้าร่วมนมัสการ นอกจากนี้ ไม่เพียงแต่เขาหยุดมาโบสถ์เท่า
นั้น แต่เขายังข่มเหงภรรยาของตนเพราะเธอมาโบสถ์ด้วยเช่นกัน
กรณีนี้เป็นเรื่องที่น่าสงสารมาก

ผีมารซาตานยุยงผู้คนที่อยู่รอบข้างเราบางคนให้ช่วงชิงความเ
ชื่อไปจากเรา มารเป็นเหมือนสิงห์คำรามที่เที่ยวมองหาผู้คนที่มันจ
ะกัดกินได้ เราสามารถถูกล่อลวงจากมารและหลงหายไปจากพระเ
จ้าด้วยการประนีประนอมเว้นแต่เรายืนอยู่บนศิลาแห่งความเชื่อ

ข้อ 40 อธิบายให้ทราบว่าทางเลือกใดดีกว่ากัน เรามีเสรีภาพใ
นการเลือกว่าเราจะแต่งงานหรือไม่แต่งงาน แต่เป็นการถูกต้องที่จ
ะทำสิ่งนั้นในองค์พระผู้เป็นเจ้า แต่ข้อนี้กล่าวว่าเป็นการดีกว่าที่ผู้ค
นซึ่งมีความรักและความร้อนรนเพื่อพระเจ้าจะอยู่เป็นโสด

นอกจากนั้น สาเหตุที่เปาโลกล่าวว่า "และข้าพเจ้าคิดว่าพระวิญ
ญาณของพระเจ้าทรงสถิตอยู่ฝ่ายข้าพเจ้าด้วย" ก็เพราะว่าผู้คนอา
จคิดว่าสิ่งนั้นเป็นเพียงความคิดส่วนตัวของเปาโลเพราะท่านพูดว่า
"ตามความเห็นของข้าพเจ้า"

ข้อนี้มีสองความหมายให้เราพิจารณา ความหมายแรกก็คือ "ข้

าพเจ้าได้รับพระวิญญาณบริสุทธิ์และข้าพเจ้ากำลังพูดตามพระวิญญาณบริสุทธิ์" อีกความหมายหนึ่งได้แก่ "ข้าพเจ้าอุทิศตนให้กับพระเจ้าโดยไม่แต่งงานเช่นกัน ข้าพเจ้าเลือกสิ่งที่ดีกว่าซึ่งสอดคล้องกับน้ำพระทัยของพระวิญญาณบริสุทธิ์"

เกี่ยวกับผู้เขียน
ดร. แจร็อก ลี

ดร. แจร็อก ลีเกิดที่เมืองมวน จังหวัดโจนนัม สาธารณะรัฐเกาหลี ในปี 1943 เมื่อท่านมีอายุ 20 ปี ดร. ลี ทนทุกข์ทรมานกับโรคภัยไข้เจ็บที่รักษาไม่ได้หลายชนิดเป็นเวลาถึงเจ็ดปีและนอนรอความตายโดยไม่มีความหวังของการหายจากโรค แต่อยู่มาวันหนึ่งในชวงฤดูใบไม้ผลิของปี 1974 พี่สาวของท่านพาท่านมาที่คริสตจักรและเมื่อท่านคุกเข่าลงอธิษฐานพระเจ้าผู้ทรงพระชนม์อยู่ทรงรักษาท่านให้หายจากโรคภัยไข้เจ็บทั้งสิ้นของท่านในทันที

นับตั้งแต่ดร.ลีพบกับพระเจ้าผู้ทรงพระชนม์อยู่ผ่านทางประสบการณ์ที่อัศจรรย์นั้นเป็นต้นมาท่านรักพระเจ้าอย่างจริงใจและด้วยสุดหัวใจของท่าน ในปี 1978 ท่านได้รับการทรงเรียกให้เป็นผู้รับใช้พระเจ้า ท่านอธิษฐานอย่างร้อนรนเพื่อจะเข้าใจน้ำพระทัยของพระเจ้าอย่างชัดเจนและทำให้น้ำพระทัยนั้นสำเร็จอย่างสมบูรณ์พร้อมทั้งเชื่อฟังพระวจนะทั้งสิ้นของพระเจ้า ในปี 1982 ท่านได้ก่อตั้งคริสตจักรมันมินขึ้นในกรุงโซล ประเทศเกาหลีใต้ พระราชกิจอันมากมายของพระเจ้าซึ่งรวมถึงการรักษาโรคอย่างอัศจรรย์และหมายสำคัญต่าง ๆ เกิดขึ้นในคริสตจักรของท่านอย่างต่อเนื่อง

ในปี 1986 ดร.ลีได้รับการสถาปนาให้เป็นศิษยาภิบาล ณ ที่ประชุมสมัชชาประจำปีของคริสตจักรของพระเยซู "ซุงกุล" แห่งประเทศเกาหลีใต้และในปี 1990 (4 ปีต่อมา) คำเทศนาของท่านถูกนำไปเผยแพร่ในประเทศออสเตรเลีย สหรัฐอเมริกา รัสเซีย ฟิลิปปินส์ และอีกหลายประเทศผ่านพันธกิจของผู้ประกาศข่าวประเสริฐ (เอฟ.อี.บี.ซี.) สถานีวิทยุกระจายเสียงแห่งเอเชีย (เอ.บี.เอส.) และสถานีวิทยุคริสเตียนแห่งกรุงวอชิงตัน (ดับเบิ้ลยู.ซี.อาร์.เอส.)

สามปีต่อมา (ในปี 1993) คริสตจักรมันมินเซ็นทรัลเชิร์ชได้รับเลือกให้เป็นหนึ่งใน "50 คริสตจักรชั้นนำระดับโลก" โดยนิตยสาร "โลกคริสตชน" ของสหรัฐอเมริกาและท่านได้รับมอบปริญญาดุษฎีบัณฑิตกิตติมศักดิ์สาขาพันธกิจศาสตร์จากสถาบันพระคริสตธรรมที่มีชื่อเสียงสองแห่งในสหรัฐอเมริกา นั่นคือ วิทยาลัยคริสเตียนเฟธแห่งรัฐฟลอริด้าและสถาบันพระคริสตธรรมคิงส์เวย์ แห่งรัฐไอโอวา

นับตั้งแต่ปี 1993 เป็นต้นมา ดร.ลีเป็นผู้นำในการทำพันธกิจทั่วโลกโดยผ่านการรณรงค์เพื่อการประกาศที่จัดขึ้นในประเทศต่าง ๆ เช่น ประเทศแทนซาเนีย อาร์เจนตินา อูกานดา ญี่ปุ่น ปากีสถาน เคนย่า ฟิลิปปินส์ ฮอนดูรัส อินเดีย

รัสเซีย เยอรมันนี เปรู สาธารณะรัฐประชาธิปไตยคองโก และนครนิวยอร์ก สหรัฐอเมริกา ในปี 2002 หนังสือพิมพ์คริสเตียนฉบับหนึ่งในประเทศเกาหลีใต้ขนานนามท่านว่าเป็น "ศิษยาภิบาลของคนทั่วโลก" จากการทำพันธกิจด้านการประกาศพระกิตติคุณในต่างประเทศของท่าน

ในเดือนมีนาคม 2010 คริสตจักรมันมินจุน-อังมีสมาชิกมากกว่า 1 แสนคนและมีคริสตจักรสาขาทั้งในและต่างประเทศอีก 9,000 แห่งทั่วโลก ปัจจุบันคริสตจักรนี้ส่งมิชชันนารีมากกว่า 131 คนไปยัง 34 ประเทศทั่วโลกซึ่งรวมถึงสหรัฐอเมริกา รัสเซีย เยอรมันนี แคนนาดา ญี่ปุ่น จีน ฝรั่งเศส อินเดีย เคนย่า และอีกหลายประเทศ

ในปัจจุบัน ดร.ลีได้เขียนหนังสือ 60 เล่มซึ่งรวมถึงหนังสือที่มียอดขายสูงสุดเรื่อง "ลิ้มรสชีวิตนิรันดร์ก่อนความตาย" "ชีวิตและศรัทธาของข้าพเจ้า" "สาส์นจากกางเขน" "ขนาดแห่งความเชื่อ" "สวรรค์ภาค 1 และ 2" "นรก" และ "ฤทธานุภาพของพระเจ้า" และอีกหลายเล่ม งานเขียนของท่านถูกแปลเป็นภาษาต่าง ๆ มากกว่า 44 ภาษา

บทความของท่านยังถูกนำไปตีพิมพ์ในหนังสือพิมพ์และนิตยสารหลายฉบับ เช่น "เดอะ ฮานกุก อิลโบ" "เดอะ จูง-อัง อิลโบ" "เดอะ มุนวา อิลโบ" "เดอะ โซล ชินมุล" "เดอะ ฮานเกียไร ชินมุน" "เดอะ ฮานกุก เกียงเจ ชินมุน" "เดอะ โกเรีย เฮราลด์" "เดอะ ชิซา นิวส์" "หนังสือพิมพ์คริสเตียน" และ "หนังสือเพื่อการประกาศประชาชาติ"

ปัจจุบัน ดร.ลีเป็นผู้ก่อตั้ง ผู้นำ ผู้อำนวยการ และประธานของสมาคมและองค์กรมิชชันนารีจำนวนมากซึ่งรวมถึงการดำรงตำแหน่งประธานของสหคริสตจักรแห่งความบริสุทธิ์เกาหลี (UHCK); ผู้อำนวยการ The Nation Evangelization Paper; ผู้อำนวยการองค์การพันธกิจมิชชันมันมิน (MWM); ผู้ก่อตั้งสถานีโทรทัศน์มันมิน (Manmin TV); ผู้ก่อตั้งและประธานเครือข่ายสื่อมวลชนคริสเตียนทั่วโลก (GCN); ผู้ก่อตั้งและประธานเครือข่ายหมอคริสเตียนทั่วโลก (WCDN); และผู้ก่อตั้งและประธานสถาบันศาสนศาสตร์นานาชาติมันมิน (MIS)

หนังสือเล่มอื่น ๆ ที่เขียนขึ้นโดยผู้เขียนคนเดียวกันได้แก่...

สวรรค์ (ภาค 1)
สวรรค์ (ภาค 2)

คำบรรยายโดยละเอียดเกี่ยวกับสภาพแวดล้อมที่มีชีวิตชีวาซึ่งพลเมืองแห่งสวรรค์จะได้ชื่นชมและการบรรยายลักษณะอันงดงามของสวรรค์ชั้นต่าง ๆ
คำเชิญชวนให้เข้าสู่นครเยรูซาเล็มใหม่อันบริสุทธิ์ซึ่งประตูทั้งสิบสองบานของนครนี้ทำด้วยไข่มุกอันแวววาวระยิบระยับ นครนี้ตั้งอยู่ท่ามกลางสวรรค์อันรุ่งเรืองสุกใสเหมือนดังเพชรนิลจินดาที่มีค่า

ตื่นเถิดอิสราเอล

เพราะเหตุใดพระเจ้าจึงทรงเฝ้าดูอิสราเอลตั้งแต่จุดเริ่มต้นของโลกมาจนถึงปัจจุบัน อะไรคือการจัดเตรียมของพระเจ้าสำหรับอิสราเอล (ผู้ที่รอคอยพระเมสสิยาห์) ในช่วงวาระสุดท้าย

สาส์นจากกางเขน

ทำไมพระเยซูจึงเป็นพระผู้ช่วยให้รอดเพียงผู้เดียว เป็นข่าวสารแห่งการฟื้นฟูที่มีอานุภาพสำหรับทุกคนที่หลับใหลฝ่ายวิญญาณ ในหนังสือเล่มนี้ท่านพบถึงเหตุผลของการที่พระเยซูทรงเป็นพระผู้ช่วยให้รอดแต่พระองค์เดียวและความรักที่แท้จริงของพระเจ้า

ลิ้มรสชีวิตนิรันดร์ก่อนเสียชีวิต

เป็นบันทึกเรื่องจริงเกี่ยวกับคำพยานของศจ.ดร.แจร็อก ลีผู้ที่บังเกิดใหม่และได้รับการช่วยให้รอดจากหุบเหวแห่งความตายและดำเนินชีวิตคริสเตียนที่เป็นแบบอย่าง

ขนาดแห่งความเชื่อ

สถานที่แบบใด มงกุฎ และรางวัลชนิดใดที่ถูกจัดเตรียมไว้ในสวรรค์ หนังสือเล่มนี้จะให้ความรู้และคำแนะนำแก่ท่านในการวัดขนาดความเชื่อและการเพาะบ่มความเชื่อของท่านให้เจริญเติบโตมากที่สุด

www.urimbook.com

www.ingramcontent.com/pod-product-compliance
Lightning Source LLC
LaVergne TN
LVHW012046070526
838201LV00079B/3210